ಇದು
ಮಾವಲಿ ಮಿರ್ಚಿ

ನಾನು ಮತ್ತು ಶಿವಕುಮಾರ ಮಾವಲಿ ಕೈಕುಲುಕಿದ್ದು ಒಂದು ಹೆಸರಿನ ಮೂಲಕ ಎಂದರೆ ನೀವು ನಂಬಬೇಕು! ‘ದೇವರು ಅರೆಸ್ಟ್ ಆದ’ ಎನ್ನುವ ಹೆಸರಿನ ಕಥಾ ಸಂಕಲನ ಸಾದರ ಸ್ವೀಕಾರಗಳಲ್ಲಿ ಕಾಣಿಸಿಕೊಂಡಾಗ ಒಂದು ಕ್ಷಣ ನಿಂತು ಮತ್ತೆ ಆ ಹೆಸರನ್ನು ಓದಿಕೊಂಡಿದ್ದೆ. ಬರೆದವರ ಹೆಸರಿಗಿಂತಲೂ ಕಥಾ ಸಂಕಲನದ ಹೆಸರು ಹಿಡಿದು ಜಗ್ಗಿತ್ತು. ಆಮೇಲೆ ನಮ್ಮ ‘ಅವಧಿ’ಯಲ್ಲೇ ಪ್ರಕಟವಾದ ಪಿ ಚಂದ್ರಿಕಾ ಅವರ ‘ಚಿಟ್ಟಿ’ ಕಾದಂಬರಿ ಬಿಡುಗಡೆ ಸಮಾರಂಭದಲ್ಲಿ ಶಿವಕುಮಾರ ಮಾವಲಿ ಬಂದು ತಮ್ಮನ್ನು ಪರಿಚಯಿಸಿಕೊಂಡಾಗ ನನಗೆ ಗೊತ್ತಿಲ್ಲದಂತೆ ‘ದೇವರು ಅರೆಸ್ಟ್ ಆದ’ ಎನ್ನುವ ಉದ್ಗಾರ ಹೊರಬಿದ್ದಾಗಿತ್ತು.

ಹಾಗೆ ಪರಿಚಯವಾದ ಮಾವಲಿ ಅವರನ್ನು ಬಲವಂತವಾಗಿ ಅರೆಸ್ಟ್ ಮಾಡಿ ‘ಅವಧಿ’ಯ ಅಂಗಳದಲ್ಲಿ ಕೂಡಿಸಿದೆ. ಅದರ ಪರಿಣಾಮವೇ ಅವರ ಈ ಕಥಾ ಸಂಕಲನ ‘ಟೈಪಿಸ್ಟ್ ತಿರಸ್ಕರಿಸಿದ ಕಥೆ’.

ಶಿವಕುಮಾರ ಮಾವಲಿ ಅವರಿಗೆ ಅಂಕಣ ಬರೆಯಿರಿ ಎಂದೆ. ಅವರು ಕಥೆ ಬರೆದರು. ‘ಮಾವಲಿ ಮಿರ್ಚಿ’ ಎನ್ನುವ ಹೆಸರಿನಲ್ಲಿ ಆರಂಭವಾದ ಅಂಕಣ ಬೇಕಿದ್ದವರಿಗೆ ಕಥೆ ಅನಿಸಿತು, ಉಳಿದವರಿಗೆ ಅಂಕಣ ಎಂದೇ ಅನಿಸಿತು. ಆ ರೀತಿ ಕಥೆಯ ವಿನ್ಯಾಸವನ್ನು ಮುರಿದು ಕಟ್ಟುತ್ತಿರುವವರ ಪೈಕಿ ಮಾವಲಿ ಮುಖ್ಯರು. ಒಂದು ತಲೆಮಾರು ಎನ್ನುವುದು ಈಗ ದೊಡ್ಡ ಕಾಲವೇನಲ್ಲ. ಮಾಧ್ಯಮಗಳ ನಾಗಾಲೋಟದಿಂದ, ಜಾಗತೀಕರಣದ ರಭಸ ಸೆಳೆತದಿಂದ ಆಲೋಚನೆ, ಬದುಕಿನ ವಿಧಾನ ಪರದೆಯ ಮೇಲಿನ ಗೊಂಬೆ ಸರಿದಷ್ಟೇ ವೇಗದಲ್ಲಿ ಸರಿಯುತ್ತಿದೆ. ಅಂತಹ ಜಗತ್ತೇ ತಮ್ಮ ಮನೆ ಎಂದು ಭಾವಿಸಿದ, ಒಂದು ನೆಲೆ ಎನ್ನುವುದನ್ನೇ ನಿರಾಕರಿಸುತ್ತಿರುವ ತಲೆಮಾರು ಯೋಚಿಸುತ್ತಿರುವ ರೀತಿ, ಬದುಕುತ್ತಿರುವ ವಿಧಾನ ಕ್ರಮೇಣ ಸೃಜನಶೀಲ ಕೃತಿಗಳಲ್ಲೂ ತಮ್ಮ ನೆಲೆ ಕಂಡುಕೊಳ್ಳುತ್ತಿವೆ.

ಶಿವಕುಮಾರ ಮಾವಲಿ ಅವರಿಗೆ ಇರುವ ಗ್ರಹಣ ಶಕ್ತಿ ವಿಶಿಷ್ಟವಾದದ್ದು. ಅವರು ತಮ್ಮ ಇಡೀ ಮೈಗೆ ಕಣ್ಣುಗಳನ್ನು ಹಚ್ಚಿಕೊಂಡಿದ್ದಾರೇನೋ ಎನ್ನುವಂತೆ ಸುತ್ತಲಿನ ಎಲ್ಲವನ್ನೂ ಗಮನಿಸುತ್ತಾರೆ. ಹಾಗೆ ಗಮನಿಸಿದ್ದು ಇವರೊಳಗೆ ಬಿದ್ದ

ಬೀಜಗಳೇನೋ ಎನ್ನುವಂತೆ ಕುಡಿಯೊಡೆದು ಕಥೆಗಳಾಗಿ ಅರಳುತ್ತವೆ. ಇಂದಿನ ಮಾಧ್ಯಮ, ಇಂದಿನ ಜನಾಂಗ, ಇಂದಿನ ಆಲೋಚನೆಯನ್ನು ಅವರು ಇಲ್ಲಿನ ಕಥೆಗಳಲ್ಲಿ ಕಟ್ಟಿಕೊಟ್ಟಿರುವ ಬಗೆ ಬಹುಷಃ ಕ್ರಮೇಣ ಕಥೆಗಳ ವಿಧಾನವನ್ನು ಭಿನ್ನ ದಿಕ್ಕಿಗೆ ಕೊಂಡೊಯ್ಯಬಲ್ಲವು.

ಲೇಖಕರೊಳಗೊಬ್ಬ ಪುಟಿಯುವ ತುಂಟನಿದ್ದಾನೆ. ಉತ್ಸಾಹದ ಬುಗ್ಗೆಯಿದೆ. ಹಾಗಾಗಿಯೇ ಮಾವಲಿ ಅವರ ಕಥೆಗಳಿಗೆ ವಿಶಿಷ್ಟ ಆಯಾಮ ಸಿಕ್ಕಿಹೋಗುತ್ತದೆ. ಅವರು ಕಥೆಯನ್ನು ಕಟ್ಟುತ್ತಾರೋ ಇಲ್ಲವೇ ಎದುರಿಗಿದ್ದುದನ್ನೇ ಕಥೆಯಾಗಿ ತಿದ್ದಿಬಿಡುತ್ತಾರೋ ಎಂದು ವಿಸ್ಮಯಪಡುವಂತೆ ನಮ್ಮ ಆಜುಬಾಜಿನಲ್ಲಿ ನಡೆಯುವ ಪ್ರತಿಯೊಂದಕ್ಕೂ ತಮ್ಮ ಸ್ಪರ್ಶ ನೀಡುತ್ತಾರೆ.

ಸಾಕಷ್ಟು ವರ್ಷಗಳಿಂದ ರಂಗಭೂಮಿಯ ಸಖ್ಯವನ್ನು ಇವರು ಹೊಂದಿದ್ದಾರೆ. ಜೊತೆಗೆ ಪತ್ರಿಕೋದ್ಯಮವನ್ನು ಸನಿಹದಿಂದ ಕಂಡವರು. ಇದೇ ಕಾರಣಕ್ಕೂ ಇರಬಹುದು ಅವರ ಕಥೆಗಳಿಗೆ ನಾಟಕೀಯ ತಿರುವು ಸಿಕ್ಕುತ್ತದೆ. ನಾಟಕೀಯ ಎಳೆಗಳು ಕಥೆಯಾಗಿ ಮೈ ಬದಲಿಸುತ್ತವೆ. ಅಂದಂದಿನ ವಿದ್ಯಮಾನಗಳು ಇವರೊಳಗೆ ಓಲಾಡಿ ಕಥೆಯಾಗಿ ಎದ್ದು ನಿಲ್ಲುತ್ತವೆ.

ಶಿವಕುಮಾರ ಮಾವಲಿ ಅವರು ಇಂದಿನ ಕಾಲದ ಕಥನಕಾರ ಎಂದರೂ ತಪ್ಪಿಲ್ಲ. ಇವರ ಕಥೆಗಳು ಕಥೆಗಳನ್ನು ಮಾತ್ರ ಮುಂದಿಡುತ್ತಿಲ್ಲ ಬದಲಿಗೆ ಇಂದಿನ ಕಾಲದ ಉಸಿರಾಟವನ್ನು ನಮಗೆ ದಾಟಿಸುತ್ತಿವೆ. 'ಹರಿವ ನದಿಗೆ ಮೈಯೆಲ್ಲಾ ಕಾಲು' ಎನ್ನುವಂತೆ ಶಿವಕುಮಾರ ಮಾವಲಿ ಎಂಬ ನಿಂತ ನೀರಲ್ಲದ ಮನಕ್ಕೆ ಕೈಯಿಟ್ಟ ಕಡೆಯೆಲ್ಲಾ ಕಥೆ ಎಂಬ ಅಕ್ಷಯ ಪಾತ್ರೆ.

ಜಿ ಎನ್ ಮೋಹನ್

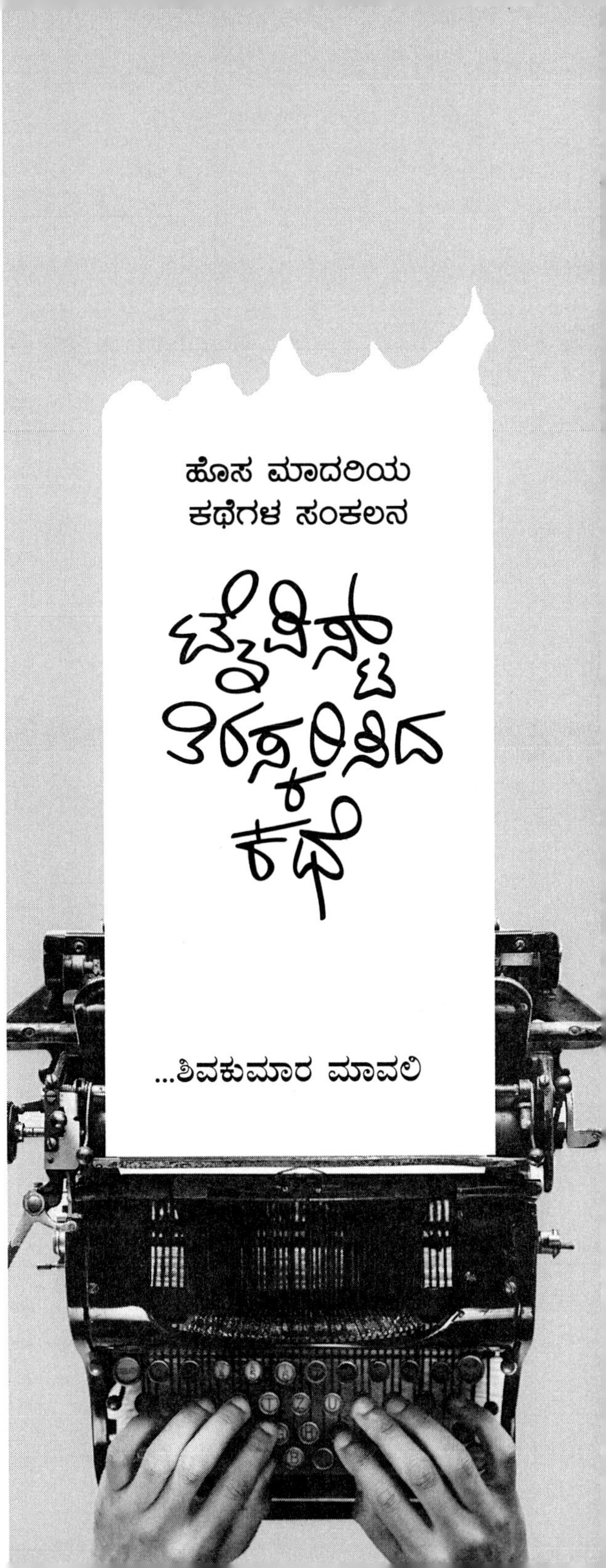

ಬಹುರೂಪಿ

1, 'ನಾಕುತಂತಿ'
ಬಸಪ್ಪ ಬಡಾವಣೆ, ಆರ್‌ಎಂವಿ
2ನೇ ಘಟ್ಟ
ಸಂಜಯನಗರ,
ಬೆಂಗಳೂರು–560094
ದೂ:70191 82729
editor.bahuroopi@gmail.com

Online Book Store:
bahuroopi.in

bahuroopi.official/

19

TYPIST TIRASKARISIDA KATHE
A Collection of Short Stories By **Shivakumar Mavali**
Published by **Bahuroopi**

Written By
Shivakumar Mavali
91641 49495
mavalihere@gmail.com

ಬಹುರೂಪಿ
ಪ್ರಕಟಣೆಗಳಿಗಾಗಿ ಈ QR ಕೋಡ್ ಅನ್ನು ಸ್ಕ್ಯಾನ್ ಮಾಡಿ.

Published By
Bahuroopi
1, Naaku Tanti, Basappa Layout,
RMV Second Stage, Sanjayanagar,
Bangalore 560 094
--
editor.bahuroopi@gmail.com
Mobile: 70191 82729

online book store:
bahuroopi.in

First Edition: 2019
2nd Reprint: 2025
ISBN : 978-81-941661-1-5
Pages: 160
Price: Rs.175/-

Photo: **Manukumar K G**
Cover Design: **Gousi Arts**
Inside Design: **Sagar M S**

Printed at
Regal Print Service
Bangalore

ಅರ್ಪಣೆ

ಇಲ್ಲಿರುವ
ಎಲ್ಲಾ ಕತೆಗಳು
ಹುಟ್ಟಿದ
ಆಯಾ
'ಕ್ಷಣ'ಕ್ಕೆ

ಕಾಲಂ ಬರೀರಿ ಅಂದರು; ನಾನು ಕಥೆ ಹೇಳಲಾರಂಭಿಸಿದೆ

ಪ್ರತಿಯೊಂದು ಹೊಸ ಪರಿಚಯವೂ ನಿರ್ದಿಷ್ಟ ಕಾರಣಕ್ಕೆ ಆಗುತ್ತದೇನೋ. 'ಅವಧಿ'ಯ ಸಂಪಾದಕರಾದ ಜಿ.ಎನ್. ಮೋಹನ್ ಅವರ ಪರಿಚಯ ಆದಾಗಿನಿಂದ ನನಗೆ ಹಾಗೇ ಅನ್ನಿಸುತ್ತಿದೆ. ಏಕೆಂದರೆ ನಮ್ಮ ಕನಸುಗಳು ಸಾಕಾರಗೊಳ್ಳುವಲ್ಲಿ ನಮ್ಮ ಸುತ್ತಲಿನ ಜನರ ಪಾಲು ಕೂಡ ಇರುತ್ತದೆ. ಅಂತೆಯೇ ಬಾಲ್ಯದಿಂದಲೂ ಅಂಕಣಕಾರನಾಗಬೇಕೆಂಬ ನನ್ನ ಹಂಬಲಕ್ಕೆ ಇಂಬು ನೀಡಿದವರು ಜಿ.ಎನ್. ಮೋಹನ್. ಆ ಮೊದಲೇ ನಾನು 'ವಿಜಯ ಕರ್ನಾಟಕ'ಕ್ಕೆ ಒಂದು ಅಂಕಣ ಬರೆಯುತ್ತಿದ್ದೆನಾದರೂ ಅದು ಅಕಾಡೆಮಿಕ್ ಪರಿಮಿತಿಯಲ್ಲಿತ್ತು. ಸೃಜನಶೀಲವಾದುದನ್ನು ಬರೆಯಲು ಅವಕಾಶ ಮಾಡಿಕೊಟ್ಟದ್ದು ಅವಧಿ.

ಆಗಾಗ ನಾನು ಅನುವಾದಿಸಿದ ಕವನಗಳನ್ನು ಪ್ರಕಟಿಸುತ್ತಿದ್ದ ಅವಧಿಯಲ್ಲಿ, 'ನೀವು ಒಂದು ಅಂಕಣ ಬರೀರಿ' ಎಂದು ಅವರು ಹೇಳಿದಾಗ ಸಂಕೋಚ ತೋರಿಸಿದಂತೆ ನಟಿಸಿ ಖುಷಿಯಿಂದಲೇ ಒಪ್ಪಿಕೊಂಡೆ. ಆನಂತರ ಅವರು ಅಂಕಣಕ್ಕೆ ಕೊಟ್ಟ ಹೆಸರು ಕೂಡ ಕಾಕತಾಳೀಯವಾಗಿತ್ತು. ಅವರು ಹಿಂದೆ 'ಮೀಡಿಯಾ ಮಿರ್ಚಿ' ಹೆಸರಿನ

ಅಂಕಣ ಬರೆಯುವಾಗ ನಾನದನ್ನು ನಿಯಮಿತವಾಗಿ ಓದಿ ಮೆಚ್ಚಿಕೊಂಡಿದ್ದೆ. ನನ್ನ ಅಂಕಣಕ್ಕೆ ಅವರು ಕೊಟ್ಟ ಹೆಸರು– 'ಮಾವಲಿ ಮಿರ್ಚಿ'.

ಒಂದೆರಡು ವಾರ ಅಂಕಣ ಬರೆದಮೇಲೆ ಗೊತ್ತಾಯಿತು. ವಾರಕ್ಕೊಂದು ಹೊಸ ವಸ್ತು ಹುಡುಕಿ ಬರೆಯುವುದು ಎಷ್ಟು ಕಷ್ಟ ಎಂದು. ಹಾಗಾಗಿಯೇ ಇರಬೇಕು ಪ್ರತಿ ವಾರ ಒಂದೊಂದು ಕಥೆ ಬರೆಯಲಾರಂಭಿಸಿದೆ. ವಾರಕ್ಕೊಂದು ಕತೆ ಬರೆಯುವ ವ್ಯಥೆ ಮತ್ತೊಂದು ಮಧುರಯಾತನೆ ಅನ್ನೋದು ಆಮೇಲೆ ಅರಿವಾಯಿತು. ಆದರೆ ಅವಧಿಯ ಸಹೃದಯ ಓದುಗರು ಮತ್ತವರ ಪ್ರತಿಕ್ರಿಯೆ, ಅಭಿಪ್ರಾಯ ಮತ್ತು ವಿಮರ್ಷೆ ನನ್ನನ್ನು ಹುರಿದುಂಬಿಸಿತು.

ಇಲ್ಲಿನ ಬರಹಗಳನ್ನು ಕತೆಗಳೆಂದು ಕರೆಯಲು ನಾನು ಇಚ್ಚಿಸುತ್ತೇನೆ. ಓದಿದ್ದು, ನೋಡಿದ್ದು, ಮಾತಾಡಿದ್ದು, ಜಗಳವಾಡಿದ್ದು, ಅತ್ತಿದ್ದು, ನಕ್ಕಿದ್ದು, ಪ್ರಯಾಣ ಮಾಡಿದ್ದು, ವಿಕ್ಷಿಪ್ತವಾಗಿ ಯೋಚಿಸಿದ್ದು ಮತ್ತು ಬದುಕಿಗಿಲ್ಲದ ಆದರೆ ಬರಹಕ್ಕೆ ಒಗ್ಗುವ ನಾಟಕೀಯತೆ ಇವುಗಳ ಹಿನ್ನೆಲೆಯಿಂದ ಈ ಕತೆಗಳು ಹುಟ್ಟಿವೆ ಎಂದು ಭಾವಿಸುತ್ತೇನೆ. ಇಲ್ಲಿನ ಅನೇಕ ಕತೆಗಳಲ್ಲಿ 'ಎಲ್ಲವೂ ಸ್ಪಷ್ಟವಿಲ್ಲ ಮತ್ತು ಉತ್ತರ ಸಿಗುವುದಿಲ್ಲ' ಎಂಬಂತಿದೆ. ಆ ಅಸ್ಪಷ್ಟತೆ ಕೂಡ ಪ್ರಜ್ಞಾಪೂರ್ವಕವಾಗಿಯೆ ಬಂದಿರುವಂತದ್ದು. ನನಗೆ ಗೋಚರಿಸುವ, ಅನುಭವಕ್ಕೆ ಬಂದ ವಿಷಯಗಳೇ ಕಲ್ಪನೆಗಳಾಗಿ ಕಥಾರೂಪ ಪಡೆದಿವೆ. ಇವೆಲ್ಲಾ ಸೇರಿ ಒಂದೇ ಕಥೆಯಾ? ಎಂಬ ಶಂಕೆಯೂ ನನಗೆ ಬಂದದ್ದಿದೆ.

ಈ ಕಥೆಗಳನ್ನು ಪುಸ್ತಕ ರೂಪದಲ್ಲಿ ಪ್ರಕಟಿಸುವ ನಿರ್ಧಾರವನ್ನು ಬಹುರೂಪಿ ಪ್ರಕಾಶನದ ಸಂಪಾದಕರೂ ಆದ ಜಿ.ಎನ್. ಮೋಹನ್ ಅವರು ತಿಳಿಸಿದ ಮೇಲೆ ಮತ್ತೊಮ್ಮೆ ಎಲ್ಲ ಕತೆಗಳನ್ನು ಓದಿ, ತೀರ ಅಗತ್ಯವೆನ್ನಿಸಿದಲ್ಲಿ ಸಣ್ಣ ಪುಟ್ಟ ಬದಲಾವಣೆಗಳನ್ನು ಮಾಡಿದ್ದೇನೆ. ಈ ಬರಹಗಳನ್ನು ಓದುವಾಗ ಇಲ್ಲಿ ಬರುವ 'ನಾನು' ಎಂಬುದನ್ನು ಓದುಗರು ಪೊಲೀಸಿಂಗ್ ಮಾಡದೆ ತಮ್ಮವನಾಗಿಸಿಕೊಳ್ಳುತ್ತಾರೆ ಎಂದು ನಂಬಿದ್ದೇನೆ. ಮೊದಲ ಕಥಾ ಸಂಕಲನವಾದ 'ದೇವರು ಅರೆಸ್ಟ್ ಆದ'ಕ್ಕೆ ತೋರಿಸಿದ ಪ್ರೀತಿಯನ್ನು ಈ ಕಥಾ ಸಂಕಲನಕ್ಕೂ ಓದುಗರು ತೋರಿಸುತ್ತಾರೆ ಎಂಬ ನಂಬಿಕೆ ಮತ್ತು ಕನ್ನಡ ಕಥಾ ಜಗತ್ತು ಇವುಗಳನ್ನು ಹೇಗೆ ಸ್ವೀಕರಿಸಬಹುದು ಎಂಬ ನಮ್ರ ಕುತೂಹಲ ಈ ಸಮಯದಲ್ಲಿ ನನ್ನದು.

ಇಲ್ಲಿನ ಕಥೆಗಳನ್ನು ವಾರಕ್ಕೊಂದರಂತೆ ಬರೆಯುವಾಗ ತಡರಾತ್ರಿಯವರೆಗೆ ಎಚ್ಚರವಿದ್ದು ಅವುಗಳನ್ನು ಮೊದಲು ಓದುತ್ತಿದ್ದವಳು 'ಪ್ರೇಮ'. ಅವಳ ಕುತೂಹಲಕ್ಕೆ ನನ್ನಿಂದ ಮತ್ತೆ ಮತ್ತೆ ಬರೆಸುವ ಶಕ್ತಿಯಿದೆ. ಹಾಗೆಯೇ ಪ್ರತಿ ವಾರ ಇವುಗಳನ್ನು ಓದುತ್ತಿದ್ದ ಅದೆಷ್ಟೋ ಜನ ತಕ್ಷಣ ಕಳಿಸುತ್ತಿದ್ದ ಪ್ರತಿಕ್ರಿಯೆಗಳು ನನ್ನನ್ನು ಸಂತೋಷಪಡಿಸಿದ್ದಿದೆ. ಅವರಲ್ಲಿ ಕೆಲವರನ್ನು ನೆನೆಯಲೇಬೇಕು. ಅವಧಿಯ

ಮತ್ತೊಬ್ಬ ಅಂಕಣಕಾರರಾಗಿದ್ದ, ಈ ಕತೆಗಳ ಬಗ್ಗೆ ತಮ್ಮ ಅಭಿಪ್ರಾಯ ಬರೆದಿರುವ ಸುಧಾ ಆಡುಕಳ ಮತ್ತು ಹೈದರಾಬಾದ್‌ನ ಓದುಗರಾದ ಸುಂದರ್ ರಾಜ್ ಟಿ.ಎಸ್. ಪ್ರತಿಯೊಂದು ಕತೆಗೂ ಸಣ್ಣದೊಂದು ವಿಮರ್ಶೆ ಕಳುಹಿಸುತ್ತಿದ್ದ ಶೇಖರ್ ಭೋವಿ, ಮೀನಾ ಮಹೇಶ್, ಜಿ.ಎನ್. ಪ್ರಸನ್ನಕುಮಾರ್ ಅವರ ಸಹೃದಯತೆಗೆ ನಾನು ಆಭಾರಿಯಾಗಿದ್ದೇನೆ.

ಪ್ರತೀವಾರ ಪ್ರಕಟವಾದ ಕತೆಗಳನ್ನು ಪ್ರೀತಿಯಿಂದ ಓದುತ್ತಿದ್ದವರಿಗೆ ನನ್ನ ಕೃತಜ್ಞತೆಗಳು ಸಲ್ಲಲೇಬೇಕು. ಸಹೋದ್ಯೋಗಿ ಮಿತ್ರರಾದ ಅಶ್ವಿನಿ. ಜೆ, ಏಕತಾ ಜೆ.ಟಿ, ದಿವ್ಯ ಎಚ್.ಆರ್, ಪಲ್ಲವಿ ಪ್ರಭಾಕರ್, ಭಾರ್ಗವಿ ರಾಜೇಶ್, ಶುಭ ಹೊಳ್ಳ, ಮಂಜುನಾಥ್ ಕವಲೂರ್, ಸಿದ್ದಲಿಂಗ ಬಿ.ಎಸ್, ಚಿಕ್ಕಲಿಂಗಯ್ಯ ಸಿ.ಎಸ್., ಆಶಾದೇವಿ, ವಿದ್ಯಾ ಬಿ, ದಿವಿತ ರೈ, ಮಮತ ಬಿ.ವಿ, ದೀಪ ಸಿ.ಪಿ, ಮಂಜುನಾಥ ರೆಡ್ಡಿ, ಕೊಟ್ರೇಶ್ ಕೆ ಮಠ್, ಅರ್ಚನ ಅರವಿಂದ್, ಶಿವಕುಮಾರ್.ವಿ, ಸುರೇಶ್ ನಾಯ್ಕ್, ಪ್ರೀತಿ ಭಟ್, ಸಪ್ನ ಟಿ, ಅನಿತ ಜಿ, ರಾಜೇಶ್ ಭಟ್, ಜಯಸಿಂಹ ರಾವ್, ರಘು, ಸುನಿತಾ ರೈ, ಹರೀಶ್ ಕುಮಾರ್ ಇವರೆಲ್ಲ ಸಹವರ್ತಿಗಳಾಗಿ ನನ್ನ ಸೃಜನಶೀಲ ಕೆಲಸವನ್ನು ಪೋಷಿಸುತ್ತಿರುವ ರೀತಿ ಅನನ್ಯವಾದದ್ದು. ಅಲ್ಲದೆ, ನನ್ನ ಬರವಣಿಗೆಯನ್ನು ಪ್ರೋತ್ಸಾಹಿಸುವ ಕಾಲೇಜಿನ ಪ್ರಾಂಶುಪಾಲರಾದ ಶ್ರೀಮತಿ ಲಕ್ಷ್ಮಿ ಶ್ರೀಧರ್ ಅವರಿಗೆ ನನ್ನ ಕೃತಜ್ಞತೆಗಳು.

'ಅವಧಿ'ಯು ಒಂದು ಆನ್‌ಲೈನ್ ಪ್ಲಾಟ್‌ಫಾರಂ ಆದದ್ದರಿಂದ ಇದು ವಿವಿಧ ಆಸಕ್ತಿಗಳ ಜನರನ್ನು ಮತ್ತು ಕೆಲವು ಹಿರಿಯ ಬರಹಗಾರರನ್ನು ಓದುಗರಾಗಿ ನನಗೆ ಒದಗಿಸಿದೆ. ಅವರಲ್ಲಿ, ಜೋಗಿ, ಎಸ್. ದಿವಾಕರ್, ಬಿ. ಸುರೇಶ್, ಡಾ. ಗಣೇಶಯ್ಯ ಕೆ.ಎನ್. ಜಯಶ್ರೀ ಕಾಸರವಳ್ಳಿ, ಚಂದ್ರಿಕಾ ಪಿ, ಸುಜಾತ ಎಚ್.ಆರ್, ಪುರುಷೋತ್ತಮ ಬಿಳಿಮಲೆ, ಸಂಧ್ಯಾರಾಣಿ, ಭಾರತಿ ಬಿ.ವಿ, ಉದಯ್ ಇಟಗಿ, ಉಷಾ ಕಟ್ಟೇಮನೆ, ಕುಸುಮಬಾಲೆ ಆಯೇರಹಳ್ಳಿ, ನಟರಾಜ್ ರಾಮಾರಾಮಾ ರೇ, ಶೋಭಾ ವೆಂಕಟೇಶ್, ದೇಶಾದ್ರಿ ಹೊಸ್ಮನೆ, ಸಲೀಂ ಜೋಹರ್ ಅಬ್ಬಾಸ್, ಮಾಲಾ ಶೈಲೇಶ್ – ಇವರೆಲ್ಲರ ಪ್ರೋತ್ಸಾಹ ಪೂರ್ವಕ ಮಾತುಗಳಿಗೆ ನಾನು ಋಣಿಯಾಗಿದ್ದೇನೆ.

ಇನ್ನು ನಿಯಮಿತವಾಗಿ ಅಂಕಣವನ್ನು ಓದುತ್ತ ವಾಟ್ಸಪ್, ಫೇಸ್‌ಬುಕ್ ಮೂಲಕ ತಮ್ಮ ಅಮೂಲ್ಯ ಅಭಿಪ್ರಾಯಗಳನ್ನು ನೀಡುತ್ತಿದ್ದವರು ಅನೇಕರು. ಅದರಲ್ಲಿ ಕೆಲವರನ್ನು ಇಲ್ಲಿ ನೆನಪಿಸಿಕೊಳ್ಳಬಲ್ಲೆ.

ಸವಿತ ಎನ್ ರಾವ್, ಸುಜಾತ ಎನ್, ಹುತ್ತೇಶ್, ಸೌಮ್ಯ, ಅರುಣ್ ಕಾಸರಗುಪ್ಪೆ, ಅನಿತಾ ಎ.ಪಿ, ಸಂದೀಪ್, ಚಂದ್ರೇಷ್ ನಂಜಪ್ಪ, ಕೇಶವ್ ಹೆಗಡೆ, ರಮ್ಯ, ನಿವೇದಿತಾ, ರೇಖಾ ಎಚ್.ಎನ್, ಬಿಂದುರಾವ್, ಮಾಲಿನಿ ಶೆಟ್ಟಿ, ಪ್ರದೀಪ್

ಎಚ್.ಕೆ, ಅಜಿತ್ ಹೆಗಡೆ, ರಕ್ಷಿತ್ ರಾಘವೇಂದ್ರ, ಪ್ರದೀಪ್ ರಾಜ್, ದೀಕ್ಷಿತ್ ಕೆ.ಎಂ, ಸಹನ ಸಂತೋಷ್, ಎಚ್.ಜಿ, ಲತೀಫ್ ನವಿಲೇಹಾಳ್, ಬಸವರಾಜ್ ಎಚ್.ಎಂ, ಯೋಗಾನಂದ್ ಬಿ.ಎಮ್, ಹೊನ್ನಾಳಿ ಚಂದ್ರಶೇಖರ್, ಅ.ಮ. ಶಿವಮೂರ್ತಿ, ದೇವೇಂದ್ರಪ್ಪ, ಭರತ್.ಸ.ಜಗನ್ನಾಥ್, ಆಕೃತಿ ಗುರುಪ್ರಸಾದ್, ಕೃಷ್ಣ ಚೆಂಗಡಿ, ರಾಮಸ್ವಾಮಿ ಹುಲಕೋಡು, ಪ್ರವೀಣ್ ಚಂದ್ರ, ಶ್ರೀವತ್ಸ ನಾಡಿಗ್, ಹ.ಚ. ನಟೇಶ್ ಬಾಬು, ಕೆಂಡಗಣ್ಣ ಪ್ರದೀಪ್, ಪುರು ಎಸ್ ಬಿ ದೊಡ್ಡಿ, ಮೂರ್ತಿ, ಸುಪ್ರಿಯ ನಟರಾಜ್, ಹರ್ಷಿತ ವೆಂಕಟ್, ಚಂದನ್, ಪದ್ಮಲತ ಮೋಹನ್ ಹಾಗೂ ನನ್ನ ಮೊದಲ ಕಥಾ ಸಂಕಲನ ಪ್ರಕಟಿಸುವ ಮೂಲಕ ಪುಸ್ತಕ ಪ್ರಪಂಚಕ್ಕೆ ಪರಿಚಯಿಸಿದ ಸಚಿನ್ ಕುಡತೂರಕರ್ ಇವರೆಲ್ಲರ ಅಕ್ಷರ ಪ್ರೀತಿಗೆ ನನ್ನದೊಂದು ನನ್ನಿ.

ನನ್ನ ಜೊತೆ ಕಳೆದೆರೆಡು ದಶಕಗಳಿಂದ ಅವ್ಯಾಹತವಾಗಿ ಒಡನಾಡಿಗಳಾಗಿದ್ದುಕೊಂಡು ಸದಾ ಬೆನ್ನುತಟ್ಟುವ ಹೊಂಗಿರಣದ ಡಾ. ಸಾಸ್ವೆಹಳ್ಳಿ ಸತೀಶ್, ಚಂದ್ರಶೇಖರ್ ಹಿರೇಗೋಣಿಗೆರೆ, ಸುರೇಂದ್ರ ಕೆ.ಎನ್, ಚಂದ್ರಶೇಖರ ಶಾಸ್ತ್ರಿ, ಸುಬ್ರಮಣ್ಯ ಎಚ್.ಎಂ, ರಮೇಶ್ ಎಚ್.ಕೆ, ಡಾ. ಎನ್. ಮಂಜುನಾಥ್, ಸುಪ್ರಿಯ ಎಸ್. ರಾವ್, ಅಣ್ಣಪ್ಪ ಒಂಟಮಾಳಗಿ, ರಾಜೇಶ್ವರಿ, ಪೂರ್ಣಿಮಾ ಸುಬ್ರಮಣ್ಯ, ಸುನಿಲ್ ಕುಮಾರ್ ಸೊರಬ, ಸಂತೋಷ್ ಪಿ ಕಟ್ಟೆ, ರೇಖಾ ಎ.ಎಸ್, ಸೌಮ್ಯ ಎಸ್, ಅನುಪಮ, ಮಾನಸ ಕಟ್ಟೆ, ಸುಂದರೇಶ್, ಯಶವಂತ್ ಇವರೆಲ್ಲರ ಬೆಂಬಲ ನನ್ನನ್ನು ಹುರಿದುಂಬಿಸುತ್ತಲೇ ಇರುತ್ತದೆ. ಅದಕ್ಕಾಗಿ ನಾನವರೆಲ್ಲರಿಗೂ ಕೃತಜ್ಞ.

ಸದಾ ಬೆಂಬಲಕ್ಕೆ ನಿಂತಿರುವ ನನ್ನ ಕುಟುಂಬ ವರ್ಗದವರಾದ ಅಪ್ಪ, ಅಮ್ಮ, ಅತ್ತೆ, ಮಾವ, ಅಣ್ಣ, ಅತ್ತಿಗೆ ಇವರುಗಳ ಮಮತೆಗೆ ನಾನು ಚಿರಋಣಿಯಾಗಿದ್ದೇನೆ.

***

'ಹಾಗಾದರೆ ನಾನೇಕೆ ಬರೆಯುತ್ತೇನೆ?' ಎಂದು ನನ್ನನ್ನು ನಾನೇ ಕೇಳಿಕೊಂಡಾಗಲೆಲ್ಲ–

'A writer is a person who doesn't merely write; he is a person who cannot live without writing' ಎಂಬ ಟಾಲ್ ಸ್ಟಾಯ್‌ನ ಮಾತು ನೆನಪಾಗಿ ಅರ್ಥ ಕಂಡುಕೊಳ್ಳಲೆತ್ನಿಸುತ್ತೇನೆ.

ಶಿವಕುಮಾರ ಮಾವಲಿ

“ **ಸೂಕ್ಷ್ಮ ಸಂವೇದನಾ ವಸ್ತುಗಳನ್ನು ಕಥಾರೂಪೀ ಕಾವ್ಯದಲ್ಲಿ ನಿರೂಪಿಸುವ ಹೊಸ ಬಗೆಯ ಶೈಲಿಯನ್ನು ಮಾವಲಿಯವರು ಹುಟ್ಟುಹಾಕಿದ್ದಾರೆ.**

– ಸುಂದರ್ ರಾಜ್ ಟಿ.ಎಸ್, ಹೈದರಾಬಾದ್

ಟಪ್.. ಟಪ್.. ಟಪ್

1

ಟೈಪಿಸ್ಟ್ ತಿರಸ್ಕರಿಸಿದ ಕಥೆ

'ಸರ್, ಈ ಕಥೆನಾ ನಾನ್ ಟೈಪ್ ಮಾಡಲ್ಲ. ದಯವಿಟ್ಟು ತಪ್ಪು ತಿಳಿಯಬೇಡಿ. ಬೇರೆಯವರ ಬಳಿ ಕೊಟ್ಟು ಟೈಪ್ ಮಾಡಿಸಿಕೊಳ್ಳಿ' ಎಂದು ಭಯದಿಂದಲೇ ಹೇಳಿ ತಕ್ಷಣ ಕಾಲ್ ಕಟ್ ಮಾಡಿಬಿಟ್ಟರು ನನ್ನ ಖಾಯಂ ಟೈಪಿಸ್ಟ್ ಕೋಮಲಮ್ಮ. ಅವರ ಈ ವರ್ತನೆ ನನ್ನಲ್ಲಿ ಆಶ್ಚರ್ಯ ತರಲು ಕಾರಣವೆಂದರೆ ಇದುವರೆಗೂ ನಾನು ಎಂಥೆಂಥೆದೋ ತುರ್ತು ಸಂದರ್ಭದಲ್ಲಿ ಅತೀ ಕಡಿಮೆ ಸಮಯದ ಡೆಡ್‌ಲೈನ್‌ಗಳಲ್ಲೂ ಟೈಪ್ ಮಾಡಲು ಕೊಟ್ಟಾಗ ತುಂಬಾ ವಿಧೇಯತೆಯಿಂದ ಟೈಪ್ ಮಾಡಿ ಕಳುಹಿಸುತ್ತಿದ್ದವರು, ಕೆಲವೊಮ್ಮೆ ಬರೆದಿರುವ ಹಾಳೆಗಳನ್ನು

ಖುದ್ದಾಗಿ ಹೋಗಿ ಕೊಡಲು ಸಾಧ್ಯವಾಗದೆ ಹೋದರೆ ಅವುಗಳ ಫೋಟೋ ತೆಗೆದು ಕಳಿಸಿದರೂ ಟೈಪ್ ಮಾಡಿ ತಮ್ಮ ಮಗನಿಂದ ಈ ಮೇಲ್ ಮಾಡಿಸುತ್ತಿದ್ದ ಕೋಮಲಮ್ಮ ಇಂದೇಕೆ ಹೀಗೆ ಮಾತನಾಡುತ್ತಿದ್ದಾರೆ ಎಂದು ಕಸಿವಿಸಿಗೊಂಡೆ. ನನಗೇನು ಆ ಕಥೆ ತುರ್ತಾಗಿ ಟೈಪ್ ಆಗಬೇಕಾದ ಅನಿವಾರ್ಯತೆ ಇರಲಿಲ್ಲ. ಆದರೆ ಕೋಮಲಮ್ಮನವರು ಹೀಗ್ಯಾಕೆ ಹೇಳಿರಬಹುದು ಎಂಬ ಕುತೂಹಲ ಮಾತ್ರ ಹೆಚ್ಚಾಯಿತು. ಅದರಿಂದಾಗಿಯೇ ಅವರ ಮನೆಗೆ ಹೋದೆ.

ಹೋಗುವಾಗ ದಾರಿಯಲ್ಲಿ 'ನಾನೇನಾದರೂ ಇವರಿಗೆ ಹಳೆಯ ಬಾಕಿ ಕೊಡುವುದು ಉಳಿದಿದೆಯಾ? ಅದಕ್ಕೇ ಹೀಗೆ ಹೇಳುತ್ತಿದ್ದಾರಾ ಎಂದು ಯೋಚಿಸಿದೆ. ಆದರೆ ಅವರ ಮನೆಗೆ ಹೋಗುತ್ತಿದ್ದಂತೆಯೇ ಕಥೆಯಿದ್ದ ಹಾಳೆಗಳನ್ನು ನನ್ನ ಕೈಗಿರಿಸಿ 'ತಗೊಳ್ಳಿ ಸರ್. ನನ್ನಿಂದ ಇದನ್ನು ಟೈಪ್ ಮಾಡಲಾಗುತ್ತಿಲ್ಲ' ಎಂದರು. 'ಯಾಕೆ?' ಎಂದು ಗದರಿಸುವಂತೆಯೇ ಕೇಳಿದೆ.

'ಮೊದಲನೇ ಸಾಲು ಓದಿ ಹೇಳಿ ಸರ್' ಎಂದಳಾಕೆ.

'ಪ್ರತಿಭಾ ಆತ್ಮಹತ್ಯೆ ಮಾಡಿಕೊಂಡದ್ದು ಅವಳ ತಂದೆ ತಾಯಿಯರ ಹೃದಯಸ್ತಂಭನಕ್ಕೆ ಕಾರಣವಾಗಿತ್ತು.' ಎಂಬ ನನ್ನ ಕಥೆಯ ಮೊದಲ ಸಾಲಿಗೂ ಇವರು ನಾನು ಕಥೆ ಟೈಪ್ ಮಾಡುವುದಿಲ್ಲ ಎನ್ನುತ್ತಿರುವುದಕ್ಕೂ ಏನು ಸಂಬಂಧ? ಎಂದು ಯೋಚಿಸುತ್ತಿರುವಾಗಲೇ ಕೋಮಲಮ್ಮ ಮತ್ತೆ ನನ್ನಿಂದ ಆ ಹಾಳೆಗಳನ್ನು ಕಸಿದುಕೊಂಡು ಮುಂದಿನ ಸಾಲುಗಳನ್ನು ಓದಲಾರಂಭಿಸಿದರು...

***

ತುಂಬಾ ಸಭ್ಯಳಾಗಿದ್ದ, ಓದಿನಲ್ಲಿ ಚುರುಕಿದ್ದ, ಶಾಲಾದಿನಗಳಿಂದ ಹಿಡಿದು ಕಾಲೇಜಿನವರೆಗೂ ಒಮ್ಮೆಯೂ ಒಂದು ಕಂಪ್ಲೇಂಟ್ ತರದ ಹುಡುಗಿ ಪ್ರತಿಭಾ, ಓದಿನ ಜೊತೆಗೆ ಕ್ರೀಡಾ ಮತ್ತು ಸಾಂಸ್ಕೃತಿಕ ಚಟುವಟಿಕೆಗಳಲ್ಲಿಯೂ ಸದಾ ಮುಂದಿರುತ್ತಿದ್ದವಳು. ಪಿಯುಸಿ ಮುಗಿಸಿದ ನಂತರ ಕಾನೂನು ಪದವಿಯ ಅಭ್ಯಾಸಕ್ಕೆ ಸೇರಿಕೊಂಡವಳು ಅದ್ಯಾರನ್ನೋ ಪ್ರೀತಿಸತೊಡಗಿದ್ದಾಳೆ ಎಂಬ ಚಿಕ್ಕದೊಂದು ಹಿಂಟ್ ಸಿಕ್ಕಿದ್ದರೂ ಪ್ರಾಯಶಃ ಅವಳ ತಂದೆತಾಯಿಗಳು ಸ್ವಲ್ಪ ಎಚ್ಚರ ವಹಿಸುತ್ತಿದ್ದರೇನೋ. 'Though they live with you, yet they belong not to you'(ಅವರು ನಿಮ್ಮೊಂದಿಗೆ ವಾಸಿಸಿದರೂ ಸಂಪೂರ್ಣ ನಿಮಗೆ ಸೇರಿರಲಾರರು) ಎಂಬ ಮಾತನ್ನು ಕವಿ ಗಿಬ್ರಾನ್ ಅದೆಷ್ಟು ನಿಖರವಾಗಿ ಹೇಳಿದ್ದಾನೆ ಅಲ್ಲವೆ? ಅದರಲ್ಲೂ ಕೈಗೊಂದು ಮೊಬೈಲ್ ಸಿಕ್ಕ ಮೇಲಂತೂ ಯಾರು ಯಾವ ಲೋಕದಲ್ಲಿ ವಿಹರಿಸುತ್ತಿರುತ್ತಾರೆ ಎಂಬುದೇ ಅರ್ಥವಾಗದ ಸ್ಥಿತಿ.

ಫೇಸ್‌ಬುಕ್‌ನಲ್ಲಿ ಪರಿಚಯವಾದ ಯಾರೋ ಒಬ್ಬ ಪ್ರೀತಿಯ ಮಾತುಗಳನ್ನಾಡಿದ್ದಾನೆ. ಆನಂತರ ಪ್ರೇಮನಿವೇದನೆಯನ್ನೂ ಮಾಡಿಕೊಂಡಿದ್ದಾನೆ. ಇತ್ತ ಮೊದಲಿಂದಲೂ ಅಂತರ್ಮುಖಿಯಾಗೇ ಇದ್ದ ಪ್ರತಿಭಾಗೆ ವರ್ಚ್ಯುಯಲ್ ಜಗತ್ತಿನ ಈ ಸಲುಗೆ ವ್ಯಾಮೋಹವನ್ನುಂಟುಮಾಡಿದೆ. ಕೇವಲ ಆರು ತಿಂಗಳಲ್ಲಿ ಪರಿಚಯ ಪ್ರೇಮಕ್ಕೆ ತಿರುಗಿದೆ. ಅಥವಾ ಹಾಗೆಂದು ಪ್ರತಿಭಾ ನಂಬಿಕೊಂಡಿದ್ದಾಳೆ. ಮನುಷ್ಯನ ಕ್ಯೂರಿಯಾಸಿಟಿ ಇದೊಂದು ವಿಷಯದಲ್ಲಿ ಅಲ್ಪಾಯುಷಿ ಎನ್ನಲೇಬೇಕು. ಕುತೂಹಲ ಕಳೆದುಹೋಗುವ ಮುನ್ನ ಇಬ್ಬರೂ ಭೇಟಿಯಾಗಲು ನಿರ್ಧರಿಸಿದ್ದಾರೆ. ಅಜ್ಞಾತ ಸ್ಥಳವೊಂದರಲ್ಲಿ ಭೇಟಿಯಾದವರು ಸಾಕಷ್ಟು ಮಾತುಗಳನ್ನಾಡಿದ್ದಾರೆ. ಆಮೇಲೆ ಹೊರಡುವ ಸಮಯಕ್ಕೆ ಆತನ ನೈಜ ವರ್ತನೆ ಹೊರಗೆ ಬಿದ್ದಿದೆ. ಆತ ಬಂದದ್ದು ಭೇಟಿಗಲ್ಲ ಬದಲಿಗೆ ಅವಳನ್ನು ಬೇಟೆಯಾಡುವುದಕ್ಕೆಂದು. ಇವಳು ಆರಂಭದಲ್ಲಿ ಪ್ರತಿಭಟಿಸಿದ್ದಾಳೆ. ಆದರೆ ಪ್ರತಿಭಟಿಸುತ್ತ, ಪ್ರತಿಭಟಿಸುತ್ತ ತಾನೂ ಪರವಶಳಾಗಿದ್ದಾಳೆ. ಆರು ತಿಂಗಳ ಪರಿಚಯ ಆರೇಳು ನಿಮಿಷಗಳಲ್ಲಿ ಒಬ್ಬರ ಮುಂದೆ ಮತ್ತೊಬ್ಬರನ್ನು ಬೆತ್ತಲಾಗಿ ನಿಲ್ಲಿಸಿಬಿಟ್ಟಿದೆ.

ಮನೆಗೆ ಬರುವಷ್ಟರಲ್ಲಿ ಆತನ ಫೇಸ್‌ಬುಕ್ ಅಕೌಂಟ್ ಡಿಲೀಟ್ ಆಗಿದೆ. ಅಷ್ಟೇ. ಪ್ರತಿಭಾ ಆತ್ಮಹತ್ಯೆ ಮಾಡಿಕೊಂಡಿದ್ದಾಳೆ. ಈಗವಳ ಅಪ್ಪ, ಅಮ್ಮ ಹೃದಯ ಒಡೆದು ಕಂಗಾಲಾಗಿ ಕೂತಿದ್ದಾರೆ. ತಮ್ಮ ಮುಂದೆ ವಿಧೇಯತೆ ಮತ್ತು ವಿನಯದಿಂದ ಓಡಾಡಿಕೊಂಡಿದ್ದ ಮಗಳು ಇಲ್ಲವಾಗಿದ್ದಾಳೆ ಎಂಬ ಸುದ್ದಿ ಅವರ ಪಾಲಿಗೆ ದೊಡ್ಡ ಶೂನ್ಯವನ್ನೇ ತಂದೊಡ್ಡಿದೆ.

***

'ಸಾಕು ನಿಲ್ಲಿಸಿ. ನಾನೇ ಬರೆದ ಕಥೆಯನ್ನು ನೀವು ನನಗೇ ಏಕೆ ಓದಿ ಹೇಳುತ್ತೀರಿ?' ಎಂದ ನಾನು ಕೋಮಲಮ್ಮನವರು ಕಥೆ ಓದುವುದನ್ನು ಅಲ್ಲಿಗೇ ನಿಲ್ಲಿಸಿದೆ.

ಅದಕ್ಕವರು, 'ಪೂರ್ತಿ ಓದಿಬಿಡ್ತೀನಿ ಸರ್. ನೀವು ಬರೆಯೋ ಕಥೆಗಳಿಂದ ಆಗುವ ಅನಾಹುತಗಳ ಬಗ್ಗೆ ನಿಮಗೂ ಜ್ಞಾನೋದಯ ಆಗ್ಲಿ' ಎನ್ನುತ್ತಾ ಹಾಳೆಯ ಮೇಲೆ ಮತ್ತೆ ಕಣ್ಣು ನೆಟ್ಟರು.

***

ಅವನು ಅಕೌಂಟ್ ಡಿಲೀಟ್ ಮಾಡಿದ ಕಾರಣಕ್ಕೆ ಇವಳು ಆತ್ಮಹತ್ಯೆ ಮಾಡಿಕೊಂಡಳೆ ಎಂದು ಯಾರಾದರೂ ಕೇಳುವುದಾದರೆ ಅದಕ್ಕೆ ಉತ್ತರ ಹೀಗಿದೆ; ಅವನನ್ನು ಭೇಟಿಯಾಗಿ ಖುಷಿಯಿಂದ ಮನೆಗೆ ಬಂದ ಪ್ರತಿಭಾಗೆ ನ್ಯೂಸ್ ಚಾನೆಲ್ ಒಂದರಲ್ಲಿ ಬರುತ್ತಿದ್ದ ಬ್ರೇಕಿಂಗ್ ನ್ಯೂಸ್ ಭಯ ಹುಟ್ಟಿಸಿದೆ. ಚಲನಚಿತ್ರ

ನಟಿಯೊಬ್ಬಳು ತನ್ನ ಮೇಲೆ ಪ್ರಖ್ಯಾತ ನಟನೊಬ್ಬನಿಂದ ಲೈಂಗಿಕ ದೌರ್ಜನ್ಯ ಆಗಿದೆ ಎಂದು #metoo ಹ್ಯಾಷ್‌ಟ್ಯಾಗ್ ಹಾಕಿ ಫೇಸ್‌ಬುಕ್‌ನಲ್ಲಿ ಬರೆದುಕೊಂಡದ್ದು ದೊಡ್ಡ ಸುದ್ದಿಯಾಗಿದೆ. ಆ ನಟಿ ಮಾತು ಮಾತಿಗೆ ನನ್ನ ಬಳಿ ಎಲ್ಲದಕ್ಕೂ ಸಾಕ್ಷಿ ಇದೆ. ಕಾಲ್ ರೆಕಾರ್ಡ್‌ಗಳು, ಎಸ್ಸೆಮ್ಮೆಸ್ಸುಗಳು ಏನೇನು ಹೇಳುತ್ತವೆ ಎಂಬುದನ್ನು ವಿಚಾರಣೆಯಲ್ಲಿ ಒದಗಿಸುತ್ತೇನೆ ಎಂದು ಆಕೆ ಸ್ಪಷ್ಟ ಮಾತುಗಳಲ್ಲಿ ಹೇಳುತ್ತಿದ್ದಾಳೆ.

ಈ ಸುದ್ದಿಯನ್ನು ನೋಡಿದ ಪ್ರತಿಭಾಗೆ ತಮ್ಮ ಮಧ್ಯೆ ನಡೆದ ಎಲ್ಲ ಫೋನ್ ಕರೆಗಳು ಮತ್ತು ಮೆಸೇಜ್‌ಗಳ ಬಗ್ಗೆ ನೆನಪಾಗಿದೆ. ನಾವು ಅದನ್ನು ಡಿಲೀಟ್ ಮಾಡಿದ್ದೇವೆ ಎಂಬ ನೆನಪೂ ಅವಳಿಗಿದೆ. ಆದರೆ ಟಿವಿ ನಿರೂಪಕ ಪದೇ ಪದೇ ಹೇಳುತ್ತಿದ್ದ ಈ ಮಾತುಗಳು ಅವಳನ್ನು ಬಲವಾಗಿ ನಾಟಿದೆ. 'ವೀಕ್ಷಕರೇ, ಇವತ್ತಿನ ದಿನಗಳಲ್ಲಿ ಯಾವುದೂ ಪರ್ಸನಲ್ ಆಗಿ ಉಳಿದಿಲ್ಲ. ಡಿಜಿಟಲ್ ಲೋಕಕ್ಕೆ ತೆರೆದುಕೊಂಡಿರುವ ಪ್ರತಿಯೊಬ್ಬರೂ ತಮ್ಮ ಜೀವನವನ್ನು ಪ್ರಪಂಚದ ಮುಂದೆ ಖುಲ್ಲಂ ಖುಲ್ಲಾ ತೆರೆದಿಟ್ಟಂತೆಯೇ. ನೀವು ಕಳಿಸುವ ಪ್ರತಿ ಮೆಸೇಜು, ಮಾಡುವ ಪ್ರತಿ ಕಾಲ್, ಕದ್ದು ಮುಚ್ಚಿ ನಡೆಸುವ ಸರಸ ಸಂಭಾಷಣೆಗಳು ಇವೆಲ್ಲವೂ ನಿಮಗಷ್ಟೇ ಗೊತ್ತು ಎಂದು ತಿಳಿಯಬೇಕಿಲ್ಲ. ಅವುಗಳನ್ನು ಯಾರೋ ನಿಮಗೆ ಗೊತ್ತಿಲ್ಲದೆ ಕೂಡ ಆಕ್ಸೆಸ್ ಮಾಡಬಹುದು ಅಥವಾ ನಿಮ್ಮವರೇ ಸಂಬಂಧ ಹದಗೆಟ್ಟಾಗ ಅವುಗಳನ್ನು ದುರುಪ ಯೋಗಪಡಿಸಿಕೊಳ್ಳಬಹುದು. ಎಚ್ಚರ ವೀಕ್ಷಕರೇ ಎಚ್ಚರ'. ಈ ಎಚ್ಚರಿಕೆಯ ಮಾತುಗಳೇ ಆಕೆಯ ಜೀವನಕ್ಕೆ ಕುತ್ತು ತಂದಿವೆ. ಪ್ರೇಮಕ್ಕೆ ಪರವಶಳಾಗಿ ತನ್ನನ್ನು ಅರ್ಪಿಸಿಕೊಂಡು ಬಂದ ಆ ದಿನವೇ ಇಂತಹದ್ದೊಂದು ಸುದ್ದಿ ಮಹತ್ವ ಪಡೆದದ್ದು ಅವಳನ್ನು ಇನ್ನಿಲ್ಲದ ಆತಂಕ, ಉದ್ವೇಗ ಮತ್ತು ಖಿನ್ನತೆಗೆ ತಳ್ಳಿದೆ. ಇದುವರೆಗೆ ತಾನು ಕಟ್ಟಿಕೊಂಡು ಬಂದ ತನ್ನದೇ ವ್ಯಕ್ತಿತ್ವಕ್ಕೆ ಮುಂದೊಂದಿನ ತನ್ನ ಈ ವರ್ಚ್ಯುಯಲ್ ಜಗತ್ತಿನ ಸಂಬಂಧ ಮಸಿ ಬಳಿಯುತ್ತದೆ ಎಂಬುದನ್ನು ಆಕೆ ಊಹಿಸಿದ್ದಾಳೆ. ಹಾಗಾಗಿಯೇ ಜೀವ ತೆಗೆದುಕೊಳ್ಳುವಂಥ ನಿರ್ದಯಿ ನಿರ್ಧಾರಕ್ಕೆ ಬಂದಿದ್ದಾಳೆ. ಆದರೆ ಇದ್ಯಾವುದರ ಸಣ್ಣದೊಂದು ಸುಳಿವೂ ಇಲ್ಲದ ಅವಳ ತಂದೆತಾಯಿ ಅವಳ ಸಾವಿನಿಂದ ಕುಸಿದು ಬಿದ್ದಿದ್ದಾರೆ.

***

ಅದು ನನ್ನ ಕಥೆಯ ಕೊನೆಯ ಸಾಲಾಗಿತ್ತು. 'ಸರಿ, ಈಗ ಈ ಕಥೆಯಿಂದ ಅಂತಾದ್ದೇನಾಯ್ತು ನಿಮಗೆ? ನೀವೇಕೆ ಇದನ್ನು ಟೈಪ್ ಮಾಡಲಾಗುವುದಿಲ್ಲ?' ಎಂದೆ.

'ಏಕೆಂದರೆ ನನ್ನ ಮಗಳ ಹೆಸರು ಪ್ರತಿಭಾ. ನನ್ನ ಮಗಳು ಸತ್ತಳು ಎಂಬುದನ್ನು ನಾನು ಹೇಗೆ ಟೈಪ್ ಮಾಡಲಿ?' ಎನ್ನಬೇಕೆ? ಇದರಿಂದ ನನಗೆ ತಕ್ಷಣಕ್ಕೆ ನಗು

ಬಂತಾದರೂ ನಂತರ ವಿಚಲಿತನಾದೆ. ಇದುವರೆಗೆ ನಾನು ಕೊಟ್ಟ ಎಷ್ಟೋ ಕಥೆಗಳಲ್ಲಿ ಸಾವು–ನೋವು, ಕೊಲೆ, ರೇಪ್, ಹಿಂಸೆ, ಮೋಸ, ಬೀಭತ್ಸ ಎಲ್ಲ ರಸಗಳನ್ನುಳ್ಳ ಪಾತ್ರಗಳೂ ಇದ್ದವು ಆಗೆಲ್ಲ ಚಕಾರವೆತ್ತದ ಈ ಟೈಪಿಸ್ಟ್ ತನ್ನ ಮಗಳ ಹೆಸರಿನ ಪಾತ್ರ ಆತ್ಮಹತ್ಯೆ ಮಾಡಿಕೊಂಡಿದೆ ಎಂಬ ಕಾರಣಕ್ಕೆ ಕಥೆಯನ್ನು ತಿರಸ್ಕರಿಸುತ್ತಿರುವುದನ್ನು ನೋಡಿ ವ್ಯಥೆಯಾಯಿತು. ಅವರ ಬಳಿ ಮತ್ತ್ಯಾವ ತರ್ಕಕ್ಕೂ ಹೋಗದೆ ನನ್ನ ಕಥೆಯ ಹಾಳೆಗಳನ್ನು ಕೊಡುವಂತೆ ಸನ್ನೆ ಮಾಡಿ, ಅವುಗಳನ್ನು ಪಡೆದು ಹೊರಟೆ. 'ಸರ್, ನನ್ನ ಮಗಳು ನೀವು ಬರೆದ ಕಥೆಗಳನ್ನು ನಾನು ಟೈಪ್ ಮಾಡಿಟ್ಟಮೇಲೆ ಸಿಸ್ಟಮ್ ನಲ್ಲೇ ಓದ್ತಾಳೆ. ಕೆಲವು ಕಥೆಗಳನ್ನು ಮತ್ತೆ ಮತ್ತೆ ಓದಿದ್ದಾಳೆ' ಎಂದ ಕೋಮಲಮ್ಮನವರು 'ಇನ್ಮುಂದೆ ನನ್ನ ಹತ್ರ ಟೈಪಿಗೆ ಕೋಡೋದ್ನ ನಿಲ್ಲಿಸಲ್ಲ ತಾನೆ?' ಎಂದು ಅಸಹಾಯಕ ಧ್ವನಿಯಲ್ಲಿ ಕೇಳಿದರು.

'ಇಲ್ಲ' ಎಂದೆ.

ಅವರು ಅದನ್ನು ಹೇಗೆ ಅರ್ಥೈಸಿಕೊಂಡರೋ ತಿಳಿಯದು. ಮನೆಯಿಂದ ಹೊರಟು ಗಾಡಿ ಸ್ಟಾರ್ಟ್ ಮಾಡುವ ಮುನ್ನ ಯಾರೋ ಅವರ ಮನೆ ಟೆರೇಸ್ ಮೇಲೆ ಓಡಾಡುತ್ತಿದ್ದುದನ್ನು ಗಮನಿಸಿದೆ. ಇಯರ್ ಫೋನ್ ಹಾಕಿಕೊಂಡು, ಈ ಲೋಕದ ಪರಿವೆಯೇ ಇಲ್ಲದಂತೆ ನುಲಿಯುತ್ತ ಮಾತಾಡುತ್ತಾ ಅತ್ತಿಂದಿತ್ತ ಓಡಾಡುತ್ತಿದ್ದ ಹುಡುಗಿಯೋರ್ವಳು ನನ್ನ ಕಣ್ತಪ್ಪಿಸಿ ಟೆರೇಸಿನ ಮೂಲೆಗೆ ಹೋಗಿ ನಿಂತಳು. ಮಾತು ನಿಲ್ಲಿಸಿರಲಿಲ್ಲ. ಆ ಹುಡುಗಿಯನ್ನು ಕಳೆದ ಐದು ವರ್ಷದಿಂದ ನಾನು ನೋಡಿದ್ದೆ. ಅವಳು ಹೆಸರು ಪ್ರತಿಭಾ ಎಂದು ತಿಳಿದುಕೊಂಡಿರಲಿಲ್ಲ.

ಕೋಮಲಮ್ಮ ನನ್ನ ಕಥೆಯನ್ನು ತಿರಸ್ಕರಿಸಿದ್ದರ ಸಕಾರಣ ಪತ್ತೆಯಾದಮೇಲೆ ನಾನಲ್ಲಿ ಅರೆಕ್ಷಣವೂ ನಿಲ್ಲಲಿಲ್ಲ. ಅಂದಿನಿಂದ ಯೋಚಿಸುತ್ತಲೇ ಇದ್ದೇನೆ;

'ಇರುವ ಪಾತ್ರಗಳನ್ನು ಕಥೆಗಾರ ಸೃಷ್ಟಿಸುತ್ತಾನೋ ಅಥವಾ ಕಥೆಗಾರ ಸೃಷ್ಟಿಸಿದ ಪಾತ್ರಗಳೇ ಲೋಕದಲ್ಲಿ ಹುಟ್ಟಿಕೊಳ್ಳುತ್ತವೆಯೋ?'

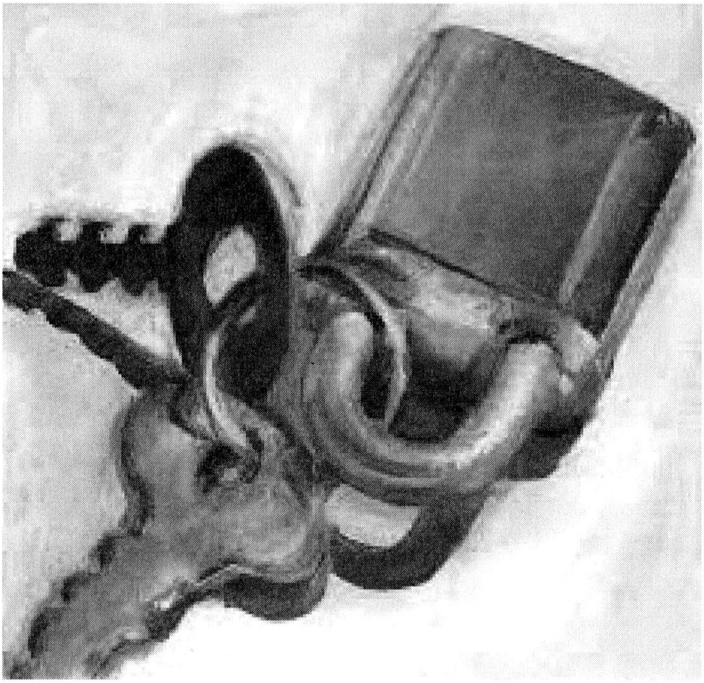

2

ಮಾತಿನಂಗಡಿಯಲ್ಲಿ ಮೌನ ತಂದವಳು...

'ಇಲ್ಲಿ ಮಾತುಗಳನ್ನು ಮಾರಲಾಗುತ್ತದೆ' ಎಂದು ಬೋರ್ಡ್ ಹಾಕಿಕೊಂಡು ಆತ ಅಂಗಡಿ ತರೆದಾಗ ಅವನನ್ನು ಗೇಲಿ ಮಾಡಿದವರೇ ಹೆಚ್ಚು. 'ಇದೆಂಥ ಹುಚ್ಚಾಟ? ಮಾತುಗಳನ್ನು ವ್ಯಾಪಾರ ಮಾಡಲು ಬರುತ್ತದೆಯೇ?' ಎಂದು ಮೂಗು ಮುರಿದವರಿಗೇನು ಕಮ್ಮಿಯಿರಲಿಲ್ಲ. ಆರಂಭದ ದಿನಗಳಲ್ಲಿ ಇವನ ಹುನ್ನಾರ ಏನಿರಬಹುದೋ ಎಂದು ಆತನ

ಅಂಗಡಿಯ ಬಳಿ ಯಾರೂ ಸುಳಿಯಲಿಲ್ಲ. ಆದರೆ ಆತನಿಗೆ ತನ್ನ 'ಸರಕಿನ' (Commodity) ಬಗ್ಗೆ ಅಚಲವಾದ ನಂಬಿಕೆ ಇತ್ತು. ಕ್ರಮೇಣ ಜನರಿಗೆ ಆ ಅಂಗಡಿಯ ಬಗ್ಗೆ ಕುತೂಹಲ ಮೂಡಲಾರಂಭಿಸಿ ಒಂದೊಂದೇ ವರ್ಗದವರು ಅಲ್ಲಿಗೆ ಬರಲಾರಂಭಿಸಿದರು.

ಅವನೆಂಥ ಮಾತಿನ ಮೋಡಿಗಾರ ಎಂಬುದು ಅರಿವಾದದ್ದೇ ಆಗ. ಅವನ ಬಳಿ ಸಾಂತ್ವನದ ಮಾತುಗಳಿದ್ದವು. ಪ್ರಚೋದನೆಯ ಮಾತುಗಳೂ ಇದ್ದವು. ಜನಗಳ ಅವಶ್ಯಕತೆಗೆ ತಕ್ಕಂತೆ ಮಾತನಾಡಬಲ್ಲ ಪ್ರತಿಭೆ ಅವನಲ್ಲಿದ್ದುದರಿಂದಲೇ ಆತ ದಿನೇದಿನೇ ಹೆಚ್ಚೆಚ್ಚು 'ಗಿರಾಕಿ'ಗಳನ್ನು ಸೆಳೆಯಲಾರಂಭಿಸಿದ. ಎಂಥೆಂಥಾ ಮಾತುಗಳಿಗೆ ಯಾವ ಯಾವ ದರ ಎಂಬುದರ ಬೆಲೆಪಟ್ಟಿ (Price List) ನಿಗದಿಪಡಿಸಿಬಿಟ್ಟ. ಆ ವಿಚಾರವಾಗಿ ಯಾರೂ ಚೌಕಾಸಿ ಮಾಡುವಂತಿರಲಿಲ್ಲ. ಉದಾಹರಣೆಗೆ ರಾಷ್ಟ್ರ ರಾಜಕಾರಣದ ಬಗ್ಗೆ ಮಾತಾಡಲು ಅರ್ಧ ಗಂಟೆಗೆ 50 ರೂಪಾಯಿ. ಅಮೇರಿಕದ ಅಧ್ಯಕ್ಷರ ಬಗ್ಗೆ ಮಾತನಾಡಲು 75 ರೂಪಾಯಿ. ಕಳೆದವಾರ ಬಿಡುಗಡೆಯಾದ ಸಿನಿಮಾ ಬಗ್ಗೆ 40 ರೂಪಾಯಿ - ಹೀಗೆ ಒಂದೊಂದು ವಿಷಯಕ್ಕೆ ಒಂದೊಂದು ದರ. ಜನರ ಅಭಿರುಚಿಗಳನ್ನೆಲ್ಲ ಕರಗತ ಮಾಡಿಕೊಂಡವನಂತೆ ಮಾತನಾಡುತ್ತಿದ್ದ ಆತ ಯಾರಿಗೂ ನಿರಾಸೆ ಮಾಡುತ್ತಿರಲಿಲ್ಲ.

ರಾಜಕಾರಣಿಗಳು ಬಂದು ಕೂತು ವಿರೋಧ ಪಕ್ಷದವರನ್ನು ಬೈದುಕೊಳ್ಳುವಾಗ ಅವರಂತೆಯೂ, ನಿರುದ್ಯೋಗಿಯೊಬ್ಬ ಆತ್ಮಹತ್ಯೆಯ ಹಾದಿ ಹಿಡಿಯುವಂತೆ ಮಾತನಾಡಿದಾಗ ಅವನಲ್ಲಿ ಆತ್ಮವಿಶ್ವಾಸ ತುಂಬುವಂತೆಯೂ, ಪಡ್ಡೆ ಹುಡುಗರು ಬಂದು ಪೋಲಿ ಜೋಕುಗಳನ್ನು ಕೇಳಿದಾಗ ಅವರಿಗೆ ಖುಷಿಯಾಗುವಂತೆಯೂ, ವೃಥಾ ಕಾಲ ಹರಣಕ್ಕಾಗಿ ಬಂದು ಹರಟುವ ಗುಂಪಿಗೂ ತೃಪ್ತಿಯಾಗುವಂತೆ, ಸಾಹಿತ್ಯಾಸಕ್ತರು ಬಂದರೆ ಅವರ ನೆಚ್ಚಿನ ಪುಸ್ತಕ ಮತ್ತು ಲೇಖಕರ ಬಗ್ಗೆ ಆಸಕ್ತಿಕರವಾಗಿಯೂ, ಲೈಂಗಿಕ ವಿಷಯಗಳ ಬಗ್ಗೆ ತಜ್ಞನಂತೆಯೂ, ಪ್ರವಾಸಿ ತಾಣಗಳ ಬಗ್ಗೆ ಕಣ್ಣಿಗೆ ಕಟ್ಟುವಂತೆ ವಿವರವಾಗಿಯೂ ಮಾತನಾಡಬಲ್ಲವನಾಗಿದ್ದ ಆತನ ಅಂಗಡಿಯ ವ್ಯಾಪಾರ ಲಾಭದಾಯಕವಾಗಿ ನಡೆಯತೊಡಗಿತು. ಯಾರೊಬ್ಬರೂ ಅವನ ಬಳಿ ವ್ಯಕ್ತಿಗತವಾದ ವಿಷಯಗಳನ್ನು ಮಾತಾಡುತ್ತಿರಲಿಲ್ಲ. ಯಾಂತ್ರಿಕವಾಗಿ ತಂತಮ್ಮ ನಿರೀಕ್ಷೆಗಳಿಗನುಗುಣವಾಗಿ ಮಾತ್ರ ವ್ಯವಹರಿಸುತ್ತಿದ್ದರು.

***

ಈ ಮಾತಿನಂಗಡಿಗೆ ಒಂದು ದಿನ ಓರ್ವ ಹೆಂಗಸು ಬಂದಳು. ಅಲ್ಲಿದ್ದ Price List ನೋಡಿ ತನಗೆ ಬೇಕಾದ ಮಾತುಗಳು ಆ ಪಟ್ಟಿಯಲ್ಲಿಲ್ಲದಿರುವುದನ್ನು ಕಂಡು ಹಿಂತಿರುಗುತ್ತಿದ್ದಳು. ಅಷ್ಟರಲ್ಲಿ, 'ನಿಲ್ಲಿ, ಯಾಕೆ ವಾಪಾಸ್ ಹೋಗ್ತಿದ್ದೀರ? ಎಂದ

ಮಾತಿನಂಗಡಿಯ ಮಾಲೀಕ.' ಇಲ್ಲ ನಿಮ್ಮ ಪಟ್ಟಿಯಲ್ಲಿ ನನಗೆ ಬೇಕಾದ ಮಾತುಗಳಿಲ್ಲ ಬಿಡಿ' ಎಂದು ಆಕೆ ಹೇಳುತ್ತಿದ್ದಂತೆಯೇ ಮಾಲಿಕನಿಗೆ ಅವಮಾನವಾದಂತಾಯಿತು. 'ಅದೇನು ಅಂತ ಹೇಳಿ. ಇದುವರೆಗೆ ಇಲ್ಲಿಗೆ ಬಂದ ಯಾವ ಗಿರಾಕಿಯನ್ನು ನಾನು ಮಾತುಗಳಿಲ್ಲದ ಕಾರಣಕ್ಕೆ ವಾಪಸ್ ಕಳಿಸಿಲ್ಲ. ಹೇಳಿ, ಯಾವ ಮಾತುಗಳು ಬೇಕು? ಎಂದು ಅಧಿಕಾರಯುತವಾಗಿ ಕೇಳಿದ.

'ನಿಮ್ಮ ಬಳಿ ತಿರಸ್ಕಾರದ ಮಾತುಗಳಿವೆಯಾ?' ನಿಷ್ಠುರವಾಗಿ ಕೇಳಿದಳಾಕೆ. ಆತ ಕೊಂಚ ಗಲಿಬಿಲಿಗೊಂಡ. 'ಹೇಳ್ರಿ, ನಿಮ್ಮ ಬಳಿ ತಿರಸ್ಕಾರದ ಮಾತುಗಳಿವೆಯಾ?' ಮತ್ತೆ ಕೇಳಿದಳು.

'ಇದೇನು? ನೀವು ಇಂತಹ ಪ್ರಶ್ನೆ ಕೇಳ್ತಿದೀರಿ. ಇಲ್ಲಿ ಆಗಾಗ ಪ್ರೀತಿಯ ಮಾತು, ಸಾಂತ್ವನದ ಮಾತು, ಭರವಸೆಯ ಮಾತು ಕೇಳಿ ಬಂದವರಿದ್ದಾರೆ. ಅವರಿಗೆಲ್ಲ ನಾನು 'ಮಾತಿನ ಸೇವೆ' (Lip Service) ನೀಡಿ ಮುಖದಲ್ಲಿ ನಗು ತರಿಸಿ ಕಳಿಸಿದ್ದೇನೆ. ನೀವು ನೋಡಿದರೆ ಹೀಗೆ ತಿರಸ್ಕಾರದ ಮಾತುಗಳನ್ನ ಕೇಳ್ತಿದ್ದೀರಲ್ಲ ? ಯಾಕೆ ಅಂತ ಕೇಳಬಹುದೆ?' ಎಂದು ಮಾಲೀಕ ಮರುಪ್ರಶ್ನೆ ಹಾಕಿದ.

'ಪ್ರೀತಿಯ ಮಾತುಗಳನ್ನು ಕೇಳಿ ಕೇಳಿ ಸಾಕಾಗಿದೆ. ಯಾವಾಗಲೂ ಪ್ರೀತಿಯ ಮಾತಾಡುತ್ತಿದ್ದವನು ಮನದ ಆಳದಲ್ಲಿ ಇಟ್ಟುಕೊಂಡಿದ್ದ ತಿರಸ್ಕಾರದ ಕುರುಹನ್ನೂ ಕೊಡದೆ, ವಂಚಿಸಿ ಹೋದನೆಂದರೆ ಅವನ ಮನಸ್ಸಲ್ಲಿದ್ದ ಆ ತಿರಸ್ಕಾರವಾದರೂ ಎಂಥದ್ದಾಗಿತ್ತು ಎಂಬುದನ್ನು ತಿಳಿಯಲೇಬೇಕಿನಿಸಿದೆ. ಹೇಳಿ, ಮೋಹದ ಮಾತುಗಳ ಹಿಂದೆ ಅಡಗಿದ್ದ ಆ ಅಲಕ್ಷ್ಯವಾದರೂ ಎಂಥದ್ದು?

'ಅದೂ ತೀರ ವೈಯಕ್ತಿಕವಾದ ವಿಚಾರವಲ್ಲವೆ ಮೇಡಂ. ಒಬ್ಬೊಬ್ಬರ ಮನೆಯಲ್ಲಿ ಒಂದೊಂದು ರೀತಿ ಇರುತ್ತದೆ. ಅಂಥ ಮಾತುಗಳನ್ನೆಲ್ಲ ನಾನ್ಹೇಗೆ ಮಾರಲಿ?' ಎಂದು ನುಣುಚಿಕೊಳ್ಳಲು ಪ್ರಯತ್ನಿಸಿದ ಮಾಲೀಕ.

ಅದಕ್ಕೆ ಆಕೆ, 'ಹೌದಲ್ಲವೆ? ಪ್ರೀತಿಯ ಮಾತುಗಳು ಜಗದಲ್ಲೆಲ್ಲ ಒಂದೇ ರೀತಿಯದ್ದು. ಅಲಂಕಾರಗಳು ಬದಲಿರಬಹುದಷ್ಟೆ. ಆದರೆ ತಿರಸ್ಕಾರ ಮಾತ್ರ ವೈವಿಧ್ಯಮಯವಾದುದೆ? ಸುಮ್ಮನೆ ನನ್ನ ತಡೆದು ನಿಲ್ಲಿಸಿದಿರಿ. ಈಗ ನನಗೆ ಬೇಕಾದ ಮಾತುಗಳು ನಿಮ್ಮ ಅಂಗಡಿಯಲ್ಲಿ ಇಲ್ಲ ಎನ್ನುತ್ತಿದ್ದೀರಿ' ಎಂದವಳು ಹಿಂತಿರುಗಿಹೊರಟಳು.

ನಾಲ್ಕಾರು ಹೆಜ್ಜೆಯಿಡುವಷ್ಟರಲ್ಲಿ, 'ನಾಳೆ ಬನ್ನಿ. ನಿಮಗೆ ಬೇಕಾದ ಮಾತುಗಳು ಸಿಗುತ್ತವೆ' ಎಂಬ ವಿಶ್ವಾಸದ ಧ್ವನಿ ಕೇಳಿ ಬಂತು. ಯಾವುದೇ ಕಿಮ್ಮತ್ತು ಕೊಡದೆ, ಹಿಂತಿರುಗಿಯೂ ನೋಡದೆ ಹೋದಳಾಕೆ. ಆದರವನಿಗೆ ದೃಢವಾದ ನಂಬಿಕೆಯಿತ್ತು;

ಆಕೆ ಬಂದೇ ಬರುತ್ತಾಳೆಂದು.

***

ಅವನ ನಂಬಿಕೆ ಹುಸಿಯಾಗಲಿಲ್ಲ. ಮರುದಿನ ಆಕೆ ಆಶಾಭಾವನೆಯಿಂದ ಮಾತಿನಂಗಡಿಗೆ ಬಂದಳು. ಅಂಗಡಿಯಾತ ತಕ್ಷಣ ಅವಳ ಬಳಿ ಓಡಿ ಬಂದು, 'ತಪ್ಪು ತಿಳಿಯಬೇಡಿ. ನನ್ನನ್ನು ಕ್ಷಮಿಸಿ. ನಿಮ್ಮ ಮಾತುಗಳು ಇನ್ನೂ ಸಿದ್ಧವಾಗಿಲ್ಲ. ದಯವಿಟ್ಟು ನಾಳೆ ಬನ್ನಿ' ಎಂದ. ಅವಳಿಗೆ ರೇಗಿಬಿಟ್ಟಿತು. ಆದರೆ ಆ ಮಾತುಗಳ ಬಗ್ಗೆ ವಿಪರೀತ ಅವಲಂಬಿತಳಾಗಿದ್ದ ಅವಳಿಗೆ ರೇಗಾಡುವುದು ಬೇಕಿರಲಿಲ್ಲ. 'ಆಯ್ತು' ಎಂದಷ್ಟೇ ಹೇಳಿ ವಾಪಸ್ಸಾದಳು. ಮರುದಿನ ಮತ್ತೆ ಬಂದಳು. ಆಗಲೂ ಹಾಗೆ ಆಯಿತು. ಮತ್ತೆ ಮತ್ತೆ ಇದು ಹಾಗೇ ನಡೆಯಿತು.

ಒಂದು ದಿನ ಅಂಗಡಿಗೆ ಬಂದಾಕೆ ಏರು ಧ್ವನಿಯಲ್ಲಿ 'ಯಾಕಯ್ಯ ಸುಳ್ಳು ಭರವಸೆ ಕೊಡ್ತೀಯಾ? ಇಲ್ಲ ಅಂದ್ರೆ ಇಲ್ಲ ಅನ್ಬೇಕು. ಇದೆ ಅಂದ್ರೆ ಇದೆ ಅನ್ಬೇಕು. ಅದ್ನ ಬಿಟ್ಟು ಹೀಗೆ ಕಾಯಿಸೋದು ಯಾಕೆ?' ಎಂದು ಜೋರು ಮಾಡಿದಳು.

ಅದಕ್ಕೆ ಆತ ನಕ್ಕು, 'ತಿರಸ್ಕಾರದ ಮಾತುಗಳನ್ನೇ ಕೇಳಬೇಕೆಂಬ ನಿಮಗೂ, ಮಾತಿನ ಅಂಗಡಿ ಇಟ್ಟಿರುವ ನನಗೂ ಯಾವುದೇ ವ್ಯತ್ಯಾಸವಿಲ್ಲ. ನಾನೂ ಕೂಡ ಅವನ್ನೇ ಹುಡುಕುತ್ತಿದ್ದೇನೆ.' ಎಂದ.

'ಏನಿದರರ್ಥ?' ಎಂದಳಾಕೆ.

ಅದಕ್ಕವನು:

'ನಿನ್ನ ಮಾತುಗಳೇ ಚೆಂದ ಕಣೋ' ಎಂದು ಹತ್ತಿರವಾದವಳು, ಸದಾ ನನ್ನ ಮಾತುಗಳಿಗಾಗಿ ಹಾತೊರೆಯುತ್ತಿದ್ದವಳು, ದಿನವಿಡೀ ಕೂತು ನೀನು ಮಾತಾಡಿದರೂ ಕೇಳಬೇಕೆಂದೆನ್ನಿಸುತ್ತೆ ಕಣೋ ಎನ್ನುತ್ತಿದ್ದವಳು, ನನ್ನ ಸರಸದ ಮಾತಿಗೆ ತನ್ನ ನವಿರಾದ ಮಾತುಗಳನ್ನು ಜೋಡಿಸುತ್ತಿದ್ದವಳು ಒಂದು ಸಣ್ಣ ಸುಳಿವೂ ಕೊಡದೆ ನನ್ನನ್ನು ತಿರಸ್ಕರಿಸಿದ್ದೇಕೆ ಎಂದು ತಿಳಿದಿದ್ದರೆ ನಾನ್ಯಾಕೆ ಈ 'ಮಾತಿನಂಗಡಿ' ತೆರೆಯುತ್ತಿದ್ದೆ ಹೇಳಿ. 'ಮಾತಿನರಮನೆ ಕಟ್ಟುವ ಅಭಿಯಂತರ ನೀನು' ಎಂದವಳು ಹೇಳಿದಾಗೆಲ್ಲ ಅದನ್ನು ಪ್ರೀತಿಯ ಮಾತೇ ಅಂದುಕೊಂಡವನು ನಾನು. ಆದರೆ ಅದರ ಹಿಂದಿದ್ದ ವ್ಯಂಗ್ಯ ಈಗ ಅರ್ಥವಾಗುತ್ತಿದೆ. ನನ್ನ ಮಾತುಗಳಿಗೆಲ್ಲ ಕಿವಿಯಾಗುತ್ತಿದ್ದ ಆಕೆ ಇದ್ದಕ್ಕಿದ್ದಂತೆ ಒಂದು ದಿನ ನಾನು ಮಾತಾಡುತ್ತಿರುವಾಗಲೇ ಎದ್ದು ಹೋದಳು. ಮಾತಿನ ಮಧ್ಯೆ ವಿರಾಮ ಬಯಸಿ ಹೋಗಿದ್ದಾಳೆ ಅಂದುಕೊಂಡೆ. ಆದರೆ ಅವಳು ನನ್ನ ಮಾತುಗಳಿಗೇ ವಿರಾಮ ಬಯಸಿದ್ದಳೆಂಬ ಕಿಂಚಿತ್ ಊಹೆ ನನ್ನಲ್ಲಿರಲಿಲ್ಲ. ಕೆಲಕಾಲ ನನ್ನ ಮಾತೇ ನಿಂತು ಹೋದವು. ಮಹಾಮೌನಿಯಾದೆನೇನೋ ಎಂಬಂತೆ

ವಿನಾಕಾರಣ ವರ್ತಿಸಿದೆ. ಅದು ಮುಖವಾಡ ಎಂದು ಅರಿವಾದದ್ದೇ ತಡ ಈ ಮಾತು ಮಾರುವ ಕೆಲಸಕ್ಕೆ ನಿಂತೆ. ಜನರಿಗೆ ಎಂಥ ಮಾತುಗಳು ಬೇಕೆಂಬುದನ್ನು ಕರಗತ ಮಾಡಿಕೊಂಡೆ. ಮೊದಲು ನನ್ನ ನೋಡಿ ನಕ್ಕ ಜನ ಈಗ ಖಾಯಂ ಗಿರಾಕಿಗಳಾಗಿದ್ದಾರೆ ನೋಡಿ. ಅಂತೆಯೇ ನಿಮಗೂ ಮಾತು ಮಾರಬಹುದು ಅಂದುಕೊಂಡೆ. ಸಮಯ ಕೇಳಿದೆ. ಆದರೆ ಪ್ರೀತಿಯ ಮಾತುಗಳನ್ನಾಡಿದಷ್ಟು ಸುಲಭವಾಗಿ ತಿರಸ್ಕಾರದ ಮಾತುಗಳನ್ನಾಡಲು ಸಾಧ್ಯವಿಲ್ಲ ಎಂಬುದು ಈಗ ಅರಿವಾಯಿತು.' ಎಂದು ತನ್ನ ವೃತ್ತಾಂತವನ್ನ ಆ ಮಾಲೀಕ ವಿವರಿಸುತ್ತಿದ್ದಂತೆಯೇ ಆಕೆ ಅಂಗಡಿಯಿಂದ ಮಾರುದೂರ ಹೋಗಿ ನಿಂತಿದ್ದಳು.

***

ಮತ್ತೆ ಕೆಲದಿನಗಳ ನಂತರ ಆ ಅಂಗಡಿಗೆ ಬಂದ ಆಕೆ ಅವನ ಬಳಿ ಬಂದು 'ನೀವು ನನಗೆ ಪ್ರೀತಿಯ ಮಾತುಗಳನ್ನು ಮಾರುತ್ತೀರಾ?" ಎಂದಳು. ಅವನು ಮತ್ತೆ ಮೌನಿಯಾದ. ಮತ್ತೊಂದು ಬಾರಿ ತಿರಸ್ಕೃತನಾಗುವುದು ಅವನಿಗೆ ಬೇಕಿರಲಿಲ್ಲ...

ಆದರೂ ಆಕೆ ಆ ಅಂಗಡಿಯ ಬಳಿ ದಿನಾಲೂ ಬಂದು ಕೂರುತ್ತಿದ್ದಳು... ಅವನ ಬಳಿ ಮಾತುಗಳು ಖಾಲಿಯಾಗಿ ಒಂದು ದಿನ ಅಂಗಡಿ ಮುಚ್ಚಲು ಹೊರಟ. ಆಕೆ ಅದಕ್ಕೆ ಅವಕಾಶ ಕೊಡಲಿಲ್ಲ. ತಾನು ಮಾತಿನಂಗಡಿ ಮುನ್ನಡೆಸುವುದಾಗಿ ಹಠ ಹಿಡಿದಳು. ಅವನು ಒಪ್ಪಲೇಬೇಕಾಯಿತು...

ಈಗ ಅಂಗಡಿ ಲಾಭದಾಯಕವಾಗಿ ನಡೆಯುತ್ತಿದೆ. ಅವನ ಪಾಲು ಅವನದು ಮತ್ತಿವಳದು ಇವಳಿಗೆ! ಈ ಪಾಲುದಾರಿಕೆಯಲ್ಲಿ ಎಂದೂ ಪ್ರೀತಿ ನುಸುಳಿಲ್ಲ ಎಂಬುದೇ ಸಮಾಧಾನಕರ ಸುದ್ದಿ. ಹಾಗಾಗಿಯೇ ಏನೋ ಯಾವ ಗಿರಾಕಿಗಳೂ ಇಲ್ಲದಿರುವಾಗ ಆ ಅಂಗಡಿಯಲ್ಲೊಂದು 'ಮಹಾಮೌನ' ಹೊದ್ದುಕೊಂಡಿರುತ್ತೆ. Will that suffice ?

3

ಓಡಿಹೋದ ಹುಡುಗಿಯ ಡೈರಿಯಿಂದ...

ಅಪ್ಪನಿಗೆ ಬೋನಸ್ ಬಂತು !

ತನ್ನ ಮೂವರು ಮಕ್ಕಳನ್ನು ಕರೆದು 'ನನಗೆ ಬಂದ ಬೋನಸ್ಸನ್ನು ನಿಮಗೆ ಸಮನಾಗಿ ಹಂಚುತ್ತೇನೆ. ನಿಮ್ಮ ಇಷ್ಟಬಂದ ಹಾಗೆ ಅದನ್ನು ಬಳಸಿಕೊಳ್ಳಬಹುದು' ಎಂದು ಹೇಳಿ ಒಬ್ಬೊಬ್ಬರಿಗೂ ಮೂರು ಸಾವಿರ ರೂಪಾಯಿ ಕೊಟ್ಟು ಉಳಿದ ಒಂದು ಸಾವಿರವನ್ನು ತನ್ನ ಹೆಂಡತಿಗೆ ನೀಡಿ, 'ನೋಡು, ಅವರು ಈ ಹಣವನ್ನು ಖರ್ಚು ಮಾಡುವುದರ ಬಗ್ಗೆ ನೀನು ವಿಚಾರಿಸಲು ಹೋಗಬೇಡ. ಅವರೇನು ಚಿಕ್ಕವರಲ್ಲ. ಮೂವರೂ ಕಾಲೇಜು ಮೆಟ್ಟಿಲು ಹತ್ತಿರುವವರು. ನೀನು ನಿನ್ನ ಪೋಲೀಸಿಂಗ್ ಕೆಲಸ ಶುರು ಮಾಡ್ಕೋಬೇಡ. ಅವರಿಗೆ ಅನ್ನಿಸಿದ್ದನ್ನ ಅವರು ಮಾಡಲಿ' ಎಂದು ಹೇಳಿ ಯಾವುದೋ ತೃಪ್ತ ಭಾವವೊಂದನ್ನು ಧರಿಸಿದವನಂತೆ ಎದ್ದು ಹೋದ. ಮೂರೂ ಜನ ಮಕ್ಕಳ ಕಣ್ಣಲ್ಲಿ ಏನೋ ಮಿಂಚು ಹೊಳೆದಂತಾಯಿತು. ಆ ಖುಷಿಯಲ್ಲಿ ಅಪ್ಪನಿಗೆ ಥ್ಯಾಂಕ್ಸ್ ಹೇಳಬೇಕೆಂಬುದೂ ಅವರಿಗೆ ನೆನಪಾಗಲಿಲ್ಲ.

***

ಮೊದಲನೆಯ ಮಗ ರೂಮಿಗೆ ಹೋದವನು ತನ್ನ ಗೆಳೆಯರ ಗುಂಪಿಗೆಲ್ಲ ಕಾಲ್ ಮಾಡಿ ನಾಳೆ ಶಾಪಿಂಗ್ ಹೋಗೋಣವೆಂದು ಹೇಳಿದ. ಅಂತೆಯೇ ಮರುದಿನ ಗೆಳೆಯರೊಡಗೂಡಿ ಒಂದೆರೆಡು ಮಾಲ್‌ಗಳಿಗೆ ಹೋಗಿ ಒಂದು ಬ್ರಾಂಡೆಡ್ ಶರ್ಟ್ ಖರೀದಿಸಿ, ಸ್ನೇಹಿತರ ಜೊತೆ ಊಟ ಮಾಡಿ, ತನ್ನ ಫೇವರಿಟ್ ಹೀರೋನ ಸಿನಿಮಾ ನೋಡಿ ಬೈಕಿಗೆ ಫುಲ್ ಟ್ಯಾಂಕ್ ಪೆಟ್ರೋಲ್ ಹಾಕಿಸಿಕೊಂಡು, ತಿಂಗಳ ಅನ್‌ಲಿಮಿಟೆಡ್ ಇಂಟರ್‌ನೆಟ್ ಪ್ಯಾಕ್ ಹಾಕಿಸಿಕೊಂಡು, ಅಪ್ಪನಿಗೊಂದು ಸ್ಪೆಷಲ್ ಮೈಸೂರ್ ಪಾಕಿನ ಸಣ್ಣ ಪೊಟ್ಟಣ ಕಟ್ಟಿಸಿಕೊಂಡು ಮನೆಗೆ ಬಂದನು...

***

ಇನ್ನು ಅವನ ಅಕ್ಕ, ಹಿಂದಿನ ದಿನ ರಾತ್ರಿಯೇ ಬಹಳ ದಿನಗಳಿಂದ ಅಮೇಜಾನ್ ಆ್ಯಪ್‌ನಲ್ಲಿ ಕಾರ್ಟ್‌ಗೆ ಹಾಕಿಕೊಂಡಿದ್ದ ಆದರೆ ಕೊಂಡಿರದ ಗಾಗ್ರ ಒಂದನ್ನು ಆರ್ಡರ್ ಮಾಡಿ ಮರುದಿನ ಕ್ಯಾಶ್ ಆನ್ ಡೆಲಿವರಿ ಪಡೆದು ಮೂರ್ನಾಲ್ಕು ಸಲ ಹಾಕಿ ಅಪ್ಪ ಅಮ್ಮನಿಗೆ ತೋರಿಸಿ ಅದಕ್ಕಾಗಿ ಅವರು ಕೊಟ್ಟ ಆಫರ್‌ನಲ್ಲಿ ಯಾವುದೋ ಫುಡ್ ಡೆಲಿವರಿ ಆ್ಯಪ್‌ನಲ್ಲಿ ಅವರಪ್ಪನಿಗೆ ಇಷ್ಟವಾಗುವ KFC ಫುಡ್ ತರಿಸಿಕೊಟ್ಟಾಗಿತ್ತು.

***

ಕಿರಿಯ ಮಗಳೂ ಇಂಥದ್ದೇ ಏನಾದರೂ ಒಂದು ಮಾಡಿದ್ದರೆ ಇದೊಂದು ವಿದ್ಯಮಾನವಾಗಿ ಚರ್ಚೆಯಾಗುತ್ತಿರಲಿಲ್ಲ. ಆದರೆ ಪಿಯುಸಿ ಓದುತ್ತಿರುವ ಆಕೆ ಒಂದು ದಿನ ಬೆಳಿಗ್ಗೆ ಕಾಲೇಜಿಗೆಂದು ಹೊರಟವಳು ಕಾಲೇಜಿಗೆ ಬಂದಿಲ್ಲ ಎಂದು ಅವರಪ್ಪನ ಮೊಬೈಲ್‌ಗೆ ಮೆಸೇಜು ಬಂತು. ಕಾಲೇಜಿಗೆ ಕಾಲ್ ಮಾಡಿ ವಿಚಾರಿಸಲಾಗಿ ಅವಳು ಆ ದಿನ ಕಾಲೇಜಿಗೆ ಬಂದಿಲ್ಲದಿರುವುದು ಖಾತರಿಯಾಯಿತು. ಅಪ್ಪ ಅಮ್ಮ ಕಾಲೇಜಿಗೆ ಓಡಿ ಬಂದರು. ಕ್ಲಾಸ್ ಟೀಚರ್ ಮತ್ತು ಪ್ರಿನ್ಸಿಪಾಲರೊಂದಿಗೆ ಮಾತಾಡಿದರು. 'ಅಯ್ಯೋ ಅವಳು ಹೀಗೆಲ್ಲ ಮಾಡ್ತಾಳೆ ಅಂದರೆ ನಂಬೋಕೆ ಆಗ್ತಿಲ್ಲ. ಎಷ್ಟು ಸೈಲೆಂಟ್ ಆಗಿರ್ತಿದ್ಲು. ನೋಡಿ ಯಾರ್ಯಾರು ಹೇಗಿರ್ತಾರೆ ಅಂತಾ ಗೊತ್ತಾಗೋಲ್ಲ' ಎಂದು ಕ್ಲಾಸ್ ಟೀಚರ್ ಹೇಳಿದಾಗ ಅಪ್ಪ ಅಮ್ಮ ಇಬ್ಬರಿಗೂ ಸ್ವಲ್ಪ ಆಶ್ಚರ್ಯವೇ ಆಯಿತು. ಈ ಲೆಕ್ಚರರ್ ಯಾವ ತೀರ್ಮಾನಕ್ಕೆ ಬಂದಿದ್ದಾರೆ ಎಂಬುದರ ಬಗ್ಗೆ ಅವರಲ್ಲಿ ಆಕ್ಷೇಪ ಇತ್ತು. ಹೆಚ್ಚೇನು ಮಾತಾಡದೆ ಏನಾದರೂ ಮಾಹಿತಿ ಸಿಕ್ಕರೆ ತಿಳಿಸಿ ಎಂದಷ್ಟೇ ಕಾಲೇಜಿನವರಿಗೆ ಹೇಳಿ ಮನೆಗೆ ವಾಪಸ್ಸಾದರು.

***

ಆ ರಾತ್ರಿ ಇಡೀ ಕಾದರೂ ಯಾವ ಮಾಹಿತಿಯೂ ಸಿಗಲಿಲ್ಲ ಮತ್ತು ಯಾವ ಫೋನ್ ಕಾಲ್‌ಗಳೂ ಬರಲಿಲ್ಲ. ಕಂಪ್ಲೇಂಟ್ ಕೊಡಲೂ ಕೂಡ ಅವರ ಮನಸ್ಸು ಒಪ್ಪುತ್ತಿಲ್ಲ. ಸುಮ್ಮನೆ ವಿಷಯ ಹೊರಗೆ ಹೋದರೆ ರಂಪಾಟವಾದೀತೆಂಬ ಭಯ.

ಮರುದಿನ ಬೆಳಿಗ್ಗೆ ಸುಮಾರು 8 ಗಂಟೆಯ ಹೊತ್ತಿಗೆ ಅಪ್ಪನ ನಂಬರ್‌ಗೆ ಕಾಲ್ ಬಂತು. ಯಾವಾಗ ಕಾಲ್ ಬರುತ್ತೋ ಅನ್ನೋದನ್ನೇ ಕಾದು ಕುಳಿತಿದ್ದವರಿಗೆ ಕೊಂಚ ನೆಮ್ಮದಿ ಸಿಕ್ಕಂತಾಯ್ತು. 'ನಾನು ಚಿಕ್ಕಮಗಳೂರಿಂದ ಎಸ್ ಐ ಮಾತಾಡ್ತಾ ಇರೋದು. ನಿಮ್ಮ ಮಗಳು ನಮ್ಮ ಸ್ಟೇಷನ್‌ನಲ್ಲಿ ಇದಾಳೆ. ಬಂದು ಕರ್ಕೊಂಡ್ ಹೋಗಿ' ಎನ್ನುತ್ತಿದ್ದಂತೆ ಮಧ್ಯೆ ಬಾಯಿ ಹಾಕಿದರು ಅಪ್ಪ, 'ಅಲ್ಲ ಸರ್, ಅದ್ಯೇಗೆ ಅವಳು ಅಲ್ಲಿ? ಏನೂ ಪ್ರಾಬ್ಲಂ ಇಲ್ಲ ಅಲ್ವಾ ಸರ್?' ಎಂದರು. 'ನೋ...ಫೋನಲ್ಲೆ ಎಲ್ಲಾ ಹೇಳೋಕ್ ಆಗಲ್ಲರೀ. ನೀವು ಇಲ್ಲಿಗೆ ಬನ್ನಿ ಎಲ್ಲಾ ಗೊತ್ತಾಗುತ್ತೆ' ಎಂದವರು ಮತ್ಯಾವ ಪ್ರತಿಕ್ರಿಯೆಗೂ ಕಾಯದೆ ಕಾಲ್ ಕಟ್ ಮಾಡಿದರು. ತತ್‌ಕ್ಷಣ ಪೋಷಕರು ಚಿಕ್ಕಮಗಳೂರಿಗೆ ಹೊರಟು ಪೊಲೀಸ್ ಸ್ಟೇಷನ್ ತಲುಪಿದರು. ಅವರನ್ನು ನೋಡುತ್ತಿದ್ದಂತೆಯೇ ಯಾವುದೇ ಉದ್ವೇಗ, ಆತಂಕಗಳಿಗೆ ಒಳಗಾಗದ ಆ ಹುಡುಗಿ, ಅಪ್ಪ–ಅಮ್ಮನನ್ನು 'ನೀವ್ಯಾಕೆ ಬಂದ್ರಿ? ನಾನೇ ನಾಳೆ ಬರ್ತಿದ್ದೆ' ಅಂದಳು. ಅವಳ ಆ ರೀತಿಯ ಸಮಚಿತ್ತದ ಮಾತುಗಳನ್ನು ಕೇಳಿ ಪೋಷಕರಿಗೆ ಸಿಟ್ಟಿನ ಜೊತೆ ಆಶ್ಚರ್ಯವೂ ಆಗಿರಬಹುದು. 'ಸರ್. ಇವಳೇಕೆ ಇಲ್ಲಿ ಬಂದಳು? ಏನಾದರೂ ತಪ್ಪು ಮಾಡಿದ್ದಾಳಾ? ಇವಳೊಬ್ಬಳನ್ನೇ ಏಕೆ ಅರೆಸ್ಟ್ ಮಾಡಿದಿರಿ? ಮತ್ಯಾರಿದ್ರು ಇವಳ ಜೊತೆ?' ಎಂಬ ಅವರಮ್ಮನ ಸರಣಿ ಪ್ರಶ್ನೆಗಳಿಗೆ ಎಸ್ ಐ ಹೇಳಿದ್ದಿಷ್ಟು: 'ಪೊಲೀಸ್ ಸ್ಟೇಷನ್‌ನಲ್ಲಿ ಇರೋರ್ನೆಲ್ಲ ಅರೆಸ್ಟ್ ಮಾಡಿರಬೇಕೆಂದೇನಿಲ್ಲ. ನೀವು ಅವಳನ್ನು ಕರೆದುಕೊಂಡು ಹೋಗಿ. ನಾವು ಹೇಳೋದ್ಕಿಂತ ಈ ವಿಷ್ಯವನ್ನ ಅವಳೇ ಹೇಳಿದ್ರೆ ಸರಿಯಾಗಿರುತ್ತೆ. ಈಗ ಹೊರಡಿ ಇಲ್ಲಿಂದ' ಎಂದು ಹೇಳಿ ಎದ್ದು ಹೋದರು. ಚಿಕ್ಕಮಗಳೂರಿನಿಂದ ಬೆಂಗಳೂರಿಗೆ ಬಸ್‌ನಲ್ಲಿ ಬರುವಾಗ ಅಪ್ಪ ಅಮ್ಮರ ಮಧ್ಯೆ ಕೂತಿದ್ದ ಆಕೆಯ ಕೈಗಳನ್ನು ಆಪ್ಯಾಯಮಾನವಾಗಿ ಹಿಡಿದುಕೊಂಡ ಅವಳ ಅಪ್ಪ, 'ಮಗಳೇ, ಆದದ್ದೇನು ಎಂದು ನಿಜ ಹೇಳು. ನಾವು ನೀನು ಹೇಳುವುದನ್ನಷ್ಟೇ ನಂಬುತ್ತೇವೆ. ಮತ್ಯಾವುದಕ್ಕೂ ಕಿವಿಗೊಡುವುದಿಲ್ಲ' ಎಂಬ ಭರವಸೆಯ ಮಾತುಗಳನ್ನು ಹೇಳಿದರು...

ಆಗ ನಿಧಾನಕ್ಕೆ ಅಪ್ಪನ ಭುಜಕ್ಕೆ ಒರಗಿದ ಆ ಹುಡುಗಿ ಆದದ್ದೇನೆಂದು ಹೀಗೆ ವಿವರಿಸಿದಳು:

'ಅಪ್ಪ, ನೀವು ಕೊಟ್ಟ ಬೋನಸ್ ಹಣ ನೋಡಿ ನನ್ನ ಬಹುದಿನಗಳ ಆಸೆಗೆ ಜೀವ ಬಂದಂತಾಯಿತು. ಯಾವುದಾದರೂ ಒಂದು ಪ್ರವಾಸಿ ತಾಣಕ್ಕೆ ಒಬ್ಬಳೇ ಹೊರಡಬೇಕು, ಯಾವ ತಯಾರಿಯೂ ಇಲ್ಲದೆ ಹೋಗಿಬಿಡಬೇಕು, ಅಲ್ಲಿರುವ ಜನರ ಜೊತೆ ಅಪರಿಚಿತಳಾಗಿ ಬೆರೆಯಬೇಕು, ಒಂದು ಸೂರ್ಯೋದಯವನ್ನೋ, ಸೂರ್ಯಾಸ್ತವನ್ನೋ ಒಬ್ಬಳೇ ಕೂತು ನೋಡಿ ಆನಂದಿಸಬೇಕು. ಯಾರ ಸಂಪರ್ಕಕ್ಕೂ ಬರದೆ ಎರಡು ದಿನ ಅಪರಿಚಿತ ಸ್ಥಳದಲ್ಲಿದ್ದು ಮನೆಗೆ ಹಿಂತಿರುಗಬೇಕು ಎಂಬ

ನನ್ನ ಸುಪ್ತ ಕನಸಿಗೆ ನಿಮ್ಮ ಬೋನಸ್ ಹಣ ನೋಡಿ ರೆಕ್ಕೆ ಪುಕ್ಕ ಬಂದಂತಾಯಿತು. ಇದರಿಂದ ನಿಮಗೆ ಎಷ್ಟು ಕಷ್ಟವಾಗಬಹುದು ಎಂಬ ನೆನಪಾಯ್ತಾದರೂ ನನ್ನ ರಮ್ಯವಾದ ಕನಸಿನ ಮುಂದೆ ಅದು ಅಡ್ಡಿಯಾಗಲಿಲ್ಲ. ಅದಕ್ಕೇ ನಾನು ಕಾಲೇಜ್ ಯೂನಿಫಾರಂನಲ್ಲೇ ಹೊರಟೆ. ಅಪ್ಪ, ನೀವೇ ಹೇಳಿದ್ದಿರಲ್ಲವೆ ಈ ಹಣವನ್ನು ನಾನು ನನಗೆ ಖುಷಿಕೊಡುವ ಕೆಲಸಕ್ಕೆ ಬಳಸಬಹುದು ಎಂದು. ಈಗ ನೀವು ನನ್ನನ್ನು ಬೈಯುವುದಿಲ್ಲ ತಾನೆ? ಅಮ್ಮ, ನಿನಗೂ ಅಪ್ಪ ಅದನ್ನೇ ಹೇಳಿದ್ದರಲ್ಲವೆ?'

ಅವಳ ಮಾತುಗಳನ್ನು ಕೇಳಿದ ಅಪ್ಪ, ಹಾಗೆಯೇ ಮಗಳನ್ನು ತಬ್ಬಿ, ತಲೆ ನೇವರಿಸಿ ಕಣ್ತುಂಬಿಕೊಂಡರು. ಅಮ್ಮ ಮಾತ್ರ 'ಏನ್ ಹುಚ್ಚೋ ನಿಮ್ದೆಲ್ಲ. ನಿಮ್ ಹುಚ್ಚಿಗೆ ನಮ್ ಜೀವ ತೆಗೀತೀರಾ ನೋಡ್ರಿ' ಎಂದರಾದರೂ ಅಪ್ಪ-ಮಗಳ ನಗುವಿನಲ್ಲಿ ಅವರ ಕೋಪ ವ್ಯರ್ಥವಾಗಿಹೋಯಿತು. ಇನ್ನುಳಿದಂತೆ ಅವಳು ಒಬ್ಬಳೇ ಹೋಗಿದ್ದೇಗೆ? ಎಲ್ಲಿ ಇಳಿದಳು? ಎಲ್ಲಿ ಉಳಿದಳು ಎಂಬ ಪ್ರಶ್ನೆಗಳೆಲ್ಲ ಅಲ್ಲಿ ಯಾರಿಗೂ ಅಗತ್ಯವಿರಲಿಲ್ಲ.

***

ಆದರೆ ಕಾಲೇಜಿಗೆ ಆ ಪ್ರಶ್ನೆಗಳೇ ಬಹಳ ಮುಖ್ಯವಾಗಿತ್ತು. ಎರಡು ದಿನಗಳ ಪೂರ್ವಭಾವಿ ಪರೀಕ್ಷೆಗೆ ಗೈರಾದ ಕಾರಣದಿಂದ ಪೋಷಕರು ಬಂದು ಪ್ರಾಂಶುಪಾಲರನ್ನು ಭೇಟಿಯಾಗಬೇಕು ಎಂದು ಕಾಲೇಜಿನಿಂದ ಆ ಹುಡುಗಿಯ ಕ್ಲಾಸ್ ಟೀಚರ್ ಕಾಲ್ ಮಾಡಿದ್ದರು. ಹಾಗಾಗಿ ಮರುದಿನ ಅವರಮ್ಮನೊಂದಿಗೆ ಕಾಲೇಜಿಗೆ ಬಂದವಳನ್ನು ಖೈದಿಯಂತೆ ಪ್ರಾಂಶುಪಾಲರ ಕ್ಯಾಬಿನ್‌ಗೆ ಕರೆದೊಯ್ಯಲಾಯಿತು. ಇಬ್ಬರು ಕ್ಲಾಸ್ ಟೀಚರ್‌ಗಳು, ಒಬ್ಬ ಪಿ ಟಿ ಟೀಚರ್, ಮತ್ತೊಬ್ಬ ಕೋರ್ಸ್ ಕೋಆರ್ಡಿನೇಟರ್- ಇವರುಗಳ ಎದರು ವಿಚಾರಣೆಯನ್ನು ಎದುರಿಸಬೇಕಾಯಿತು ಆ ಹುಡುಗಿ.

'ಎಲ್ಲಿಗೆ ಹೋಗಿದ್ದೆ? ಏನಾಯ್ತು ಹೇಳು. ಸುಳ್ಳು ಹೇಳಬೇಡ' ಎಂಬ ಕ್ಲಾಸ್ ಟೀಚರ್‌ರ ಖಡಕ್ ಧ್ವನಿಗೆ ಆ ಹುಡುಗಿ ಹೆದರಿ ಹೋದಳು. ಅವರಪ್ಪ ಅಮ್ಮನ ಮುಂದೆ ಸತ್ಯ ಹೇಳುವಾಗ ಇದ್ದ ಧೈರ್ಯ ಆಕೆಗೆ ಈಗ ಬರಲಿಲ್ಲ. ಹಾಗಾಗಿ ಅವಳ ಅಮ್ಮನೇ ಪ್ರಾರಂಭಿಸಿದರು. ಈ ಬಗ್ಗೆ ರಾತ್ರಿ ಬಸ್‌ನಲ್ಲಿ ಕೇಳಿರದ ಅಮ್ಮ ಬೆಳಿಗ್ಗೆ ಕಾಲೇಜ್‌ಗೆ ಬರುವಾಗ ಎಲ್ಲಾ ಮಾಹಿತಿ ಪಡೆದು ಮಗಳ ಸಾಹಸ ಮನೋಭಾವದ ಬಗ್ಗೆ ಸ್ವಲ್ಪ ಹೆಚ್ಚೇ ಜಂಭ ಪಡೆದುಕೊಂಡಿದ್ದರು.

'ಮೇಡಂ, ನೋಡಿ ಆಗಿರೋದು ಇಷ್ಟು: ಅವಳಿಗೆ ಕಲ್ಲತ್ತಗಿರಿ ಫಾಲ್ಸ್ ನೋಡಿ, ಕೆಮ್ಮಣ್ಣಗುಂಡಿಗೆ ಹೋಗಿ ಸನ್‌ಸೆಟ್ ನೋಡ್ಬೇಕು ಅನ್ನಿಸ್ತಂತೆ ಅದಕ್ಕೆ ಕಾಲೇಜಿಗೆ ಬರದೆ ಶಿವಮೊಗ್ಗ ಟ್ರೈನ್‌ಗೆ ತರೀಕೆರೆ ತನಕ ಹೋಗಿ ಅಲ್ಲಿಳಿದು ಯಾವುದೋ ಜೀಪ್ ಹತ್ಕೊಂಡು ಫಾಲ್ಸ್‌ಲ್ಲಿ ಆಟ ಆಡಿದಾಳೆ. ಆಮೇಲೆ ಟೂರಿಸ್ಟ್ ಟೀಮ್

ಒಂದರ ಜೊತೆ ಅವರದ್ದೇ ಬಸ್‌ನಲ್ಲಿ ಕೆಮ್ಮಣ್ಣು ಗುಂಡಿಗೆ ಹೋಗಿ. ಅಲ್ಲಿ ಸನ್ ಸೆಟ್ ನೋಡೋಕೆ ಅಂತ ಹೋಗ್ತಿದ್ದ ಕೆಲವರ ಜೊತೆ ಸೇರಿಕೊಂಡು ಟ್ರೆಕ್ಕಿಂಗ್‌ಗೆ ಹೋಗಿದಾಳೆ. ಅಲ್ಲಿಂದ ಬರೋಷ್ಟರಲ್ಲಿ ಕತ್ತಲಾಗಿದ್ದರಿಂದ ಗುಂಪಿನಲ್ಲಿ ಬರಲಾಗದೆ ತಡವಾಗಿ ಬಂದಿದ್ದಾಳೆ. ಅಷ್ಟೊತ್ತಿಗಾಗಲೇ ಅಲ್ಲಿರುವ ವಾಹನಗಳು ಹೋಗಿದ್ದರಿಂದ ಏನು ಮಾಡಬೇಕೆಂದು ತೋಚದೆ ಐಬಿಯ ಮುಂದಿದ್ದ ಬೆಂಚುಕಲ್ಲಿನ ಮೇಲೆ ಒಬ್ಬಳೇ ಕೂತಿದ್ದಾಳೆ. ಆಗ ಐಬಿ ಗೆ ಕಿರಾಣಿ ಕೊಡಲು ಬಂದ ವಾಹನ ಹೊರಟಿದೆ. ಅದರ ಡ್ರೈವರ್ ಬಳಿ ತನ್ನನ್ನು ತರೀಕೆರೆವರೆಗೂ ಬಿಡುವಂತೆ ಕೇಳಿಕೊಂಡಿದ್ದಾಳೆ. ಆತ ಒಪ್ಪಿ ಜೀಪಿನಲ್ಲಿ ಹತ್ತಿಸಿಕೊಂಡು ಬಂದಿದ್ದಾನೆ. ಮುಂದೆ ಚೆಕ್ ಪೋಸ್ಟ್‌ನಲ್ಲಿ ಈ ಜೀಪ್ ತಡೆದ ಪೊಲೀಸರು ಹಾಗೆ ಡ್ರೈವರ್ ಜೊತೆ ಒಬ್ಬಳೇ ಮುಂದಿನ ಸೀಟಿನಲ್ಲಿ ಕೂತ ಈ ಹುಡುಗಿಯ ಬಗ್ಗೆ ವಿಚಾರಿಸಿದ್ದಾರೆ. ಆಕೆ ನಡೆದದ್ದನ್ನು ಹೇಳಿದ ಮೇಲೆ ಅಲ್ಲಿಯೇ ಇದ್ದ ಎಸ್ ಐ ಅವಳನ್ನು ತಮ್ಮ ಜೀಪಿನಲ್ಲಿ ಚಿಕ್ಕಮಗಳೂರಿಗೆ ಕರೆದುಕೊಂಡು ಬಂದು ಸ್ಟೇಷನ್‌ನಲ್ಲೇ ಉಳಿಯಲು ವ್ಯವಸ್ಥೆ ಮಾಡಿದ್ದಾರೆ. ತಕ್ಷಣ ಮನೆಯವರಿಗೆ ಕಾಲ್ ಮಾಡಲು ಹೊರಟಾಗ ಇಷ್ಟು ರಾತ್ರಿಯಲ್ಲಿ ಕಾಲ್ ಮಾಡುವುದು ಬೇಡವೇ ಬೇಡ ಎಂದು ಅವಳು ಹಠ ಹಿಡಿದಿದ್ದರಿಂದ ನಮಗೆ ನಿನ್ನೆ ಬೆಳಗ್ಗೆ ಕಾಲ್ ಮಾಡಿದರು, ಹೋಗಿ ಕರ್ಕೊಂಡ್ ಬಂದ್ವಿ ಮೇಡಂ' ಎಂದು ವಿನಯಪೂರ್ವಕವಾಗಿ ಅಮ್ಮ ಮಾತಾಡಿದ ಮೇಲೆ ಇದನ್ನೆಲ್ಲ ಒಂದು ಕಟ್ಟುಕಥೆ ಎಂದು ತೀರ್ಮಾನಿಸಿದ ಪ್ರಾಂಶುಪಾಲರು 'ನೀವೇ ಇವರಿಗೆಲ್ಲ ಸಪೋರ್ಟ್ ಮಾಡಿದ್ರೆ ನಾವೇನ್ ಹೇಳೋಕ್ ಆಗಲ್ಲ. ಏನಾದರೂ ಆಗಲಿ ಇಂತಹದ್ದು ರಿಪೀಟ್ ಆದರೆ ಟಿ.ಸಿ. ಕೊಡ್ತೀವಿ. ಈಗ ಅವಳು ಆ ಎರಡೂ ಪ್ರಶ್ನೆ ಪತ್ರಿಕೆಗಳನ್ನ ಅಸೈನ್‌ಮೆಂಟ್ ಆಗಿ ಬರ್ಕೊಂಡ್ ಬರ್ಬೇಕು' ಎಂದು ನಿರ್ದಯವಾಗಿ ಹೇಳಿ ನನಗೆ ಮೀಟಿಂಗ್ ಇದೆ ಎಂದು ಹೊರಟು ಹೋದರು. ಅದಾದ ಮೇಲೆ ಆ ಕ್ಲಾಸ್ ಟೀಚರ್ ಅವಳನ್ನು ಏನೇನೋ ಕ್ರಾಸ್ ಕ್ವಶ್ಚನ್ ಮಾಡಿದರು. ಅವಕ್ಕೆಲ್ಲ ಆಕೆ ಏನೇನೋ ಉತ್ತರ ಕೊಟ್ಟು ಕೊನೆಗೆ ಅವರ ಮನೆಯವರಿಗೇ ಇಲ್ಲದ ಚಿಂತೆ ನಮಗ್ಯಾಕೆ ಎಂದು ಗೊಣಗಿಕೊಂಡು ಸ್ಟಾಫ್‌ರೂಂಗೆ ಬಂದು ಉಳಿದ ಸಹೋದ್ಯೋಗಿಗಳ ಕಿವಿಗೆ ಈ ಘಟನೆಯನ್ನು ರಸವತ್ತಾಗಿ ವಿವರಿಸಿದರು. ಮಧ್ಯೆ ಮಧ್ಯೆ ಅವಳು ಹೇಳಿದ ಕಥೆಯಲ್ಲಿ ಅನುಮಾನವಿರುವ ತಾಳೆಯಾಗದ ಅನೇಕ ಸಂಗತಿಗಳನ್ನೂ ಅವರವರೇ ಮಾತಾಡಿಕೊಂಡು ನಕ್ಕರು.

ಶಿವಮೊಗ್ಗ ಟ್ರೈನ್ ಇಷ್ಟೊತ್ತಿಗೆ ಇದೆ ಅಂತ ಇವ್ಳಿಗೆ ಹೇಗೆ ಗೊತ್ತು? ಆ ಎಸ್ ಐ ಯಾಕೆ ಅಲ್ಲಿ ಬಂದಿದ್ರು? ಇವಳನ್ನ ಯಾವುದೋ ಟೀಮ್‌ನವರು ಯಾಕ್ ಬಸ್ ಹತ್ತಿಸಿಕೊಂಡ್ರು? ಆ ಜೀಪ್ ಡ್ರೈವರ್ ಜೊತೆ ಕತ್ತಲಲ್ಲಿ ಒಬ್ಬಳೇ ಹೋಗೋಕ್ ಆಗುತ್ತಾ? ಅದೂ ಅಲ್ಲದೆ ಇದಕ್ಕೆಲ್ಲ ದುಡ್ಡು ಎಲ್ಲಿತ್ತು ಅವಳ ಹತ್ರ? ಪೊಲೀಸ್

ಸ್ಟೇಷನ್‌ನಲ್ಲಿ ಒಂದು ರಾತ್ರಿ ಒಬ್ಬಳು ವಯಸ್ಸಿನ ಹುಡುಗಿ ಇದ್ದು ಬರೋದು ಅಂದ್ರೆ ಏನು? ಎಂಬೆಲ್ಲಾ ಅನುಮಾನದ ಪ್ರಶ್ನೆಗಳನ್ನು ಒಬ್ಬೊಬ್ಬರೂ ಹರಿಯಬಿಟ್ಟು ತಮ್ಮ ಮನಸೋಯಿಚ್ಛೆ ಆಕೆಯನ್ನು ಹಳಿದುಕೊಂಡರು.

ಆ ದಿನ ಸಂಜೆ ಮನೆಗೆ ಬಂದ ಅಪ್ಪ 'ಕಾಲೇಜಲ್ಲಿ ಏನಂದರು?' ಎಂದು ಮಗಳನ್ನು ಕೇಳಿದಾಗ ಅಡುಗೆ ಮನೆಯಿಂದ ಅಮ್ಮನ ಧ್ವನಿ ಜೋರಾಗಿ ಬಂತು 'ಇನ್ನೊಂದ್ ಸಲ ಹೀಗಾದ್ರೆ ಟಿ.ಸಿ. ಕೊಡ್ತಾರಂತೆ...'

ಅಪ್ಪ ಮಗಳು ಪರಸ್ಪರರನ್ನು ನೋಡಿ ನಕ್ಕರು.

'ಹಣದಲ್ಲಿ ಅನುಭೋಗಿ ಸರಕುಗಳನ್ನು ಕೊಂಡ ತನ್ನ ಇಬ್ಬರು ಮಕ್ಕಳಿಗೂ ಮತ್ತು ಅದೇ ಹಣದಲ್ಲಿ ಅನುಭವವೊಂದನ್ನು ಪಡೆಯಲು ಹಾತೊರೆದ ಈ ಕಿರಿಯ ಮಗಳಿಗೂ ಇರುವ ವಿಭಿನ್ನ ಅಭಿರುಚಿಯನ್ನು ನೆನೆದು ಒಳಗೊಳಗೆ ಗರ್ವ ಪಟ್ಟರು ಆ ಅಪ್ಪ...

ಮಗಳು ಅಸೈನ್‌ಮೆಂಟ್ ಬರೆಯಲು ಶುರುವಿಟ್ಟುಕೊಂಡಳು...

ಅವಳ ಅಕ್ಕ ಕೊಂಡ ಗಾಗ್ರ ಮತ್ತು ತಮ್ಮನ ಬ್ರಾಂಡೆಡ್ ಶರ್ಟ್‌ಗಳು ಬಣ್ಣಮಾಸಿ ಬಹಳ ದಿನಗಳೇ ಆಗಿವೆ... ಇವಳು ಏನನ್ನೂ ಕೊಳ್ಳದೇ ತನ್ನ ಪಾಲಿನ ಬೋನಸ್ ಹಣವನ್ನು ಇನ್ನೂ ಜೋಪಾನ ಮಾಡಿಟ್ಟುಕೊಂಡಿದ್ದಾಳೆ...

***

ಇತ್ತೀಚಿಗೆ ಬಸ್‌ನಲ್ಲಿ ಪ್ರಯಾಣಿಸುತ್ತಿದ್ದಾಗ ಪಕ್ಕದಲ್ಲಿ ಕೂತ ಹುಡುಗಿಯೊಬ್ಬಳು ನನ್ನನ್ನು ಪರಿಚಯ ಮಾಡಿಕೊಂಡಳು. ಉಭಯಕುಶಲೋಪರಿಯ ನಂತರ ಹವ್ಯಾಸಗಳ ಬಗ್ಗೆ ಮಾತು ಹೊರಳಿತು. ನಾನು ಕಥೆ ಬರೆಯುತ್ತೇನೆ ಎಂದಿದ್ದಕ್ಕೋ ಏನೋ ಇಳಿದು ಹೋಗುವಾಗ ತನ್ನ ಡೈರಿಯನ್ನು ಜಾಣ್ಮೆಯಿಂದ ನನಗೆ ಸಿಗುವಂತೆ ಬಿಟ್ಟು ಹೋಗಿದ್ದಳು.

ಈ ಮೇಲಿನ ಕತೆ ಆ ಡೈರಿಯಲ್ಲಿ ಬರೆದಿತ್ತು... ಅದನ್ನೇ ನಿಮಗೆ ವಾಚಿಸಿದ್ದೇನೆ. ಅಂದಹಾಗೆ ಆ ಡೈರಿಯಲ್ಲಿದ್ದ ಕತೆಯ ಕೊನೆಯ ಸಾಲುಗಳನ್ನು ನಾನಿನ್ನೂ ನಿಮಗೆ ಹೇಳಿಲ್ಲ. ಆ ಸಾಲು ಹೀಗಿತ್ತು:

'ಮರುದಿನ ಆ ಹುಡುಗಿ ಕ್ಲಾಸ್ ಟೀಚರ್‌ಗೆ ಅಸೈನ್‌ಮೆಂಟ್ ಕೊಟ್ಟು ಬರುವಾಗ ಅವಳ ಬಗ್ಗೆ ಯಾರೋ ಕೇಳಿದ್ದಕ್ಕೆ, ಅಯ್ಯೋ ಇವಳಾ? ಅದೆ ಚಿಕ್ಕಮಗಳೂರಿಗೆ ಓಡಿ ಹೋಗಿದ್ದಲ್ಲ ಅವಳೇ... ಎಂದು ಅವರು ಹೇಳಿಲ್ಲದಿದ್ದರೆ ನಾನು ಈ ಕತೆಯನ್ನು ಡೈರಿಯಲ್ಲಿ ಬರೆದಿಡುತ್ತಿರಲಿಲ್ಲ...'

ಈ ಸಾಲುಗಳನ್ನು ಓದಿ ನಾನು ಅತ್ತುಬಿಟ್ಟೆ ಹಾಗೂ ಆ ಡೈರಿಯನ್ನು ದಿಟ್ಟಿಸಿ ನೋಡಿ 'ಮತ್ತೆ ಯಾವ ಅಪ್ಪನಿಗೆ ಈಗ ಬೋನಸ್ ಬಂದಿರಬಹುದು' ಎಂದು ನೆನೆದು ಭಾವುಕನಾದೆ...

4

ಶಾಸಕರೊಬ್ಬರ ಶೌಚಾಲಯ ಉದ್ಘಾಟನಾ ಸಾಹಸ !

'ರಾಜಕಾರಣಿಯ ಬಿಡುವಿಲ್ಲದ
ದಿನಚರಿಯಲ್ಲಿ
ಸೂಜಿಮಲ್ಲಿಗೆಯೊಂದು
ಅವನನ್ನು ಆಕರ್ಷಿಸಬಲ್ಲುದಾದರೆ
ರಾಜಕಾರಣ ಕ್ಷೇಮ'

– ನೀಲು (ಪಿ.ಲಂಕೇಶ್)

***

ಭರತಖಂಡವೆಂಬ ವಿಶ್ವದ ಅತೀ ದೊಡ್ಡ ಪ್ರಜಾಪ್ರಭುತ್ವ ರಾಷ್ಟ್ರಗಳಲ್ಲೊಂದಾದ ದೇಶದ ಯಾವುದೋ ಹೋಬಳಿಯೊಂದರಲ್ಲಿ ನಡೆದ ಈ ಘಟನೆಯು ಯಾವುದೇ ನ್ಯೂಸ್ ಪೇಪರಿನಲ್ಲಿ ಪ್ರಕಟವಾಗಲಿಲ್ಲ ಎಂಬುದು ಸಮಾಧಾನದ ಸಂಗತಿ.

ಜನಾನುರಾಗಿಯಾದ ಶಾಸಕ ಮಹೋದಯರೊಬ್ಬರು ಆ ಹೋಬಳಿಯ ಸರ್ಕಾರಿ ಶಾಲೆಯ ಕ್ರೀಡಾಕೂಟಕ್ಕೆ ಉದ್ಘಾಟನಾ ಕಾರ್ಯಕ್ರಮಕ್ಕೆ ಬಂದಾಗ ವೇದಿಕೆಯ ಮೇಲಿನ ಭಾಷಣದಲ್ಲಿ ಶಾಲಾ ಮುಖ್ಯ ಶಿಕ್ಷಕರು ತಮ್ಮ ಶಾಲೆಯಲ್ಲಿ ಇರುವ ಅನೇಕ

ಮೂಲಭೂತ ಸೌಕರ್ಯಗಳ ಕೊರತೆಯ ಬಗ್ಗೆ ಗಮನಸೆಳೆಯಲಾಗಿ, ಇದರಿಂದ ಕ್ರುದ್ಧರಾದ ಶಾಸಕರು ತಮ್ಮ ಭಾಷಣದಲ್ಲಿ ಆವೇಶಭರಿತರಾಗಿ ಆಶ್ವಾಸನೆಗಳ ಸುರಿಮಳೆಗೈದರು. 'ಇನ್ನು ಒಂದು ವಾರದೊಳಗೆ ಈ ಶಾಲೆಗೆ ಶೌಚಾಲಯ ಕಟ್ಟಿಸಿ ಕೊಡುವುದು ನನ್ನ ಜವಾಬ್ದಾರಿ. ಈ ಸಂಬಂಧ ನಾಳೆಯೇ ನನ್ನ ನೀವು ಭೇಟಿಯಾಗಬೇಕು ಹೆಡ್ ಮಾಸ್ಟರೇ' ಎಂದದ್ದನ್ನು ಕೇಳಿಸಿಕೊಂಡ ವಿದ್ಯಾರ್ಥಿಗಳು ತಮ್ಮ ಬಹಿರ್ದೆಸೆ ಕಾರ್ಯಕ್ರಮ ಮತ್ತು ಪರದಾಟಗಳಿಗೆ ಸದ್ಯದಲ್ಲೇ ತೆರೆಬೀಳಲಿದೆ ಎಂದು ಒಳಗೊಳಗೇ ಖುಷಿಗೊಂಡರು.

ಶಾಸಕರ ಮಾತಿನಂತೆಯೇ ಹೆಡ್‌ಮಾಸ್ಟರ್ ಮತ್ತು ಶಾಲಾ ಆಡಳಿತ ಮಂಡಳಿಯ ಅಧ್ಯಕ್ಷರು ಶಾಸಕರನ್ನು ಮರುದಿನವೇ ಭೇಟಿ ಮಾಡಲು ಹೋದರೂ, ಶಾಸಕರು ಮತ್ತ್ಯಾವುದೋ ಮಹತ್ಕಾರ್ಯದ ಮೇಲೆ ಊರಿನಲ್ಲಿರದ ಕಾರಣ ಅದು ಸಾಧ್ಯವಾಗಲಿಲ್ಲ. ಹೀಗೇ ಮೂರ್ನಾಲ್ಕು ದಿನ ಮುಖ್ಯ ಶಿಕ್ಷಕರು ಈ ಮುಖ್ಯ ಕಾರ್ಯಕ್ಕಾಗಿ ಅಲೆದಾಡಿದ ಮೇಲೆ ಕೊನೆಗೂ ಶಾಸಕರ ಭೇಟಿಭಾಗ್ಯ ಅವರಿಗೆ ದೊರಕಿತು. ಈ ಹಿಂದೆ ಮಾತು ಕೊಟ್ಟಂತೆ ಸದ್ಯಕ್ಕೆ ಹುಡುಗರಿಗೊಂದು, ಹುಡುಗಿಯರಿಗೊಂದು ಪ್ರತ್ಯೇಕ ಶೌಚಾಲಯ ನಿರ್ಮಿಸಿಕೊಡಲು ಒಪ್ಪಿದ ಅವರು ಶಾಸಕರ ಅನುದಾನದಿಂದ ಈ ಕೆಲಸಕ್ಕೆ ಹಣ ಮಂಜೂರು ಮಾಡುವುದಾಗಿಯೂ ಭರವಸೆ ಕೊಟ್ಟು ಕಳುಹಿಸಿದರು.

ಅಗತ್ಯ ದಾಖಲೆಗಳನ್ನೆಲ್ಲ ಒದಗಿಸಿದ ತರುವಾಯ ಶೌಚಾಲಯ ನಿರ್ಮಾಣ ಕಾರ್ಯವೂ ಪ್ರಾರಂಭವಾಯಿತು. ಶಾಸಕರು ಮಾತು ಕೊಟ್ಟಂತೆ ಕೇವಲ ಒಂದು ವಾರದಲ್ಲಾಗದಿದ್ದರೂ ಶೀಘ್ರದಲ್ಲಿಯೇ ಕಾಮಗಾರಿ ಪ್ರಾರಂಭವಾಗುವಂತೆ ಅಧಿಕಾರಿಗಳಿಗೆ ಸೂಚಿಸಿದರು. ಕಟ್ಟಡ ನಿರ್ಮಾಣ ಕಾರ್ಯ ಪ್ರಾರಂಭವಾದ ದಿನದಿಂದ ಶಾಲೆಯ ಮಕ್ಕಳು ಪ್ರತಿ ಬಾರಿ ಮೂತ್ರ ವಿಸರ್ಜನೆಗೆ ಬಯಲಿಗೆ ಹೋಗುವಾಗಲೂ ಆ ಕಟ್ಟಡವನ್ನು ಆಸೆಯ ಕಂಗಳಿಂದ ನೋಡುತ್ತ, ಈ ಸದ್ಯದಲ್ಲೇ ಕಟ್ಟಡದೊಳಗೆ ಮೂತ್ರ ಮಾಡುವ ತಮ್ಮ ಅವಕಾಶವನ್ನು ನೆನೆದು ಪುಳಕಿತರಾಗುತ್ತಿದ್ದರು.

ಸ್ವತಃ ಶಾಸಕರ ಉಸ್ತುವಾರಿಯಿದ್ದ ಕಾರಣ ಕಟ್ಟಡ ನಿರ್ಮಾಣ ಶೀಘ್ರದಲ್ಲೇ ಮುಗಿಯಿತು. ಎರಡೂ ಕಟ್ಟಡಗಳು ಬಳಕೆಗೆ ಸಿದ್ಧವಾಗಿ ನಿಂತವು. ಎರಡೂ ಕಟ್ಟಡಗಳ ಮೇಲೆ ದೊಡ್ಡದಾಗಿ 'ಶಾಸಕರ (ಅವರ ಹೆಸರಿನೊಂದಿಗೆ) ಅನುದಾನ ಯೋಜನೆಯಡಿಯಲ್ಲಿ ನಿರ್ಮಿಸಿದ ನೂತನ ಶೌಚಾಲಯ ಕಟ್ಟಡ' ಎಂಬ ಬೋರ್ಡ್ ನೇತು ಹಾಕಲಾಗಿತ್ತು. ಇದನ್ನು ನೋಡಿದ ಊರಿನ ಕಿಡಿಗೇಡಿಯೊಬ್ಬ (ಆತ ವಿರೋಧ ಪಕ್ಷದವನೇ ಇರಬೇಕು) 'ಏನ್ರೋ ನೀವು ಉಚ್ಚೆ ಹುಯ್ಯೋ ಬಿಲ್ಡಿಂಗ್ ಮೇಲೂ ಎಂಎಲ್ಎ ಹೆಸರು ಬೇಕಾ?' ಎಂದು ಹುಡುಗರನ್ನು ಕಿಚಾಯಿಸಿದ್ದೂ ಆಯಿತು. ವಿದ್ಯಾರ್ಥಿಗಳಿಗೆಲ್ಲ ಖುಷಿಯೋ ಖುಷಿ. ಮುಖ್ಯ ಶಿಕ್ಷಕರು ಮತ್ತು

ಎಸ್ ಡಿ ಎಂ ಸಿ ಅಧ್ಯಕ್ಷರು ಸೇರಿ ನೂತನ ಶೌಚಾಲಯದ ಉದ್ಘಾಟನೆಗಾಗಿ ಶಾಸಕರ ಬಿಡುವಿನ ದಿನಾಂಕವನ್ನು ಗೊತ್ತು ಮಾಡಿಕೊಂಡು ಬರಲು ಹೋದರು.

ಆದರೆ ಮುಂದಿನ ಎರಡು ತಿಂಗಳುಗಳ ತನಕ ಶಾಸಕರ ದಿನಾಂಕಗಳೇ ಖಾಲಿ ಇರಲಿಲ್ಲ. ಹಾಗಾಗಿ ಬಳಕೆಗೆ ಸಿದ್ಧವಾಗಿ ನಿಂತಿದ್ದ ಶೌಚಾಲಯ ಶಾಸಕರ ಅಮೃತ ಹಸ್ತಕ್ಕಾಗಿ ಕಾಯುವ ಪರಿಸ್ಥಿತಿ ಬಂತು. ಈ ನಡುವೆ ಶಾಲೆಯ ಹುಡುಗರಿಗೆ ಈ ವಿಳಂಬದ ಕಾರಣವನ್ನು ವಿವರಿಸುವಷ್ಟರಲ್ಲಿ ಶಿಕ್ಷಕರುಗಳು ಸುಸ್ತಾದರು. ಪದೇ ಪದೇ ಶಾಸಕರ ದಿನಾಂಕ ಕೇಳಲು ಹೋದ ಮುಖ್ಯ ಶಿಕ್ಷಕರು ಮತ್ತು ಎಸ್‌ಡಿಎಂಸಿ ಅಧ್ಯಕ್ಷರ ಪಡಿಪಾಟಲು ನೋಡಿದ ಶಾಸಕರ ಪಿ.ಎ. 'ಇದರ ಉದ್ಘಾಟನೆಗೆ ಸಾಹೇಬರೇ ಬರಬೇಕೆಂದೇನೂ ಇಲ್ಲ. ಇಂತಹ ಸಣ್ಣಪುಟ್ಟ ಕಾರ್ಯಕ್ರಮಗಳಿಗೆ ಅವರನ್ನು ಆಹ್ವಾನಿಸದಿದ್ದರೂ ಅವರೇನು ಬೇಸರಿಸಿಕೊಳ್ಳುವುದಿಲ್ಲ. ಊರಿನ ಮುಖ್ಯಸ್ಥರನ್ನೇ ಕರೆದು ಉದ್ಘಾಟನೆ ಮುಗಿಸಿಬಿಡಿ' ಎಂಬ ಸಲಹೆಯನ್ನೂ ನೀಡಿದ. ಆದರೆ ಮುಖ್ಯ ಶಿಕ್ಷಕರಿಗಿದು ಸುತಾರಾಂ ಒಪ್ಪಿಗೆಯಾಗಲಿಲ್ಲ. ಇನ್ನೂ ಏನೇನೋ ಕೆಲಸಗಳಿಗೆ ಎಂಎಲ್‌ಎ ಸಾಹೇಬರ ಬಳಿ ಹೋಗಲೇಬೇಕಾಗುತ್ತದೆ. ಖುದ್ದು ಅವರ ಅನುದಾನದಲ್ಲಿ ನಿರ್ಮಿಸಿದ ಈ ಶೌಚಾಲಯವನ್ನು ಉದ್ಘಾಟಿಸುವ ನೈತಿಕ ಹಕ್ಕು ಮತ್ತು ಅಧಿಕಾರ ಅವರಿಗಲ್ಲದೆ ಮತ್ಯಾರಿಗೂ ಇಲ್ಲ ಎಂಬುದು ಅವರ ವಾದ. ಹಾಗಾಗಿ ಶಾಸಕರ ಬಿಡುವಿನ ದಿನಾಂಕಕ್ಕಾಗಿ ಕಾಯೋಣ ಎಂಬ ತೀರ್ಮಾನಕ್ಕೆ ಬರಲಾಯಿತು. ಇತ್ತ ವಿದ್ಯಾರ್ಥಿಗಳು ಮಾತ್ರ ಕ್ಲೋಸ್ಡ್ ಕೊಠಡಿಯೊಳಗೆ ಮೂತ್ರ ಮತ್ತು ಮಲವಿಸರ್ಜನೆ ಮಾಡುವ ದಿನಕ್ಕಾಗಿ ಕಾಯಿತ್ತಲೇ ಇದ್ದರು.

ಎರಡು ತಿಂಗಳ ನಂತರ ಶಾಸಕರನ್ನು ಆಹ್ವಾನಿಸಲು ಹೋದ ಮುಖ್ಯ ಶಿಕ್ಷಕರಿಗೆ ಮತ್ತೊಂದು ಶಾಕ್ ಕಾದಿತ್ತು. ತಮ್ಮ ಜಿಲ್ಲೆಯ ಸಂಸದರ ಅಕಾಲಿಕ ಮರಣದಿಂದಾಗಿ ತೆರವಾಗಿದ್ದ ಆ ಸ್ಥಾನಕ್ಕಾಗಿ ಉಪಚುನಾವಣೆ ಘೋಷಣೆಯಾಗಿದ್ದು, ಚುನಾವಣಾ ನೀತಿ ಸಂಹಿತೆ ಜಾರಿಗೆ ಬಂದುಬಿಟ್ಟಿತ್ತು ಹಾಗಾಗಿ ಯಾವುದೇ ರಿಬ್ಬನ್ ಕಟ್ ಮಾಡುವಂಥ ಕಾರ್ಯಕ್ರಮದಲ್ಲಿ ಶಾಸಕರು ಭಾಗಿಯಾಗುವಂತಿರಲಿಲ್ಲ. ಚುನಾವಣೆ ಹಿಂದು ಮುಂದೆ ಎಂದು ಮತ್ತೊಂದು ತಿಂಗಳು ಕಳೆದೇ ಹೋಯಿತು.

ಈ ಬಾರಿ ಮುಖ್ಯ ಶಿಕ್ಷಕರಿಗೆ ತಿಳಿಯುವ ಮೊದಲೇ ಶಾಸಕರು ಮುಖ್ಯಮಂತ್ರಿಗಳ ಜೊತೆಯಲ್ಲಿ ಕೃಷಿ ಪದ್ಧತಿ ಮತ್ತು ಗ್ರಾಮೀಣ ಅಭಿವೃದ್ಧಿಯ ಬಗೆಗಿನ ಹೆಚ್ಚಿನ ಅಧ್ಯಯನಕ್ಕಾಗಿ 20 ದಿನಗಳ ವಿದೇಶ ಪ್ರವಾಸ ಹೊರಟಿದ್ದರು. ಅವರ ಆಫೀಸು ತನಕ ಹೋದ ಶಿಕ್ಷಕರು ಸಮುದ್ರದಾಟಿ ಹೊರಟವರನ್ನು ಶೌಚಾಲಯ ಉದ್ಘಾಟನೆಗೆ ಕರೆಯುವುದೆಂಥ ಸಂಯಮ ಅಂದುಕೊಂಡು ವಾಪಸ್ಸಾದರು.

ಹೇಗೋ ಮಾಡಿ ಅಲ್ಲಿಂದ ಅವರು ವಾಪಸ್ಸಾದ ತಕ್ಷಣ ಒಂದು ದಿನಾಂಕ ನಿಗದಿಯಾಯಿತು. ಶಾಲೆಯಲ್ಲಿ ಶೌಚಾಲಯ ಉದ್ಘಾಟನಾ ಕಾರ್ಯಕ್ರಮಕ್ಕಾಗಿ

ಇಡೀ ಊರೇ ಸಿದ್ಧಗೊಂಡಿತ್ತು. ಬೆಳಿಗ್ಗೆ ಒಂಭತ್ತು ಘಂಟೆಗೆ ಈ ಕಾರ್ಯಕ್ರಮದಲ್ಲಿ ಭಾಗವಹಿಸಿ ನಂತರ ರಾಜಧಾನಿಗೆ ತೆರಳುವುದು ಶಾಸಕರ ಕಾರ್ಯಕ್ರಮ ಪಟ್ಟಿಯಲ್ಲಿ ನಿಗದಿಯಾಗಿತ್ತು. ಆದರೆ ಅದೇನು ದೌರ್ಭಾಗ್ಯವೋ? ಹಿಂದಿನ ದಿನ ರಾತ್ರಿ ಅವರ ಪಕ್ಷದ ಹಿರಿಯ, ನಿವೃತ್ತ, ಪ್ರಭಾವಿ ರಾಜಕಾರಣಿಯೊಬ್ಬರು ಹೃದಯಾಘಾತದಿಂದ ನಿಧನ ಹೊಂದಿದ ಕಾರಣ ರಾಜ್ಯಾದ್ಯಂತ ಎಲ್ಲ ಕಾರ್ಯಕ್ರಮಗಳು ರದ್ದಾಗಿ ಮೂರು ದಿನ ಶೋಕಾಚರಣೆ ಘೋಷಿಸಲಾಯಿತು. ಮುಖ್ಯ ಶಿಕ್ಷಕರಿಗೆ ಇನ್ನಿಲ್ಲದ ಕೋಪ ಬಂದು ತಾವೇ ಉದ್ಘಾಟಿಸಿ ಬಿಡಬೇಕೆಂದುಕೊಂಡರಾದರೂ ಧೈರ್ಯ ಸಾಲಲಿಲ್ಲ. ಕಾರ್ಯಕ್ರಮಕ್ಕೆ ತಂದಿದ್ದ ಬಿಸ್ಕತ್ತು, ಹಾಲಿನ ಪ್ಯಾಕು, ಹೂವು, ಫ್ರೂಟ್ ಬೌಲ್, ರೇಷಿಮೆ ಶಾಲು ಮುಂತಾದವುಗಳನ್ನು ತಮ್ಮ ಮನೆಗೆ ತೆಗೆದುಕೊಂಡು ಹೋದರು.

ಆಶಾಭಾವನೆಯಿಂದ ಕಾಯುತ್ತಿದ್ದ ವಿದ್ಯಾರ್ಥಿಗಳಿಗೆ ಮಾತ್ರ ಇದರಿಂದ ನಿರಾಸೆಯುಂಟಾಗಿತ್ತು. ಯಾವಾಗಲೂ ಬೀಗ ಹಾಕಿರುತ್ತಿದ್ದ ಈ ಹೊಸ ಶೌಚಾಲಯಗಳ ಬಗ್ಗೆ ಅವರಲ್ಲಿ ಅಸಹನೆ ಮತ್ತು ಸಿಟ್ಟು ಉಂಟಾಗತೊಡಗಿತ್ತು. ಹೀಗಾಗಿ ಕೆಲವರು ಅದೇ ಕಟ್ಟಡಗಳ ಹಿಂಭಾಗಕ್ಕೆ ಕದ್ದು ಹೋಗಿ ಕಟ್ಟಡದ ಗೋಡೆಗೆ ಮೂತ್ರ ವಿಸರ್ಜನೆ ಮಾಡತೊಡಗಿದರು. ಈ ಬಗ್ಗೆ ಶಾಲೆಯ ಶಿಕ್ಷಕರು ಎಚ್ಚರಿಕೆ ನೀಡಿದರೂ ಅಷ್ಟೇನು ಉಪಯೋಗವಾಗಲಿಲ್ಲ. ಇದ್ದೂ ಉಪಯೋಗಕ್ಕೆ ಬಾರದ ಈ ಶೌಚಾಲಯದ ಬಗ್ಗೆ ಎಲ್ಲ ಶಿಕ್ಷಕರಿಗೂ ಒಳಗೊಳಗೇ ಕೋಪ ಇತ್ತು.

ಇದೆಲ್ಲ ಗೊಂದಲ ಮುಗಿಯುವುದರೊಳಗೆ ನಾಲ್ಕು ತಿಂಗಳು ಕಳೆದೇ ಹೋಯ್ತು. ಮಕ್ಕಳು, ಶಿಕ್ಷಕರು ತಮ್ಮ ಶಾಲೆಯಲ್ಲೊಂದು ಶೌಚಾಲಯ ನಿರ್ಮಿಸಲಾಗಿದೆ ಅದು ನಮ್ಮ ಉಪಯೋಗಕ್ಕೆ ಬರುತ್ತದೆ ಎಂಬುದನ್ನೇ ಮರೆತರು. ಹೀಗಿರುವಾಗ ಜನಾನುರಾಗಿಯಾದ ಶಾಸಕರೇ ತಮ್ಮ ಪಿಎ ಕಡೆಯಿಂದ ಕಾಲ್ ಮಾಡಿಸಿ ಮುಂಬರುವ ವಾರದಲ್ಲೊಂದು ದಿನಾಂಕವನ್ನು ತಾವೇ ನಿಗದಿ ಮಾಡಿರುವುದಾಗಿ ತಿಳಿಸಿದರು. ಮುಖ್ಯ ಶಿಕ್ಷಕರು ನಿಟ್ಟುಸಿರು ಬಿಟ್ಟು ಪುನಃ ಉದ್ಘಾಟನಾ ಕಾರ್ಯಕ್ರಮಕ್ಕೆ ಎಲ್ಲ ತಯಾರಿ ನಡೆಸಿಕೊಂಡರು.

ಕಾರ್ಯಕ್ರಮದ ದಿನ ಬಂದೇಬಿಟ್ಟಿತು. ಬೆಳಗ್ಗೆ ಹತ್ತು ಘಂಟೆಗೆ ಕಾರ್ಯಕ್ರಮದ ಸಮಯ ನಿಗದಿಯಾಗಿತ್ತು. ಶಾಸಕರು ಬಂದರು. ಮುಖ್ಯ ಶಿಕ್ಷಕರು ತನ್ನೆಲ್ಲ ಉಳಿದ ಶಿಕ್ಷಕರನ್ನು ಶಾಸಕರಿಗೆ ಪರಿಚಯಿಸಿ, ಶೌಚಾಲಯದ ಬಳಿ ಕರೆತಂದರು. ಹೂವು, ಹಾರ, ಬಂಟಿಂಗ್ಸ್‌ಗಳಿಂದ ಶೌಚಾಲಯ ಕಟ್ಟಡಗಳು ಕಂಗೊಳಿಸುತ್ತಿದ್ದವು. 'ಶಾಸಕರ ಅನುದಾನದಡಿಯಲ್ಲಿ ನಿರ್ಮಿಸಿದ ಕಟ್ಟಡ' ಎಂಬ ಬೋರ್ಡಿಗೆ ವಿಶೇಷವಾದ ಅಲಂಕಾರ ಮಾಡಲಾಗಿತ್ತು. ಅದನ್ನು ನೋಡಿ ಶಾಸಕರು ಮುಖ್ಯ ಶಿಕ್ಷಕರನ್ನೊಮ್ಮೆ, ಅಧ್ಯಕ್ಷರನ್ನೊಮ್ಮೆ ನೋಡಿ ಮೆಚ್ಚುಗೆಯ ನಗೆ ಬೀರಿದರು. ಅವರಿಬ್ಬರೂ ಪ್ರಫುಲ್ಲರಾಗಿ ಶಾಸಕರನ್ನು ಟೇಪ್ ಕಟ್ ಮಾಡುವಂತೆ ಸನ್ನೆ ಮಾಡಿದರು. ನೆರೆದಿದ್ದ ಎಲ್ಲರೂ ಚಪ್ಪಾಳೆ

ತಟ್ಟುವುದರೊಂದಿಗೆ ಅಂತೂ ಇಂತೂ ಶೌಚಾಲಯಗಳ ಉದ್ಘಾಟನೆಯಾಯಿತು.

ಅಷ್ಟಕ್ಕೇ ಸುಮ್ಮನಾಗದ ಶಾಸಕರು ಕಟ್ಟಡದ ಒಳಭಾಗವನ್ನು ನೋಡಬೇಕೆಂದು ಬಯಸಿದ್ದರಿಂದ ಅದರ ಬೀಗ ತೆಗೆಸಿ ಶಾಸಕರೇ ಬಾಗಿಲು ತೆಗೆದರು. ಆಶ್ಚರ್ಯ ಮತ್ತು ಅಸಹ್ಯ ಒಟ್ಟೊಟ್ಟಿಗೆ ಕಾದಿತ್ತು. ಪಾಯಿಖಾನೆಯಲ್ಲಿ ಯಾರೋ ಆಗಲೇ ಕಕ್ಕಸು ಮಾಡಿ ಹೋಗಿಬಿಟ್ಟಿದ್ದರು. ಒಳಗೆ ಕಾಲಿಡುತ್ತಿದ್ದಂತೆಯೇ ಹೇಸಿಕೊಂಡ ಶಾಸಕರು ಮೂಗು ಹಿಡಿದುಕೊಂಡು ಹೊರಬಂದು ಮುಖ್ಯ ಶಿಕ್ಷಕರನ್ನು ತರಾಟೆಗೆ ತೆಗೆದುಕೊಂಡರು. ಸೀದಾ ತಮ್ಮ ಕಾರಿನಲ್ಲಿ ಬಂದು ಕೂತು ಕಾರ್ ಫ್ರೆಶನರ್ ಹಾಕುವಂತೆ ಡ್ರೈವರ್‌ಗೆ ಹೇಳಿದರು. ಅವರ ಪಿಎ ಕೂಡ ಓಡಿ ಬಂದು ಕಾರ್ ಹತ್ತುತ್ತಿದಂತಯೇ ಕಾರ್ ಹೊರಟೇ ಹೋಯಿತು. ಮುಖ್ಯ ಶಿಕ್ಷಕರಿಗೆ ಏನೊಂದೂ ತೋಚದೆ ದಂಗು ಬಡಿದಿದ್ದರು.

***

ಊರಿನಲ್ಲೆಲ್ಲಾ ದೊಡ್ಡ ಸುದ್ದಿಯಾದ ಈ ಪ್ರಮಾದದ ಬಗ್ಗೆ ಮುಖ್ಯ ಶಿಕ್ಷಕರು ಖುದ್ದಾಗಿ ಎಲ್ಲ ಮಕ್ಕಳನ್ನು ಸಾಲಾಗಿ ನಿಲ್ಲಿಸಿ ಬೆತ್ತದ ರುಚಿ ತೋರಿಸಿ ತನಿಖೆ ನಡೆಸಿದಾಗ ಇದರ ಹಿಂದಿನ ತಪ್ಪಿತಸ್ಥ ಹೊರಬಿದ್ದ. ಅದೇ ಶಾಲೆಯ ವಿದ್ಯಾರ್ಥಿಯಾಗಿದ್ದ ಬಂಗಾರು ಸ್ವಾಮಿಯು ತಿಂಗಳುಗಟ್ಟಲೆ ಉದ್ಘಾಟನೆಯಾಗದ ಈ ಶೌಚಾಲಯದಲ್ಲಿ ನಾನೇ ಮೊದಲು ಶೌಚ ಮಾಡಿ ಉದ್ಘಾಟಿಸುತ್ತೇನೆ ಎಂದು ತನ್ನ ಗೆಳೆಯರೊಂದಿಗೆ ಪಣ ಕಟ್ಟಿಕೊಂಡು ಉದ್ಘಾಟನಾ ಸಮಾರಂಭದ ಹಿಂದಿನ ಸಂಜೆ ಹೊತ್ತಲ್ಲಿ ಬಂದು ಕಟ್ಟಡಗಳಿಗೆ ಮೇಲ್ಹಾವಣಿಯಾಗಿ ಬಳಸಿದ್ದ ದಪ್ಪನೆಯ ತಗಡುಗಳನ್ನು (ಮೇಲ್ಛಾವಣಿಯನ್ನು ಸಿಮೆಂಟಿನಲ್ಲಿ ಯಾಕೆ ಕಟ್ಟಿಲ್ಲ ಎಂಬುದನ್ನು ಸ್ವತಃ ಕಂಟ್ರಾಕ್ಟರ್ ಆಗಿದ್ದ ಎಸ್ ಡಿ ಎಂ ಸಿ ಅಧ್ಯಕ್ಷರೇ ಹೇಳಬೇಕು) ಸರಿಸಿಕೊಂಡು ಒಳ ಜಿಗಿದು ಮಲವಿಸರ್ಜನೆ ಮಾಡಿ ವಾಪಸ್ ಹೋಗಿದ್ದ.

ಈ ವಿಷಯ ತಿಳಿಸಲೆಂದು ಕೆಲದಿನಗಳ ನಂತರ ಶಾಸಕರ ಕಛೇರಿಗೆ ಬಂದ ಮುಖ್ಯ ಶಿಕ್ಷಕರು ಆ ದಿನ ತಂದ ಸನ್ಮಾನದ ಸರಂಜಾಮುಗಳನ್ನೆಲ್ಲ ಶಾಸಕರ ಟೇಬಲ್ ಮೇಲಿಟ್ಟು ಒಪ್ಪಿಸಿಕೊಳ್ಳುವಂತೆ ವಿನಯವಂತಿಕೆಯಿಂದ ನಿಂತರು. ಆ ಶಾಸಕರಿಗೆ ಅದ್ಯಾವುದೂ ನೆನಪಿನಲ್ಲಿರುವಂತೆ ಕಾಣಲಿಲ್ಲ. 'ಈಗ ಯಾವುದು ಹೊಸ ಅನುದಾನ ಗ್ರಾಂಟ್ ಮಾಡೋಕೆ ಆಗೊಲ್ಲ ಮೇಷ್ಟ್ರೇ ಮುಂದೆ ಯಾವಾಗಲಾದರೂ ನೋಡೋಣ' ಎಂದ ಶಾಸಕರ ಮಾತಿಗೆ 'ಆಗಲಿ ಸರ್' ಎಂದು ತಲೆಯಲ್ಲಾಡಿಸಿ ಮುಖ್ಯ ಶಿಕ್ಷಕರು ಹಿಂತಿರುಗಿದರು.

ಹಾಗೆ ಹಿಂತಿರುಗಿದವರು ಶಾಲೆಗೆ ಬಂದು ಬಂಗಾರುಸ್ವಾಮಿಗೆ ಮಾತ್ರ ನೀಡಿದ್ದ 'ಶೌಚಾಲಯ ಬಳಕೆಯ ನಿಷೇಧ'ದಂಥ ಕಠಿಣ ಶಿಕ್ಷೆಯನ್ನು ಹಿಂಪಡೆದರು. ಅಲ್ಲಿಗೆ ಈ ಪ್ರಕರಣ ಸುಖಾಂತ್ಯ ಕಂಡಿತು.

5

ಒಂದು ಹಳೆಯ ನೆನಪು...

ಅಡುಗೆ ಮನೆಯಲ್ಲಿ ಕುಕ್ಕರ್ ವಿಷಲ್ ಮಾಡುವುದು, ಗಂಡ ಹೆಂಡತಿ ಇಬ್ಬರೂ ಒಮ್ಮೆಲೇ ಕೆಮ್ಮುವುದು ಏಕಕಾಲಕ್ಕೆ ಜರುಗಿತು. ಇಬ್ಬರೂ ಮುಖ ನೋಡಿಕೊಂಡು ಮುಗುಳು ನಕ್ಕರು. 'ಏನೋ ನೆನಪಾಯ್ತು' ಎಂದು ಮೆಲುದನಿಯಲ್ಲಿ ಅವನಿಗೆ ಕೇಳಬಾರದೆಂಬಂತೆ ಹೇಳಿದಳಾಕೆ.

'ನನಗೂ ಅಷ್ಟೇ ಏನೋ ನೆನಪಾಯ್ತು' ಅಂದನಾತ. ಆಗ ಅವಳ ಧ್ವನಿ ಜೋರಾಯ್ತು. 'ಏನು ಹೇಳು' ಎಂದು ಕೇಳಿದಳು.

ಮತ್ತೊಂದು ವಿಷಲ್ ಆಗುವಷ್ಟರಲ್ಲಿ ಇಬ್ಬರೂ ಆ ವಿಷಯ ಮರೆತರು. ಅಲ್ಲಲ್ಲ, ಮರೆತಂತೆ ನಟಿಸಿದರು.

***

ಮರೆತದ್ದೇ ಮತ್ತೆ ನೆನಪಾಗುವಾಗ ಮರೆತಂತೆ ನಟಿಸಿದ್ದು ನೆನಪಾಗದೇ ಇರುತ್ತದೆಯೇ? ಅವರಿಬ್ಬರಿಗೂ ಅದೇ ಆಯಿತು.

ಅವನ ನೆನಪು;

ಒಂದು ದಿನ ಚಿಕ್ಕವನಿದ್ದಾಗ ಅಪ್ಪ ಯಾಕೋ ಸಪ್ಪಗೆ ತಮ್ಮ ಹಳ್ಳಿ ಮನೆಯ ಕಟ್ಟೆಯ ಮೇಲೆ ಕೂತದ್ದನ್ನು ಗಮನಿಸಿದವನು ಅಡುಗೆ ಮನೆಯಲ್ಲಿದ್ದ ಅಮ್ಮನನ್ನು ಹೋಗಿ ನೋಡಿದ್ದ. ಇದರ ಬಗ್ಗೆ ಏನೂ ತಿಳಿಯದಂತೆ ಇದ್ದವಳನ್ನು ಕಂಡು ಮನೆಯ ಮುಂದಿನ ಗಿಡದಲ್ಲಿದ್ದ ಗುಲಾಬಿ ಹೂವೊಂದನ್ನು ಕಿತ್ತು ತಂದು ಅಪ್ಪನ ಕೈಗೆ ಥೇಟ್ ಪ್ರೇಮ ನಿವೇದನೆ ಮಾಡುವ ಯುವಕನೋರ್ವನಂತೆ ಕೊಟ್ಟಿದ್ದ. ತೀರ ಸಹಜವಾಗಿ ಆ ಹೂವನ್ನು ಪಡೆದ ಅಪ್ಪ, ಯಾವುದೇ ಪ್ರತಿಕ್ರಿಯೆ ನೀಡದೆ ಅದನ್ನು ಜಗುಲಿಯ ಕಿಟಕಿಯಲ್ಲಿಟ್ಟು ಹಿತ್ತಲಿಗೆ ಹೋದ. ಆ ರಾತ್ರಿ ಮಂಚದಲ್ಲಿ ಮಲಗಿದ್ದ ಅಪ್ಪ ಬೆಳಗ್ಗೆ ಏಳಲಿಲ್ಲ. ಅಮ್ಮನೊಂದಿಗೆ ಆ ರಾತ್ರಿ ಮಾತಾಡಿದ್ದನ್ನೂ ಅವನು ನೋಡಿರಲಿಲ್ಲ. ಸಾಯುವ ದಿನ ಅಪ್ಪನಿಗೆ ಗುಲಾಬಿ ಹೂವು ಕೊಟ್ಟ ಮಗ ಮತ್ಯಾರಾದರೂ ಇರಲಿಕ್ಕೆ ಸಾಧ್ಯವೇ? ಹೂವುಗಳು ಸಾವು ತರಬಲ್ಲವೆ? ಹೂವಿನೊಂದಿಗೆ ಇರುವ ಮುಳ್ಳುಗಳು ವಿಷಕಾರಿಯೇ? ನಾನು ಬರೀ ಹೂವು ಮಾತ್ರ ಕೊಟ್ಟಿದ್ದಲ್ಲವೆ? ಅದರ ಜೊತೆ ಮುಳ್ಳು ಇರಲಿಲ್ಲ ಅಲ್ಲವೆ? ಅಪ್ಪನ ಸಾವಿಗೆ ಈಗ ದುಃಖಿಸಲೂ ಆಗದಷ್ಟು ದೂರ ಬಂದಾಗಿದೆ. ಅಮ್ಮ ಗಟ್ಟಿಗಿತ್ತಿ ಎಲ್ಲವನ್ನೂ ನಿಭಾಯಿಸಿದಳು. ಅಷ್ಟಲ್ಲದೆ ನನ್ನನ್ನು ಒಬ್ಬ ಸರ್ಕಾರಿ ಅಧಿಕಾರಿಯಾಗಿ ಮಾಡಲು ಸಾಧ್ಯವಿತ್ತೆ?

ಎಂದು ಯೋಚಿಸುತ್ತಲೇ ತನ್ನ ಕಛೇರಿಯ ಮೆಟ್ಟಿಲುಗಳನ್ನು ಹತ್ತಿದ.

***

ಅವಳ ನೆನಪು;

ಅವನು ಡ್ಯುಟಿಗೆ ಹೊರಟ ತಕ್ಷಣವೇ ಇವಳು ಬೆಳ್ಳಂಬೆಳಗ್ಗೆ ಮೆಲ್ಲಗೆ ತನ್ನ ಸೂಟ್ ಕೇಸ್ ನಲ್ಲಿಟ್ಟಿದ್ದ ಆಟೋಗ್ರಾಫ್ ತೆಗೆದಳು. ನೇರವಾಗಿ ಅದೊಂದು ಪುಟದಲ್ಲಿ ಕಣ್ಣು ನೆಟ್ಟಳು. ಅಲ್ಲಿದ್ದುದು ಈ ನಾಲ್ಕು ಸಾಲುಗಳು:

'ಗೆಳತಿ,
ನಿನ್ನ ನೆನಪು,
ಅದು,
ನಿನ್ನದೇ ಎರಡು ನೆನಪುಗಳ
ನಡುವಿನ ಜಾಹೀರಾತು'
– **ಅನಾಮಿಕ ಕವಿ.**

ಈ ಸಾಲುಗಳ ಹೊರತಾಗಿ ಆ ಪುಟದಲ್ಲಿ ಕೇವಲ ಒಂದು ಸಹಿ ಇತ್ತಷ್ಟೇ. ಆ ಕವಿಯಂತೆಯೇ ಆಟೋಗ್ರಾಫ್ ಬರೆದವನು ಸಹ ಅನಾಮಿಕತೆ ಬಯಸಿದ್ದ. ಅದಕ್ಕೆ ಕಾರಣವು ಅವಳ ನೆನಪಿನಲ್ಲಿತ್ತು. ಆಟೋಗ್ರಾಫ್ ಮುಚ್ಚಿಟ್ಟು, ಆ ದಿನ ನಡೆದದ್ದನ್ನು ಯೋಚಿಸಿದಳು. ಅದು ಕಾಲೇಜ್‌ನ ಕೊನೇ ದಿನ. ಯಾರಿಗೂ ಶತೃಗಳಂತೆ ಬೀಳ್ಕೊಡಲು ಇಷ್ಟವಿರಲಿಲ್ಲ. ಈಗಾಗಲೇ ಪ್ರೇಮಿಗಳಂತೆ ಓಡಾಡಿಕೊಂಡವರಿಂದ ಹಿಡಿದು, ಇನ್ನೂ ಹೇಳಬೇಕಿದ್ದವರು, ಭಗ್ನ ಪ್ರೇಮಿಗಳೂ ಎಲ್ಲರೂ ಉತ್ಸಾಹದಲ್ಲೇ ಇದ್ದರು. ಗೆಳತಿಯರ ಗುಂಪಲ್ಲಿದ್ದ ಅವಳ ಬಳಿ ಬಂದವನೊಬ್ಬ ಒಂದು ಗುಲಾಬಿಯನ್ನು ಅವಳ ಮುಂದೆ ಹಿಡಿದು ನಿಂತ. ಗುಲಾಬಿಯ ಸೌಂದರ್ಯ ಅವನಿಗೂ ಪಸರಿಸಿತ್ತು. ಅವಳಿಗೆ ಆ ಹೂವನ್ನು ತಿರಸ್ಕರಿಸಲು ಮನಸ್ಸಾದರೂ ಎಲ್ಲಿಂದ ಬರಬೇಕು? 'ಥ್ಯಾಂಕ್ಸ್, ಸೋ ಕೈಂಡ್ ಆಫ್ ಯೂ' ಎಂದವಳೇ ತಕ್ಷಣ ತನ್ನ ಕೈಯಲ್ಲಿದ್ದ ಆಟೋಗ್ರಾಫ್ ಕೊಟ್ಟು 'ಇದರಲ್ಲಿ ಏನಾದರೂ ಬರೀರಿ' ಎಂದಳು. ಆಗ ಅವನು ಈ ಮೇಲಿನ ಸಾಲುಗಳನ್ನು ಬರೆದುಕೊಟ್ಟು ಹೋದನು. ಇವಳೋ, ಅಪರಿಚಿತನಾದ ಅವನೇನು ಬರೆದಿರಬಹುದೆಂದೂ ಕೂಡ ನೋಡಿರಲಿಲ್ಲ. ಆಮೇಲೆ ಪೂರ್ತಿ ಆಟೋಗ್ರಾಫ್ ಓದಿದಾಗ ಬೇರೆಲ್ಲರೂ ತಂತಮ್ಮ ಹೆಸರು, ವಿಳಾಸ ಬರೆದಿದ್ದರಿಂದ ಈ ಅನಾಮಿಕನ ಬರಹ ಸುಲಭವಾಗಿ ಪತ್ತೆಹಚ್ಚಲಾಯಿತು. ಆದರೆ ಅದುವರೆಗು ಒಮ್ಮೆಯೂ ಮಾತನಾಡಿಸದ, ಯಾರೆಂದೂ ತಿಳಿಯದವ ಅಷ್ಟು ಗಾಢವಾದ ಸಾಲುಗಳನ್ನು ನನಗೇಕೆ ಬರೆದ? ಆ ದಿನ ಅದೇಕೆ ಹೂವು ಕೊಟ್ಟು ಹೋದ. ತನ್ನ ಅನಾಮಿಕತೆಯಿಂದಲೇ ತನ್ನೆಡೆಗೆ ಸೆಳೆತ ಹುಟ್ಟು ಹಾಕಿ ಹೋಗಿದ್ದೇಕೆ? ಎಂದು ಅವಳು ಮೊದಲೆಲ್ಲ ಬಹಳ ಯೋಚಿಸುತ್ತಿದ್ದಳು. ಕ್ರಮೇಣ ಅದು ಕಡಿಮೆಯಾಯಿತು. ಆದರೆ ಅನಾಮಿಕನಾಗಿ ಉಳಿದವನ ಬಗ್ಗೆ ಕುತೂಹಲ ಇಟ್ಟುಕೊಳ್ಳುವುದು ತನಗೆ ಸರಿಕಾಣಲಿಲ್ಲ ಎಂಬ ಕಾರಣಕ್ಕೆ ಆ ಅನಾಮಿಕ ಇನ್ಯಾರೂ ಅಲ್ಲ ತನ್ನ ಪತಿಯೇ ಎಂಬ ತೀರ್ಮಾನಕ್ಕೆ ಬಂದಳು. ತನ್ನನ್ನು ಅಷ್ಟೊಂದು ಕಾಳಜಿಯಿಂದ, ಪ್ರೀತಿಯಿಂದ ನೋಡಿಕೊಳ್ಳುವ ಪತಿಯೇ ಆ ಅನಾಮಿಕ ಆಗಿರಲಿಕ್ಕೆ ಸಾಕು ಎಂದು ನಿರ್ಧರಿಸಿದ್ದರಿಂದಾಗಿ ಆ ದಿನ ಬೆಳಗ್ಗೆ ಕುಕ್ಕರ್ ವಿಷಲ್ ಹಾಕುವುದಕ್ಕೂ ಮೊದಲು ಆಕೆ 'ರೀ ಇವತ್ತು ಬರೋವಾಗ

ನನಗೊಂದು ಗುಲಾಬಿ ಹೂವು ತರ್ತೀರಾ?' ಎಂದು ಕೇಳಿದ್ದಳು. ಆಗಲೇ ಇಬ್ಬರೂ ಒಟ್ಟಿಗೆ ಕೆಮ್ಮಿದ್ದು ಕೂಡ.

***

ಹೀಗೆ ಇಬ್ಬರೂ ತಂತಮ್ಮ ನೆನಪುಗಳನ್ನು ಮೆಲುಕು ಹಾಕಿದ್ದನ್ನು ಗೌಪ್ಯವಾಗಿಟ್ಟುಕೊಂಡೆವು ಎಂದುಕೊಂಡರು.

ಆದರೆ 'ಗುಲಾಬಿ ಹೂವು ಕೊಟ್ಟು ಅಪ್ಪನನ್ನು ಕಳೆದುಕೊಂಡದ್ದು ನೆನಪಾದವನಿಗೆ ಆಕೆಯ ಬೇಡಿಕೆ ಈಡೇರಿಸುವುದೆಂತು ಎಂಬ ದಿಗಿಲಾದರೆ ಅವಳಿಗೆ ಆ ಸಾಲುಗಳಲ್ಲಿ ಅವನು ನಿಜಕ್ಕೂ ಬರೆದದ್ದು ಯಾರ ನೆನಪಿನ ಬಗ್ಗೆ ಎಂಬ ಸಂಶಯ ಮೂಡಿ 'ಇವನು ಸಂಜೆ ಹೂವು ತರದಿದ್ದರೆ ಸಾಕು' ಎಂದುಕೊಂಡಳು.

ಅಲ್ಲಿಗೆ 'ಗುಲಾಬಿ ಹೂವಿನಿಂದಾಗಿ ಮತ್ತೊಮ್ಮೆ ಬರಬಹುದಾದ ಸಾವನ್ನು ತಪ್ಪಿಸಿಯೇ ತೀರುತ್ತೇನೆ' ಎಂಬ ಸಮಾಧಾನ ಅವನದ್ದಾದರೆ, ಆ ಅನಾಮಿಕ ಕೊಟ್ಟ ಹೂವಿನ ನೆನಪು ಹಾಗೆಯೇ ಅನಾಮಿಕವಾಗಿಯೇ ಉಳಿಯಲಿ ಎಂಬ ಮಧುರ ಭಾವ ಅವಳದ್ದು.

ಒಂದೇ ಗುಲಾಬಿ. ಎರಡು ನೆನಪು. ಒಂದು ಹೂವು; ಮತ್ತೊಂದು ಮುಳ್ಳು !

6

ಆಕೆ

'ನಡುರಾತ್ರಿಯಲ್ಲಿ 'ಆಕೆ'ಗೆ ಎಚ್ಚರವಾದಾಗ ತಾನೀಗ ರೈಲ್ವೇ ಟ್ರ್ಯಾಕ್ ಮೇಲಿದ್ದೇನೆಂಬುದು ಖಾತರಿಯಾಯಿತು !'

***

ಅಲ್ಲಿಗೆ ಈ ಕತೆ ಮುಗಿಯಿತು.

ಏನಿದು? ಒಂದು ಅಸಂಬಂದ್ಧ ವಾಕ್ಯವನ್ನು ಬರೆದು ಕತೆ ಮುಗಿಯಿತು ಎಂದುಬಿಟ್ಟರೆ ಆಯ್ತೆ? ಇದೇನು ಕತೆಯ ಮಧ್ಯಭಾಗವೋ, ಕತೆಯೊಂದರ ಕೊನೆ ಸಾಲೋ, ಅಥವಾ ಆಧುನಿಕ ರಿವರ್ಸ್ ನರೇಶನ್ ಕತೆಯೊಂದರ ಮೊದಲ ವಾಕ್ಯವೋ ಎಂದು ನೀವು ಕೇಳಬಹುದು. ಹಾಗಂತಲೇ ಹೇಳಿದ್ದು ಇದು ಅತೀ ಸಣ್ಣ ಕತೆ ಎಂದು. ಇದನ್ನೊಂದು ಅಸಂಬದ್ಧ ಸಾಲು ಮಾತ್ರ ಎಂದು ನೀವು ಪರಿಗಣಿಸದಿರಲಿ ಎಂಬ ಕಾರಣಕ್ಕೆ ಈ ಕತೆಯ ಪ್ರತಿ ಪದಗಳ ರಹಸ್ಯವೇನಿರಬಹುದು ಎಂದು ನಿಮಗೆ ಪರಿಚಯಿಸಲು ಪ್ರಯತ್ನಿಸುತ್ತೇನೆ.

ಅಂದರೆ ಈ ಕತೆಯನ್ನು 'ನಾನು–ನೀವು' ಸೇರಿ ಕಟ್ಟಬೇಕಿದೆ ಅಂದ ಹಾಗಾಯಿತು. ಅಥವಾ ಈ ವಾಕ್ಯ ಓದಿದ ಕ್ಷಣವೇ ನಿಮ್ಮ ತಲೆಯಲ್ಲಿ ಒಂದು ಕತೆ ಹುಟ್ಟಿರಬಹುದು.

ನನಗನ್ನಿಸಿದ್ದನ್ನು ನಾನು ತಿಳಿಸಿಬಿಡುತ್ತೇನೆ ಉಳಿದಂತೆ ನೀವುಂಟು ಮತ್ತು ಕತೆಯುಂಟು.

***

ನಡುರಾತ್ರಿಯಲ್ಲಿ;
ಅಂದರೆ ಹಗಲಲ್ಲಿ ಅಲ್ಲ
ಮುಸ್ಸಂಜೆಯಲ್ಲೂ ಅಲ್ಲ.
ಬೆಳಗಿನ ಜಾವದಲ್ಲೂ ಅಲ್ಲ.

ದಿನದ ಬೇರೆ ಯಾವ ಸಮಯವೂ ಅಲ್ಲ. ಆಕೆ ರೈಲ್ವೇ ಟ್ರ್ಯಾಕ್ ಮೇಲೆ ತನ್ನನ್ನು ತಾನು ಕಂಡುಕೊಂಡಾಗ ನಡುರಾತ್ರಿಯೇ ಆಗಿತ್ತು ಎಂದರ್ಥ. ಅಂದರೆ ಈ ಕತೆ ಬೆಳಿಗ್ಗೆಯೋ, ಮಧ್ಯಾಹ್ನವೋ, ಸಂಜೆಯೋ ಪ್ರಾರಂಭವಾಗಿದೆ. ಈ ವಾಕ್ಯ ಬರುವಷ್ಟರಲ್ಲಿ ನಡುರಾತ್ರಿಯಾಗಿರಬೇಕು ಅಥವಾ ಇದು ಕತೆಯ ಮಧ್ಯ ಭಾಗದಲ್ಲಿ ಬರುವ ಸಾಲಾಗಿದ್ದರೆ ನಡುರಾತ್ರಿ ಎಂಬುದು ಕೇವಲ ಒಂದು ಸಮಯದ ಗುರುತು ಮಾತ್ರ. ಏಕೆಂದರೆ ಅನಂತರವೂ ಕತೆಯಲ್ಲಿ ಬೆಳಗಾಗಬಹುದು. ಮರುದಿನ, ಮುಂದಿನ ವಾರ, ಮುಂದಿನ ತಿಂಗಳು ಅಥವಾ ಹಲವು ವರ್ಷಗಳ ಅನೇಕ ರಾತ್ರಿಗಳು ಕತೆಯಲ್ಲಿ ಬಂದು ಹೋಗಬಹುದು. ಆಗ ಈ ವಾಕ್ಯದಲ್ಲಿರುವ 'ನಡುರಾತ್ರಿ'ಯಲ್ಲಿ ಎಂಬ ಪದ ಅಷ್ಟೇನೂ ಪ್ರಾಮುಖ್ಯತೆ ಪಡೆಯದೇ ಒಂದು ಸಣ್ಣ 'ಘಟ್ಟ'ವಾಗಬಹುದಷ್ಟೇ. ಅಲ್ಲದೆ ನಡು ರಾತ್ರಿಯಲ್ಲಿ ಎಂಬ ಪದ 'ಆಕೆ' ಎಂಬ ಪದದೊಂದಿಗೆ ಸೇರಿ ನಿಮ್ಮಲ್ಲಿ ಒಂದು 'ಭಯಾನಕ'ವಾದ ಕಲ್ಪನೆಗೂ ಕಾರಣವಾಗಿರಬಹುದು. ಅಂಥ ಅನೇಕ ಕಲ್ಪನೆಗಳನ್ನು ಹಾಗೆಯೇ ಕೂಡಿಟ್ಟುಕೊಂಡಿರಿ ಮುಂದಿನ ಪದಗಳ ಬಗ್ಗೆಯೂ 'ಸಂಶೋಧನೆ' ಮಾಡಿದ ನಂತರ ಅವು ಅರ್ಥ ಪಡೆದುಕೊಂಡಾವು.

***

'ಆಕೆ';
ಯಾರು ಆಕೆ?
ಓರ್ವ ಹೆಂಗಸೇ?
ಹುಡುಗಿಯೇ?
ಮಧ್ಯ ವಯಸ್ಕಳೇ?
ಪರಿತ್ಯಕ್ತೆಯೇ?
ಅನಾಥಳೇ?

ತುಂಬು ಸಂಸಾರದ ಸದಸ್ಯಳಾಗಿದ್ದು ಸಾಕಷ್ಟು ನೋವುಂಡವಳೇ?

ಈ ಮುಂಚೆಯೇ ಆ ಮಾರ್ಗದಲ್ಲಿ ಹೋಗಿರುವ ಯಾವುದಾದರೂ ರೈಲಿನಿಂದ ತಳ್ಳಲ್ಪಟ್ಟವಳೆ? ತಳ್ಳಲ್ಪಟ್ಟಳಾ ಅಥವಾ ಅವಳೇ ಹಾರಿದ್ದಾಳೆಯೇ?

ಕೌಟುಂಬಿಕ ಕಲಹದಿಂದ ನೊಂದು ತಾನಾಗಿಯೇ ಇಲ್ಲಿ ಬಂದು ಮಲಗಿರುವಳೆ?

ಪುಂಡ ಪೋಕರಿಗಳ ಗುಂಪೊಂದು ಅವಳನ್ನು ಬೆನ್ನತ್ತಿದ ಪರಿಣಾಮ ಓಡಿ, ಓಡಿ ಕತ್ತಲಲ್ಲಿ ಮುಂದುವರಿಯಲಾರದೆ ಅಲ್ಲೇ ಮಲಗಿಬಿಟ್ಟಳೇ? ಕಾಮುಕರ ಗುಂಪೊಂದು ಮಾಡಿದ 'ಸಾಮೂಹಿಕ ಅತ್ಯಾಚಾರಕ್ಕೊಳಗಾದ ನತದೃಷ್ಟೆ 'ಆಕೆ' ಮನೆಗೆ ಮುಖ ಮಾಡಲಾಗದೆ ಬಂದಿಲ್ಲಿ ಬಿದ್ದಳೆ?

ತಮ್ಮ 'ಪ್ರೇಮ'ಕ್ಕೆ ಎರಡೂ ಮನೆಯವರು ಒಪ್ಪದ ಕಾರಣ ಯಾವುದೋ ಊರಿಗೆ ಪರಾರಿಯಾಗಲು ನಿರ್ಧರಿಸಿ ಇನ್ನೂ ಬಾರದ ತನ್ನ ಪ್ರಿಯಕರನಿಗಾಗಿ ಅದೆಷ್ಟೋ ದಿನಗಳಿಂದ ಪ್ಲಾಟ್‌ಫಾರಂನಲ್ಲಿ ಕಾದೂ ಕಾದೂ ಮನನೊಂದು ಈ ದಿನ ಟ್ರ್ಯಾಕ್ ಮೇಲೆ ಬಂದು ಹೀಗೆ ಮಲಗಿದಳೇ?

ಕಠಿಣ ಶ್ರಮ ಹಾಕಿ ಬರೆದ ಯು.ಪಿ.ಎಸ್.ಸಿ. ಪರೀಕ್ಷೆಯಲ್ಲಿ ಆರನೇ ಬಾರಿಯೂ ತೇರ್ಗಡೆಯಾಗದ ಕಾರಣ 'ಆಕೆ' ರೋಸಿದ್ದಾಳೆಯೇ?

ಸಾಕಷ್ಟು ಬುದ್ಧಿವಂತೆಯಾಗಿದ್ದು, ಒಳ್ಳೆಯ ಕೆಲಸದಲ್ಲಿದ್ದರೂ ಯಾವೊಂದು ಮದುವೆ ಪ್ರಸ್ತಾಪವೂ ಸರಿಹೊಂದದೆ, ತನಗಾಗಿ ಯಾವ ಗಂಡನ್ನೂ ದೇವರು ಸೃಷ್ಟಿಸಿಲ್ಲ ಎಂಬ ಹತಾಶೆಗೆ ತಲುಪಿದವಳೇ?

ಮೂಲಭೂತ ಸೌಕರ್ಯಗಳನ್ನು ನೀಡಬೇಕೆಂದು ಒತ್ತಾಯಿಸಿ ಸರ್ಕಾರದ ವಿರುದ್ಧ ಪ್ರತಿಭಟನೆ ಮಾಡಲು ಹಳ್ಳಿಯಿಂದ ಬಂದ ಮಹಿಳೆಯರ ಗುಂಪಿನಿಂದ ತಪ್ಪಿಸಿಕೊಂಡು ಕಂಗೆಟ್ಟವಳಾ?

ಸಿನಿಮಾ ಹಿರೋಯಿನ್ ಆಗಲೇಬೇಕೆಂಬ ಆಸೆಯಿಂದ ಕಳುಹಿಸಿದ ತನ್ನ ಪೋಟೋಗಳನ್ನು ನಿರ್ದೇಶಕ ದುರುಪಯೋಗ ಪಡಿಸಿಕೊಂಡನೆಂಬ ಕಾರಣಕ್ಕೆ ಸಮಾಜಕ್ಕೆ ಮತ್ತೆ ಮುಖ ತೋರಿಸಲಾರದ ಸ್ಥಿತಿಗೆ ಬಂದವಳೇ?

'ಮದುವೆಯಾಗಿ ಹತ್ತು ವರ್ಷವಾದರೂ ಮಕ್ಕಳಾಗಲಿಲ್ಲವಲ್ಲೇ ಬಂಜೆ ನೀನು' ಎಂಬ ನಿಂದನೆಗೆ ತುತ್ತಾಗಿ ಮನೆಯೊಳಗೆ ಕೇವಲ ತೊತ್ತಾಗಿ ಇರಲಾರದ ತನ್ನಲ್ಲದ ತಪ್ಪಿಗೆ ತಲೆ ಕೊಡುತ್ತಿರುವವಳೆ?

ರಾತ್ರಿ ಹತ್ತರ ನಂತರ ಬೆಳಗಿನ ಜಾವದ ತನಕ ಯಾವ ರೈಲುಗಳೂ ಆ ಟ್ರ್ಯಾಕ್ನಲ್ಲಿ ಬರುವುದಿಲ್ಲ ಎಂಬುದನ್ನು ಖಚಿತವಾಗಿ ಬಲ್ಲ ವೃದ್ಧ ಭಿಕ್ಷುಕಿಯೇ? ಅವಳಿಗದು ನಿತ್ಯದ ನಿದ್ದೆಯೇ?

ಇವಳೇನಾದರೂ ಮಿಥಿಲೆಗೆ ಹೋದ ಕೃಷ್ಣನ ನಿರೀಕ್ಷೆಯಲ್ಲಿ, ವಿರಹದಲ್ಲಿ ವಿವಶವಾಗಿ, ವೈರಾಗ್ಯದಿಂದ ಬಂದಿಲ್ಲಿ ಮಲಗಿರುವ ರಾಧೆಯೇ?

ಅಣ್ಣನನ್ನು ಹಿಂಬಾಲಿಸಿದ ಲಕ್ಷ್ಮಣನ ಬರುವಿಕೆಯನ್ನು ಕಾದು ಬಸವಳಿದ ಊರ್ಮಿಳೆಯೇ?

ಇಂದ್ರನನ್ನು ಮೋಹಿಸಿದ ಕಾರಣಕ್ಕೆ ಶಾಪಕ್ಕೆ ತುತ್ತಾದ ಅಹಲ್ಯೆಯೇನಾದರೂ ತಪ್ಪಿಸಿಕೊಂಡಿರುವಳೇ?

ಹೀಗೆ ಈ 'ಆಕೆ' ಯಾರಾಗಿದ್ದಳು ಎಂಬುದರ ಮೇಲೆ 'ನಡುರಾತ್ರಿ'ಯಲ್ಲಿ ಅನ್ನುವ ಪದ ತೀವ್ರತೆಯನ್ನು ಪಡೆಯುತ್ತದೆ. ನಮಗೀಗ 'ನಡುರಾತ್ರಿ' ಮತ್ತು 'ಆಕೆ' ಎಂಬೆರೆಡು ಪದಗಳ ಬಗ್ಗೆ ತಿಳಿದದ್ದು ಕತೆಗಿರುವ ವಿವಿಧ ಆಯಾಮಗಳನ್ನು ಅರ್ಥೈಸಿಕೊಳ್ಳಲು ಅನುಕೂಲವಾಯಿತು ಮುಂದಿನ ಪದಗಳತ್ತ ಗಮನಹರಿಸೋಣ. ಕತೆ ಅರ್ಥಕ್ಕೆ ನಿಲ್ಲಬಾರದಲ್ಲವೆ?

***

ಎಚ್ಚರವಾದಾಗ;

ಅಂದರೆ ಆಕೆ ಈ ಕತೆಯ ಈ ಹಂತದಲ್ಲಿ ಎಚ್ಚರವಾಗಿದ್ದಾಳೆ ಎಂದು ಅರ್ಥ. ಹಾಗೆಯೇ ಅಲ್ಲಿಯ ತನಕ ಆಕೆ ಅಲ್ಲಿ ಮಲಗಿದ್ದಳು ಮತ್ತು ನಿದ್ರಿಸುತ್ತಿದ್ದಳೆಂದು, ಆ ಕ್ಷಣಕ್ಕೆ ಅವಳಿಗೆ ಎಚ್ಚರವಾಗಿದೆ ಎಂದೂ ತಿಳಿಯಬೇಕಾಗುತ್ತದೆ.

ಈ ಪದ ಅವಳಿಗೆ ಗೊತ್ತಿಲ್ಲದೇ, ಆಕೆಯನ್ನು ರೈಲ್ವೇ ಟ್ರ್ಯಾಕಿನ ಮೇಲೆ ತಂದು ಹಾಕಲಾಗಿದೆ ಎಂಬುದನ್ನು ಹೆಚ್ಚು ಒತ್ತಿ ಹೇಳುತ್ತದೆ. ಹಾಗೆ ತಂದು ಹಾಕಲು ಇರಬಹುದಾದ ಕಾರಣಗಳನ್ನು ಈಗಾಗಲೇ 'ಆಕೆ'ಯ ಬಗ್ಗೆ ಊಹಿಸುವಾಗ ನಾವು ಕಂಡುಕೊಂಡಿದ್ದೇವೆ.

ಅಲ್ಲದೆ 'ಆಕೆ'ಗೆ ಮೂರ್ಛೆ ಹೋಗುವ ಕಾಯಿಲೆಯೇನಾದರೂ ಇದ್ದು, ಆಗ ತಾನೆ ಎಚ್ಚರವಾಗಿರಬಹುದೇ?

ಇದು ಕತೆಯ ಆರಂಭದ ವಾಕ್ಯವಾಗಿದ್ದಲ್ಲಿ ಎಚ್ಚರವಾದ ಮೇಲೆ ಆಕೆ ಏನನ್ನೋ ಮಾಡುತ್ತಾಳೆ, ಎಲ್ಲಿಗೋ ಹೋಗುತ್ತಾಳೆ ಎಂಬುದನ್ನು ಖಚಿತವಾಗಿ ಹೇಳುತ್ತದೆ. ಹಾಗೆಯೇ ಕತೆ ಮಧ್ಯಭಾಗದ ಸಾಲಾಗಿದ್ದರೆ ಆಗ ಈ ಹಿಂದೆ ಎಚ್ಚರವಾಗಿದ್ದ ಅವಳು ಈಗ ಬಂದು ಮಲಗಿದ್ದಾಳೆ ಅಥವಾ ಮಲಗಿಸಲಾಗಿದೆ ಎಂದೂ, ಇನ್ನೇನು ಎಚ್ಚರವಾಗಲಿರುವುದರಿಂದ ಮುಂದೇನು ಮಾಡಿಯಾಳು, ಕತೆ ಹೇಗೆ ಸಾಗುತ್ತದೆ ಎಂದು ಕುತೂಹಲ ಮೂಡಿಸುತ್ತದೆ.

ಒಂದು ವೇಳೆ 'ಎಚ್ಚರವಾದಾಗ' ಎಂಬುದು ಈ ಕತೆಯ ಕೊನೇ ಸಾಲು ಆಗಿದ್ದಲ್ಲಿ ಒಂದು ರೀತಿಯ ತಾತ್ವಿಕ ಮತ್ತು ತಾರ್ಕಿಕ ಅರ್ಥಗಳನ್ನು ನೀಡುತ್ತದೆ. ಯಾವುದೋ ಒಂದು ದೊಡ್ಡ ಕತೆ ಈಗಾಗಲೇ ನಡೆದಿದೆ ಅದನ್ನು ಆಕೆ ಕನಸಿನಲ್ಲಿ ಕಂಡಂತೆ ಓದುಗರಿಗೆ ವಿವರಿಸಿ ಈಗ 'ಎಚ್ಚರವಾದಳು' ಎಂಬಂತ ಅರ್ಥ ಪಡೆದುಕೊಳ್ಳಬಹುದು. ಅಥವಾ ಗಾಂಧೀಜಿಯ ರಾಮರಾಜ್ಯದ ಕನಸು ಸಾಕಾರಗೊಂಡು ಆಕೆ ನಡುರಾತ್ರಿಯಲ್ಲಿ 'ಎಚ್ಚರಗೊಂಡು' ದಿಟ್ಟವಾಗಿ ಮುನ್ನಡೆಯಬಲ್ಲವಳೇ? ಹಾಗೂ 'ಎಚ್ಚರವಾದಾಗ' ಎಂಬುದು ಕಾಲ ಸೂಚಕವೂ ಆದ್ದರಿಂದ ಆಕೆ ಹಾಗೆ ಅಲ್ಲಿ ಮಲಗಿ ಎಷ್ಟು ದಿನಗಳಾದವು? ವರ್ಷಗಳಾದವು? ಶತಮಾನಗಳೇ ಆದವೇ? ಹಾಗಾದರೆ ಈಗ 'ಎಚ್ಚರ' ವಾಗುವಂತಹ ವಿಸ್ಮಯ ಏನಾದ್ರೂ ನಡೀತೆ?

***

'ತಾನು + ಈಗ' = ತಾನೀಗ;

ಎಂಬ ಪದದಿಂದ ಮೊದಲು ಸ್ಪಷ್ಟವಾಗುವುದೇನೆಂದರೆ ಈ ಕತೆ ತೃತೀಯ ಪುರುಷ ನಿರೂಪಣೆಯಲ್ಲಿದೆಯೇ ಹೊರತು ಪ್ರಥಮ ಪುರುಷದಲ್ಲಲ್ಲ ಎಂದು. ಒಂದು ವೇಳೆ 'ತಾನೀಗ' ಬದಲು 'ನಾನೀಗ' ಎಂದು ಹೇಳಿದ್ದರೆ ಆಗ ಅದು ಪ್ರಥಮ ಪುರುಷ ನಿರೂಪಣೆಯಲ್ಲಿದೆ ಅನ್ನಿಸುತ್ತಿತ್ತು. ಜೊತೆಗೆ ಕತೆಗಾರ್ತಿ (ಆಕೆ ಎಂಬ ಪದದಿಂದ ಇದು ಸ್ಪಷ್ಟವಾಗದು. ತಾನು ಒಂದು ಪಾತ್ರವಾಗಿ ಕತೆ ಕಟ್ಟಿದ್ದಾಳೆ ಎಂದು ತಿಳಿಯಬೇಕಾಗುತ್ತಿತ್ತು. ಆದರೆ ಇಲ್ಲಿ 'ತಾನೀಗ' ಎಂಬ ಪದ ಬಳಸಿರುವುದು ಕತೆಗಾರನ ಅಥವಾ ಕತೆಗಾರ್ತಿಯ ಜಾಣ್ಮೆಯಾಗಿದ್ದು ಬೇರೊಬ್ಬ ಹೆಂಗಸಿನ ಕತೆ ಹೇಳುತ್ತಿರುವುದಾಗಿ ಸ್ಪಷ್ಟ ಪಡಿಸುತ್ತಾನೆ(ಳೆ). ಇಂಥ ಒಂದೇ ಸಾಲಿನ ಕತೆಗೆ ಈ ಪದ 'ಸ್ಪಷ್ಟತೆ' ಮತ್ತು 'ಅಸ್ಪಷ್ಟತೆ' ಎರಡನ್ನೂ ತಂದುಕೊಡುತ್ತದೆ.

ಹಾಗಾಗಿ 'ತಾನೀಗ' ಎಂಬ ಪದ ಕತೆಯಲ್ಲಿರುವ ಪಾತ್ರ, ಕತೆಗಾರನೋ, ಕತೆಗಾರಳೋ ಅಲ್ಲ ಎಂಬುದನ್ನು ಸ್ಪಷ್ಟಪಡಿಸಿ, ಅದೊಂದು ಬೇರೊಬ್ಬಳ ಹೆಣ್ಣಿನ ಕತೆ ಎಂದು ನಿಖರವಾಗಿ ದಾಖಲಿಸುತ್ತದೆ. ಅಲ್ಲದೇ ಅಂಥ ಸರ್ವನಾಮ ಪದಕ್ಕೆ ಇನ್ನೇನು ವಿಶೇಷ ಅರ್ಥ ಇರಬೇಕಿಲ್ಲ ಬಿಡಿ ಎಂಬ ತೀರ್ಮಾನಕ್ಕೂ ಬರಬಹುದು.

***

ರೈಲ್ವೇ ಟ್ರ್ಯಾಕ್;

ಇದು ಕತೆ ನಡೆಯುವ ಸ್ಥಳ. ಒಂದೇ ಸಾಲಿನಲ್ಲಿ ಪೂರ್ತಿ ಕತೆಯಿರುವುದರಿಂದ ರೈಲ್ವೇ ಟ್ರಾಕ್ನಲ್ಲಿಯೇ ಕತೆ ಆರಂಭವಾಗಬೇಕು ಅಥವಾ ಮುಕ್ತಾಯಗೊಳ್ಳಬೇಕು. 'ಆಕೆ' ಯಾರಿರಬಹುದು ಎಂದು ಮಾಡಿದ ಊಹೆಗಳಲ್ಲಿ ಯಾವುದೊಂದು

ನಿಜವಾದರೂ 'ರೈಲ್ವೆ ಟ್ರ್ಯಾಕ್'ನ್ನೇ ಕತೆಗಾರ ಸೂಚಿಸಲು ಕಾರಣವೇನಾದರೂ ಇದೆಯೇ? ಅಸಾಯಕ ಹೆಣ್ಣಿನ ಪರಿಸ್ಥಿತಿಯೊಂದನ್ನು ಚಿತ್ರಿಸಲು 'ರೈಲ್ವೆ ಟ್ರ್ಯಾಕ್'ನ್ನೇ ಏಕೆ ಆಯ್ದುಕೊಳ್ಳಬೇಕು? ಹೇಗೂ ನಡುರಾತ್ರಿ ಎಂಬ ಪದ ಬಳಸಿರುವುದರಿಂದ ಒಂದು ಪಾರ್ಕ್, ಒಂದು ರಸ್ತೆ, ರಾಷ್ಟ್ರೀಯ ಹೆದ್ದಾರಿ, ಪಾಳು ಬಿದ್ದ ಬಂಗಲೆ, ಫ್ಲೈಓವರ್, ಏರ್ಪೋರ್ಟ್ ರೋಡು, ದಟ್ಟಡವಿಯ ಮಧ್ಯಭಾಗ, ಉತ್ತರ ಭಾರತದಿಂದ ಬಂದ ಯಾವುದೋ ಒಂದು ಗೂಡ್ಸ್ ಲಾರಿ. ಹೀಗೆ ಅನೇಕ ಸ್ಥಳಗಳಿದ್ದವು. ಆದರೆ ರೈಲ್ವೇ ಟ್ರ್ಯಾಕ್ ಮೇಲೆಯೇ ಕಥಾ ಸ್ಥಳವನ್ನು ಆರಿಸಿರುವುದು ತಕ್ಷಣಕ್ಕೆ ಅದೊಂದು ಸುದ್ದಿಯಾಗಬಲ್ಲದು, ಮರುದಿನ ಬೆಳಗ್ಗೆ ದೇಶವೇ ಅವಳ ಬಗ್ಗೆ ಮಾತಾಡಬಹುದು ಎಂಬ ಕಾರಣಕ್ಕಿದ್ದರೂ ಇರಬಹುದು. ಒಟ್ಟಿನಲ್ಲಿ ನಡುರಾತ್ರಿಯಲ್ಲಿ ರೈಲ್ವೆ ಟ್ರ್ಯಾಕಿನ ಮೇಲೆ ಓರ್ವ ಹೆಣ್ಣು ಇದ್ದಾಳೆ ಎಂಬುದು ಅನೇಕ ಅ(ನ)ಗತ್ಯ ಕುತೂಹಲಗಳಿಗೆ ಕಾರಣವಾಗುವುದಂತೂ ನಿಜವಲ್ಲವೇ? ಅದೊಂದು ಸಾಧಾರಣ ಕಥಾತಂತ್ರವಿರಬಹುದು ಅಷ್ಟೇ. ಇದೊಂದು ಸ್ಥಳ ಸೂಚಕ ಪದವಾಗಿದ್ದರೂ ಇಂಥದ್ದೇ ರೈಲ್ವೇ ಸ್ಟೇಷನ್ ಅಥವಾ ಮಾರ್ಗ ಎಂದು ಹೇಳದ ಕಾರಣ ಕತೆಯು ಮತ್ತಷ್ಟು ಸಾರ್ವಜನಿಕವಾಗಿಯೂ ತನ್ನ ವಿಸ್ತಾರವನ್ನು ಹೆಚ್ಚಿಸಿಕೊಂಡಿದೆ. ಅಲ್ಲದೆ ಓದುಗರು ಈ ಹಿಂದೆ ಯಾವತ್ತೋ ರೈಲ್ವೇ ಟ್ರ್ಯಾಕಿನ ಮೇಲೆ ಬಿದ್ದಿದ್ದ ವ್ಯಕ್ತಿಯೋರ್ವನನ್ನು ನೆನಪಿಗೆ ತಂದುಕೊಳ್ಳಲೂ ಬಹುದು. ಹೀಗೆ ಒಂದು ವಾಕ್ಯದ ಈ ಕತೆಯಲ್ಲಿ ರೈಲ್ವೆ ಟ್ರ್ಯಾಕ್ ಎಂಬ ಪದ ವಿಶೇಷವಾಗಿ ಗೋಚರಿಸುತ್ತದೆ.

***

ಖಾತರಿಯಾಯಿತು;

ಅಂದರೆ ಆಕೆಗೆ ಈಗ ಎಲ್ಲಿದ್ದೇನೆಂದು ತಿಳಿಯುವುದು ಮುಖ್ಯ ಎಂಬುದನ್ನು ಈ ಪದ ಸ್ಪಷ್ಟೀಕರಿಸುತ್ತದೆ. ಅಲ್ಲದೆ ಖಾತರಿಪಡಿಸಿಕೊಳ್ಳುವ ಪ್ರಮೇಯ ಬರುವುದು ಉದ್ದೇಶವಿಲ್ಲದೇ ಬೇರೊಂದು ಸ್ಥಳ ತಲುಪಿದಾಗ, ಅಥವಾ ನಮಗೆ ಅರಿವಿಲ್ಲದೇ ಯಾರಾದರೂ ನಮ್ಮನ್ನಲ್ಲಿಗೆ ಕೊಂಡೊಯ್ದಾಗ ಮಾತ್ರ. ಹಾಗಾಗಿ 'ಆಕೆ'ಯ ಹಿಂದೆ ಏನೋ ರಹಸ್ಯವಿದೆ ಎಂಬುದನ್ನಂತೂ ಊಹಿಸಲು ಈ ಪದ ಅವಕಾಶ ಮಾಡಿಕೊಡುತ್ತದೆ. ಅಲ್ಲದೆ ಕತೆಯ ಕೊನೆಯ ಪದವೂ ಇದೇ ಆಗಿದ್ದು, ಆ ಕುತೂಹಲ ತಣಿಯದೆ ಆಕೆಗೇನೋ ತನ್ನ ಸ್ಥಳ ಖಾತರಿಯಾಗುತ್ತದೆ ಆದರೆ ಓದುಗನಿಗೆ ಮಾತ್ರ ಏನೊಂದೂ ಖಾತರಿಯಾಗದೇ ಅನೇಕ ಗೊಂದಲಗಳನ್ನು ತಲೆಗೆ ಬಿಡುತ್ತಲೇ ಒಂದಿಷ್ಟು ಸಾಧ್ಯತೆಗಳನ್ನು ಯೋಚಿಸಲು ಪ್ರೇರೇಪಿಸುತ್ತದೆ. ಅದಕ್ಕೇ ನಾನು ಆರಂಭದಲ್ಲಿ ಹೇಳಿದ್ದು 'ಈ ಕತೆಯನ್ನು ನಾನು–ನೀವು ಸೇರಿ ಕಟ್ಟಬೇಕಿದೆ' ಎಂದು.

***

ಇಲ್ಲಿಗೆ ಕತೆ ಮುಗಿಯಿತು.

ಅಥವಾ

ಈಗ ಈ ಕತೆ ಪ್ರಾರಂಭವಾಯಿತು.

(ಕನ್ನಡದ ಖ್ಯಾತ ಕತೆಗಾರರು, ಅನುವಾದಕರೂ ಆದ ಎಸ್. ದಿವಾಕರ್ ಅವರು ಗ್ವಾಟೆಮಾಲಾದ 'ಅಗೊಸ್ತೊ ಮೊಂತೆರೋ್ಸೊ'ನ ಅತೀ ಚಿಕ್ಕ ಕತೆ 'ಡೈನೊಸಾರ್' ಬಗ್ಗೆ ಬರೆದ ಟಿಪ್ಪಣಿಯನ್ನು ಓದಿ ಈ ವೃತ್ತಾಂತವನ್ನು ಬರೆಯಲು ನನಗೆ ಪ್ರೇರಣೆಯಾಯಿತು ಎಂದು ನಿಸ್ಸಂಶಯವಾಗಿ ಹೇಳ ಬಯಸುತ್ತೇನೆ.)

7

ಹೂವು ಮಾರುವ ಹುಡುಗ

ನಗರದ ಸರ್ಕಲ್‌ವೊಂದರಲ್ಲಿ ಹೂವು ಮಾರುತ್ತಿದ್ದ ಆ ಹುಡುಗನ ಬಳಿ ಅವನದೇ ವಯೋಮಾನದ ಹುಡುಗಿಯೋರ್ವಳು ದಾಸವಾಳ ಹೂವೊಂದನ್ನು ಕೊಳ್ಳಲು ಬಂದಳು. ಜೀವಶಾಸ್ತ್ರದ ಪ್ರಯೋಗಾಲಯದಲ್ಲಿ ಅವಶ್ಯವಿದ್ದ ಆ ಹೂವನ್ನು ಕೊಂಡಾಗ ಆಕೆ ಕೊಟ್ಟ ಹಣಕ್ಕೆ ಹಿಂತಿರುಗಿ ಕೊಡಲು ಅವನ ಬಳಿ ಚಿಲ್ಲರೆ ಇಲ್ಲದ ಕಾರಣ ಒಂದು ಕೆಂಗುಲಾಬಿಯನ್ನು ಆಕೆಗೆ ಕೊಟ್ಟನು. ಕೆಂಗುಲಾಬಿಯನ್ನು ಇಷ್ಟಪಡದ ಹುಡುಗಿಯರುಂಟೆ? ಅವಳು ಚಿಲ್ಲರೆ ಬದಲಾಗಿ ಅದನ್ನೇ ಪಡೆದಳು.

ಆ 'ವ್ಯಾಪಾರ' ಅಲ್ಲಿಗೆ ಮುಗಿಯಿತು. ಇಲ್ಲ ಮುಗಿಯಲಿಲ್ಲ. ಮರುದಿನ ಆ ಹುಡುಗಿ ಬಸ್‌ಗಾಗಿ ಕಾಯುತ್ತಿದ್ದಾಗ ಅಲ್ಲಿಯೇ ಇದ್ದ ಹೂವು ಮಾರುವ ಹುಡುಗ ಆಕೆಯನ್ನು ಗುರುತಿಸಿದ. ಅವಳೂ ಗುರುತಿಸಿ ನಕ್ಕಳು. ಇವನು ಅವಳ ಬಳಿ ಹೋಗಿ ಒಂದು ಕೆಂಗುಲಾಬಿಯನ್ನು ಹಿಡಿದು ನಿಂತ. ಅದಕ್ಕವಳು, 'ನಿನ್ನೆ ಚಿಲ್ಲರೆ ಕೊಟ್ರಲ್ಲ, ಮತ್ಯಾಕೆ ಈ ಹೂವು?' ಎಂದು ಪ್ರಶ್ನೆ ಹಾಕಿದಳು. 'ನೀವು ಲ್ಯಾಬಲ್ಲಿ ನಿನ್ನೆ ನನ್ನಿಂದ ಕೊಂಡ ಹೂವನ್ನು ಬಳಸಿದ್ರಂತೆ? ಅದಕ್ಕೆ ನನಗೆ ಖುಷಿಯಾಯಿತು. ಹಾಗಾಗಿ ಈ ಹೂವು ನೀವು ತಗೊಳ್ಳಲೇಬೇಕು' ಎಂದವನು

ಅವಳ ಕೈಯಲ್ಲಿ ಕೆಂಗುಲಾಬಿ ಇಟ್ಟು ಅಲ್ಲಿಂದ ಓಡಿಹೋದ. ಹೂವು ಮಾರುವ ಜಾಗಕ್ಕೆ ಹೋಗಿ ಹಿಂತಿರುಗಿ ನೋಡಿದರೆ ಅವಳು ಬಸ್ಸೇರಿದ್ದಳು.

ಮರುದಿನವೂ ಹಾಗೇ ಆಯಿತು. ಅವಳು ಬಂದಳು. ಈತ ಹೂವು ಕೊಡಲು ಹೋದ. ಆಕೆ ದಬಾಯಿಸಿದಳು; ಏನು ಇದೆಲ್ಲ? ಸರಿ ಇರೋದಿಲ್ಲ. ಆಗ ಆ ಹುಡುಗ ಹೇಳಿದ; 'ತಪ್ಪು ತಿಳೀಬೇಡಿ ನನಗೂ ಕಾಲೇಜಿಗೆ ಹೋಗಬೇಕೆಂಬ ಆಸೆ ಇದೆ. ಆದರೆ ಹೂವು ಮಾರುತ್ತಿದ್ದ ಅಪ್ಪ ಹೀಗೆ ನಮ್ಮನ್ನು ಅನಾಥ ಮಾಡಿ ಹೋಗ್ಬಿಟ್ಟ. ಇಲ್ಲದಿದ್ದರೆ ನಾನೂ ನಿಮ್ಮಂತೆಯೇ ಹೂವುಗಳ ಬಗ್ಗೆ ಅಧ್ಯಯನ ಮಾಡುವ ಪ್ರಯೋಗಾಲಯದಲ್ಲಿ ಇರಬಹುದಿತ್ತು. ಹಾಗಾಗಿ ದಯವಿಟ್ಟು ನಾನು ಕೊಡುವ ಈ ಹೂವನ್ನು ನೀವು ತೆಗೆದುಕೊಳ್ಳಲೇಬೇಕು'

ಇದನ್ನು ಕೇಳಿದ ಆಕೆಯ ಮನಸ್ಸು ಕರಗಿತು. ಅವನಿಂದ ಹೂವನ್ನು ಪಡೆದು ಕಿರುನಗೆ ಬೀರಿ ಬಸ್ಸೇರಿದಳು. ಅಂದಿನಿಂದ ಯಥಾಪ್ರಕಾರ ಈ 'ಹೂವಿನ ವ್ಯವಹಾರ' ನಡೆಯುತ್ತಲೇ ಹೋಯಿತು. ಯಾವುದೇ ತಕರಾರು ಮಾಡದೆ ಅವಳು ಅವನಿಂದ ಆ ಕೆಂಗುಲಾಬಿಯನ್ನು ಪಡೆಯುತ್ತಾಳೆ. ಅವನೋ ಅತೀ ಶ್ರದ್ಧೆ ಮತ್ತು ವಿನಯದಿಂದ ದಿನಕ್ಕೊಂದು ಹೂವು ಅವಳಿಗಾಗಿ ಎತ್ತಿಡುತ್ತಾನೆ. ಹಾಗೆ ನೋಡಿದರೆ ಅವಳಿಗೆ ಲ್ಯಾಬ್‌ಗಾಗಿ ಹೂವು ಬೇಕಿದ್ದುದು ಕೇವಲ ಮೊದಲನೇಯ ದಿನ ಮಾತ್ರ. ಅದೂ ದಾಸವಾಳ ಹೂವು. ಆದರೆ ಪ್ರತಿನಿತ್ಯ ಅವನು ಕೊಡುವ ಈ ಕೆಂಗುಲಾಬಿಯನ್ನು ಅವಳೂ ನಿರಾಕರಿಸುತ್ತಿಲ್ಲ. ಅವಳ ಕೋರ್ಸು ಮುಗಿದು ಮುಂದಿನ ಹಂತದ ಕೋರ್ಸಿಗೆ ಅವಳು ಸೇರಿದ ಮೇಲೂ ಈ 'ಹೂವಿನ ವ್ಯವಹಾರ' ಚಾಚೂತಪ್ಪದೆ ನೆರವೇರುತ್ತಲೇ ಇದೆ.

***

ಓದು ಮುಗಿಸಿದ ಆ ಹುಡುಗಿಗೆ ಮದುವೆ ನಿಶ್ಚಯವಾಗುತ್ತದೆ. ಆದರೂ ಆಕೆ ಆ ಹೂವು ಪಡೆಯುವುದನ್ನು ನಿಲ್ಲಿಸುವುದಿಲ್ಲ. ಆ ವಿಷಯ ತಿಳಿದ ಅವನೂ ಕೂಡ ತೀರ ಸಹಜವಾಗಿ ಅದನ್ನು ಸ್ವೀಕರಿಸುತ್ತಾನೆ. 'ಎಲ್ಲೋಗ್ತೀರ ಮೇಡಂ, ಇದೇ ಊರು ತಾನೆ? ನಾನು ಹೂವು ಕೊಡುವುದನ್ನು ನಿಲ್ಲಿಸುವುದಿಲ್ಲ. ಎಂದಿನಂತೆಯೇ ನಿಮ್ಮ ಹೂವು ನಿಮ್ಮದೇ' ಎಂದಾಗ ಅವಳಿಗೆ ಖುಷಿಯಾಗುತ್ತದೆ. ತನ್ನ ಮದುವೆ ದಿನದ ಹೂವಿನ ಅಲಂಕಾರವನ್ನು ಆತನಿಗೆ ಕೊಡುವಂತೆ ಅವರಪ್ಪನಿಗೆ ತಾಕೀತು ಮಾಡುತ್ತಾಳೆ. ಆತ ಕೂಡ ಅದನ್ನು ಎಲ್ಲಿಲ್ಲದ ಉತ್ಸಾಹದಿಂದ ಮಾಡಿ ತಕ್ಕ ಹಣ ಪಡೆಯುತ್ತಾನೆ.

***

ಮದುವೆಯಾದ ಮೇಲೆ ತನ್ನ ಬದಲಾದ ವಿಳಾಸವನ್ನು ಆಕೆ ಆತನಿಗೆ ಕೊಡುತ್ತಾಳೆ. ಆತ ಹೂವು ಕೊಡುವುದನ್ನು ನಿಲ್ಲಿಸುವುದಿಲ್ಲ. ದಿನದ ವ್ಯಾಪಾರದ ನಡುವೆ ಹೇಗಾದರೂ ಸಮಯ ಹೊಂದಿಸಿಕೊಂಡು ಹೂವಿನ ಗಾಡಿಯನ್ನು ಆಕೆಯ ಮನೆಯ ರಸ್ತೆಗೆ ತಳ್ಳಿಕೊಂಡು ಬಂದು ಹೂವು ಕೊಟ್ಟು ಹೋಗುತ್ತಿರುತ್ತಾನೆ.

ಅಂಥದ್ದೇ ಒಂದು ದಿನ ಆಕೆಗೆ ಹೂವು ಕೊಡಲೆಂದು ಬಂದಾಗ ಆಕೆಯ ಪತಿ ಅವನಿಂದ ಖರೀದಿಸಿದ ಹೂವಿಗೆ ದುಡ್ಡು ಕೊಡುತ್ತಾನೆ. ಆ ಹುಡುಗ ಚಿಲ್ಲರೆ ವಾಪಾಸ್ ಕೊಡಲು ಹೋಗಬೇಕೆನ್ನುವಷ್ಟರಲ್ಲಿ ಆಕೆ ಮನೆಯಿಂದ ಹೊರ ಬಂದದ್ದನ್ನು ಗಮನಿಸಿ, ಕೆಂಗುಲಾಬಿಯೊಂದನ್ನು ಕೊಡಲು ಮುಂದಾಗುತ್ತಾನೆ. ಆಕೆಯ ಮುಖ ಹೂವಿನಂತೆಯೇ ಅರಳಿರುತ್ತದೆ. ಆದರೆ ಆಕೆಯ ಪತಿ ಅವಳನ್ನು ತಡೆದು, 'ಏಯ್ ಬೇಡ. ಆ ಸಣ್ಣ ಚಿಲ್ಲರೆಗೋಸ್ಕರ ನೀನು ಅವನು ವ್ಯಾಪಾರ ಮಾಡಬೇಕಾದ ಹೂವುಗಳನ್ನು ತೆಗೆದುಕೊಂಡು ಅವನಿಗೆ ನಷ್ಟ ಮಾಡಬೇಡ. Let him keep the change' ಎಂದು ನಿರ್ಭಾವುಕನಾಗಿ ಹೇಳಿ ಮನೆಯೊಳಗೆ ನಡೆಯುತ್ತಾನೆ. ಆ ಹೂವಿನ ಹುಡುಗ ಏನೂ ಮಾತಾಡದೆ ಗಾಡಿ ತಳ್ಳಿಕೊಂಡು ಹೊರಟು ಹೋಗುತ್ತಾನೆ. ಮತ್ತೆಂದೂ ಆ ರಸ್ತೆಯೆಡೆಗೆ ಆ ಹುಡುಗ ಸುಳಿಯುವುದಿಲ್ಲ. ಆಕೆಯ ಪತಿಯ ಮಾತು ಏಕಕಾಲಕ್ಕೆ ಅವನ ಬಡತನವನ್ನು, ಆಕೆಯ ಶ್ರೀಮಂತಿಕೆಯನ್ನು ನೆನಪಿಸಿಬಿಟ್ಟಿರುತ್ತದೆ. ಚಿಲ್ಲರೆ ಕೊಡುವ ವಿಷಯಕ್ಕಾಗಿ ಹುಟ್ಟಿಕೊಂಡ ಆ 'ಹೂವಿನ ವ್ಯವಹಾರ'ವೊಂದು ಚಿಲ್ಲರೆಯ ವಿಷಯಕ್ಕಾಗಿಯೇ ಕೊನೆಯಾಗಿದ್ದು ಮಾತ್ರ ಸೋಜಿಗವೇ ಸರಿ.

***

ಈಗ ಆತ ನಗರದ ನಂಬರ್ ಒನ್ Florist ಎಂಬ ಖ್ಯಾತಿ ಗಳಿಸಿ ದೊಡ್ಡ ಮಟ್ಟದ ವ್ಯವಹಾರ ನಡೆಸುವ ಹಂತಕ್ಕೆ ಬೆಳೆದಿದ್ದಾನೆ. ದೊಡ್ಡ ದೊಡ್ಡ ಕಾರ್ಯಕ್ರಮಗಳ ಅಲಂಕಾರದ ಆರ್ಡರ್ ಪಡೆಯುತ್ತಾನೆ. ಅವಳ ಶ್ರೀಮಂತಿಕೆಯಲ್ಲಿ ಲವಲೇಶವೂ ಕುಂದಿಲ್ಲ.

ಆದರೆ?

'ಅವಳಿಗೊಂದು ಕೆಂಗುಲಾಬಿ ಕೊಡಲಾಗದಂಥ ಬಡತನ ಅವನದ್ದು...

ಅವನಿಂದ ಆ ಹೂವು ಪಡೆಯಲಾಗದಂಥ ಬಡತನ ಅವಳದ್ದು...'

ಆ ಬಡತನ ನಿರ್ಮೂಲನೆಗೆ ಯಾವ ಸರ್ಕಾರವನ್ನಾದರೂ ಹೊಣೆ ಮಾಡಲಾದೀತೆ?

8

ಮುತ್ತು ಕೊಡಲು ಸಾಧ್ಯವಾಗದ ನಗರದ ಒಂದು ದಿನ

ಒಂದು ದಿನಕ್ಕೆ ಈ ನಗರದಲ್ಲಿ ವಿನಿಮಯವಾಗುವ ಮುತ್ತುಗಳ ಬಗ್ಗೆ ಅಥೆಂಟಿಕೇಟ್ ಅಗಿ ಹೇಳಬಲ್ಲವರಿದ್ದಾರೆಯೇ? ಲಕ್ಷಾಂತರ ಜನರಿರುವ ಈ ನಗರದಲ್ಲಿ ಸಹಸ್ರಾರು ಮುತ್ತುಗಳ ಕೊಡು-ಕೊಳ್ಳುವಿಕೆಯಂತೂ ಪ್ರತಿದಿನ ನಡೆದೇ ತೀರುತ್ತದೆ. ಥಟ್ಟೆಂದು ವಾಟ್ಸಾಪ್‌ನ ಎಮೋಜಿಗಳ ಮೂಲಕ, ಬೀಳ್ಕೊಡುವ ಗೆಳೆಯರ ನಡುವಿನ ಕೈ ಮೇಲೆ, ಕುಚುಕು ಗೆಳತಿಯರು ತಬ್ಬಿಕೊಂಡಾಗ ಭುಜದ ಮೇಲೆ, ದೂರದಲ್ಲಿರುವ ಇನಿಯನ ಸಮೀಪ ಸಾಧ್ಯವಾಗದಾದಾಗ ಫ್ಲೈಯಿಂಗ್ ಕಿಸ್ ಎಂಬುದು ಗಾಳಿಯಲ್ಲೋ, ಆಗತಾನೆ ಪ್ರೇಮದಲ್ಲಿ ಸಿಲುಕಿದ ಪ್ರೇಮಿಗಳು ಸಾರ್ವಜನಿಕ ಸ್ಥಳಗಳ ಬಗ್ಗೆ ಭಯ ಹೊಂದಿರುವುದರಿಂದ ಸೈಬರ್ ಸೆಂಟರ್‌ನಲ್ಲೋ, ಆಫೀಸಿನಲ್ಲಿ ಸಣ್ಣಗೆ ನಡೆಯಿತ್ತಿರುವ ಅಫೇರ್‌ನ ಭಾಗವಾದವರು ಗ್ರೌಂಡ್ ಫ್ಲೋರ್‌ನಿಂದ ಥರ್ಡ್ ಫ್ಲೋರ್‌ಗೆ ಬಂದು ತಲುಪುವ ಸ್ವಲ್ಪ ಸಮಯದಲ್ಲಿ ಲಿಫ್ಟ್‌ನಲ್ಲೋ, ಬೈಕಿನ ಹಿಂದೆ ಕೂತವ ಬ್ರೇಕ್‌ನ ನೆಪದಲ್ಲಿ ಕುತ್ತಿಗೆ ಹಿಂಬದಿಯಲ್ಲೋ, ಮುದ್ದಾದ ಕಂದನಿಗೆ ಅದರಮ್ಮ ನೀಡುವ

ಸಾಸಿರ ಸಿಹಿಮುತ್ತುಗಳು – ಹೀಗೆ ಹಂಚಲ್ಪಡುವ ಮುತ್ತಿನ ಮತ್ತು-ಗಮ್ಮತ್ತುಗಳ ಲೆಕ್ಕ ಇಟ್ಟವರ್ಯಾರಿದ್ದಾರೆ?

ಇಷ್ಟೊಂದು ಮುತ್ತುಗಳ ವಿನಿಮಯ ಸಲೀಸಾಗಿಯೇ ನಡೆಯುವ ಈ ನಗರದಿಂದ ಇಂಥದ್ದೂ ಒಂದು ಘಟನೆ ವರದಿಯಾಗಿದೆ ಎಂಬುದೇ ಪ್ಯಾಥೆಟಿಕ್.

***

'ಅವನು' ಎಂಬ ಆತ 'ಅವಳು' ಎಂಬ ಆಕೆಗೆ ಒಂದು ಮುತ್ತು ಕೊಡಬೇಕೆಂದುಕೊಂಡನಾದರೂ ಅದು ಸಾಧ್ಯವಾಯಿತಾ?

ಇಲ್ಲ ಎನ್ನುತ್ತವೆ ನಂಬಲರ್ಹ ಮೂಲಗಳು. ವರದಿಯ ಪ್ರಕಾರ ಅವನು ಬಹಳ ದಿನಗಳ ಹಿಂದೆಯೇ ಆಕೆಗೆ 'ಆ ಮುತ್ತು' ಕೊಡಬೇಕಿತ್ತಂತೆ. ಹಾಗಾಗಿಯೇ ಆ ದಿನ ಬೆಳಗ್ಗೆ ಎದ್ದವನೇ ಇನ್ನೂ ಫ್ರೆಷ್ ಆಗದೆಯೇ ನೇರವಾಗಿ ಅಡುಗೆ ಮನೆಗೆ ಹೋದನಂತೆ. ತರಕಾರಿ ಹೆಚ್ಚುತ್ತಿದ್ದ ಅವಳನ್ನು ಹಿಂಬದಿಯಿಂದ ತಬ್ಬಿ, ಇನ್ನೇನು ಮುತ್ತು ಒತ್ತುವುದರಲ್ಲಿದ್ದನಂತೆ ಅಷ್ಟರಲ್ಲಿ ಪೇಪರ್ ಹಾಕುವ ಹುಡುಗ ಡೋರ್ ಬೆಲ್ ಮಾಡಿ ಬಿಲ್ ಕೇಳಿದನಂತೆ. ಮುನಿಸು ಮಾಡಿಕೊಂಡು ಬಂದು ಪೇಪರ್ ಬಿಲ್ ಪಾವತಿಸಿ ಹಿಂದಿರುಗಿ ಹೋಗುವಷ್ಟರಲ್ಲಿ ಆಕೆ ಒಂದೆಡೆ ನಿಲ್ಲಲಾರದಷ್ಟು ಅಡುಗೆ ಕೆಲಸಗಳಲ್ಲಿ ಬ್ಯುಸಿ ಆಗಿದ್ದ ಕಾರಣ ನಿರಾಶೆಯಿಂದ ಹಿಂದಿರುಗಿ ಬಂದವ; 'ಸ್ನಾನ ಮಾಡಿದಮೇಲೆ ಕೆಲಸಕ್ಕೆ ಹೊರಡುವ ಮುನ್ನ ಕೊಟ್ಟರಾಯ್ತು' ಎಂದು ಸಮಜಾಯಿಷಿ ಕೊಟ್ಟುಕೊಂಡ.

ಸ್ನಾನ-ತಿಂಡಿ ಮುಗಿಸಿ ಟಿಪ್ ಟಾಪ್ ಆಗಿ ಡ್ರೆಸ್ ಮಾಡಿಕೊಂಡವನು ಬ್ಯಾಗು ಹೆಗಲಿಗೇರಿಸಿ ಶೂ ಹಾಕಿಕೊಳ್ಳುವ ಮೊದಲು ಅವಳಿದ್ದಲ್ಲಿಗೆ ಉತ್ಸಾಹಭರಿತನಾಗಿ ಹೋಗಿ ಅವಳ ಗ್ರೀನ್ ಸಿಗ್ನಲ್‌ಗಾಗಿ ಹಾತೊರೆಯುತ್ತಿದ್ದನಷ್ಟೇ. ಅಷ್ಟರಲ್ಲಿ ಅವನ ನಂಬರ್‌ಗೆ ಕ್ಯಾಬ್ ಡ್ರೈವರ್‌ನ ಕಾಲ್ ಬಂತು; 'ಸರ್. ನೀವು ಯಾವಾಗಲೂ ಹೀಗೆ ಲೇಟ್ ಮಾಡಿದ್ರೆ ಬಿಟ್ಟು ಹೋಗ್ಬೇಕಾಗುತ್ತೆ. ನಾವು ಕಾಲ್ ಮಾಡೋಕೆ ಮುಂಚೆ ನೀವು ಲ್ಯಾಂಡ್ ಮಾರ್ಕ್‌ನಲ್ಲಿ ಇರ್ಬೇಕು. ಇಲ್ಲ ಅಂದ್ರೆ ನಾನು ಟ್ರಾನ್ಸ್‌ಪೋರ್ಟ್ ಮ್ಯಾನೇಜರ್‌ಗೆ ಕಂಪ್ಲೇಂಟ್ ಮಾಡಬೇಕಾಗುತ್ತೆ' ಅಂದ. ಮುತ್ತು ನುಂಗಿದ ಮ್ಯಾನೇಜರ್‌ನ ಮನಸ್ಸಲ್ಲೇ ಶಪಿಸಿಕೊಂಡು, ಪೇಪರ್ ಓದುತ್ತಿದ್ದವಳಿಗೆ 'ಬಾಯ್ ಡಿಯರ್' ಎಂದು ಕೈಯಲ್ಲಿ ಶೂ ಹಿಡಿದೇ ಕ್ಯಾಬ್ ಕಡೆ ಓಡಿದ.

'ಹಾಲು ಜೇನು' ಸಿನಿಮಾದ ರಾಜ್‌ಕುಮಾರ್‌ನಂತೆ ಪದೇ ಪದೇ ಆಫೀಸಿನಿಂದ ಕಾಲ್ ಮಾಡುವ ಜಾಯಮಾನವೇನೂ ಈ 'ಅವನ'ದ್ದಾಗಿರಲಿಲ್ಲ. ಆಕೆಯೂ ಅದನ್ನೇನು ನಿರೀಕ್ಷಿಸುತ್ತಿರಲಿಲ್ಲ. ಆದರೆ ಬದುಕಲ್ಲಿ ಸ್ವಲ್ಪ ರೊಮ್ಯಾಂಟಿಸಿಸಮ್ ಇಲ್ಲದಿದ್ದರೆ ಹೇಗೆ? ಪ್ರತಿದಿನದಂತೆ ಮಧ್ಯಾಹ್ನ ಕಾಲ್ ಮಾಡಿದವನು ಕುಶಲೋಪರಿ

ವಿಚಾರಿಸಿದನಲ್ಲದೆ ಮುತ್ತಿನ ಬಗ್ಗೆ ಮುಗ್ದವಾಗಿಯೇ ಉಳಿದ. ಸುಮ್ಮನೆ ಜಾರಿ ಹೋಗುವ ಸಂಜೆಯನ್ನು ಸಮರ್ಪಕ ರೀತಿಯಲ್ಲಿ ಬಳಸಿಕೊಳ್ಳೋಣವೆಂದು ನಿರ್ಧರಿಸಿ ಆಫೀಸಿನ ಕ್ಯಾಬ್‌ಗಾಗಿ ಕಾಯದೆ ಬೇಗ ಮನೆ ಸೇರಿದ.

ಸರಿಯಾಗಿ ಅವನು ಮನೆ ತಲುಪಿದ ಸಂದರ್ಭದಲ್ಲಿ ಅವಳು ಇದ್ದಿದ್ದರೆ 'ಮುತ್ತಿನ ಹಾರ'ದ ಸಮರ್ಪಣೆ ಆಗಿಬಿಟ್ಟಿರುತ್ತಿತ್ತೇನೋ, ಆದರಾಕೆ, ಇವನ ಅಕಾಲಿಕ ಆಗಮನದ ನಿರೀಕ್ಷೆಯಲ್ಲಿರದ ಕಾರಣ Eye Brow ಮತ್ತು Hair straightening ಮಾಡಿಸಿಕೊಂಡು ಬರಲು ಬ್ಯೂಟಿ ಪಾರ್ಲರ್‌ಗೆ ಹೋಗಿದ್ದಳು. ಇವನ ಬಳಿ ಇದ್ದ ಮತ್ತೊಂದು ಕೀ ಸಹಾಯದಿಂದ ಭಾರವಾದ ಮತ್ತು ಬೇಡವಾದ ಹೆಜ್ಜೆಗಳನ್ನು ಮನೆಯೊಳಗಿಟ್ಟ.

ಡೈನಿಂಗ್ ಟೇಬಲ್ ಮೇಲೆ ಆಕೆ ಮಕಾಡೆ ಮಲಗಿಸಿಟ್ಟಿದ್ದ ಯಾವುದೋ ಪುಸ್ತಕವನ್ನು ನೋಡಿಯೂ ನೋಡದಂತೆ ಉಳಿದ. ಬ್ಯೂಟಿ ಪಾರ್ಲರ್‌ನಿಂದ ಹಿಂದಿರುಗುವ ತನ್ನ ಬ್ಯೂಟಿಗೆ ಹೇಗೆ ಮುತ್ತೊತ್ತುವುದು ಎಂದು ರಿಸರ್ಚ್ ಮಾಡತೊಡಗಿದ. ಗೂಗಲ್‌ನಲ್ಲಿ Different Types of kisses ಎಂದು ಶೋಧಿಸಿದ. French Kiss ಬಗ್ಗೆ ಓದಿ ಪುಳಕಿತನಾದ. ಇವತ್ತು Passionate French Kiss ನ್ನೇ ಪ್ರಯೋಗಿಸಬೇಕೆಂದು ಅದರ ರೂಪು ರೇಷೆಗಳ ಬಗ್ಗೆ, ಡುರೇಷನ್ ಬಗ್ಗೆ, ಅಡ್ಡ ಪರಿಣಾಮಗಳ ಬಗ್ಗೆ ವಿಕಿಪೀಡಿಯ ಏನು ಹೇಳುತ್ತದೆಂದು ಜಾಲಾಡಿದ. Disease Risks from French Kiss ಎಂಬ ಟ್ಯಾಬ್‌ನ ಬಗ್ಗೆ ಉದ್ದೇಶಪೂರ್ವಕವಾಗಿ ನಿರ್ಲಕ್ಷ್ಯ ತೋರಿದ. The best way to Kiss ಎಂಬ ಅನೇಕ ವೀಡಿಯೋಗಳನ್ನು ನೋಡಿ ರೋಮಾಂಚಿತನಾದ. ಒಂದು ಸಣ್ಣ ನಿದ್ದೆ ಮಾಡಿ ಏಳೋಣ ಎಂದು ಕಣ್ಮುಚ್ಚಿದವ ಕಣ್ಬಿಟ್ಟಾಗ ರಾತ್ರಿ ಎಂಟಾಗಿತ್ತು.

ಅವಳಾಗಲೇ ಟಿವಿಯಲ್ಲಿ Love Aaajkal ಚಾನಲ್‌ನ ರೆಟ್ರೋ ಸಾಂಗ್ ಗಳನ್ನು ಕೇಳುತ್ತ ರಾತ್ರಿಯ ಅಡುಗೆ ಮಾಡಲು ತಯಾರಿ ನಡೆಸುತ್ತಿದ್ದಳು. ಆ ಹಾಡುಗಳಿಂದ ಅವಳ ಮೂಡ್ ಅರಿತ ಅವನು ಮತ್ತೆ ಅಡುಗೆಮನೆಯ ಬಳಿ ಹೋಗುತ್ತಿದ್ದಂತೆಯೇ ಯಾವುದೋ ಫೋನ್ ಕಾಲ್ ಬಂತು. 'Why haven't you sent the Daily Report?' ಎಂದು ಮ್ಯಾನೇಜರ್ ಅರಚಿದಾಗಲೇ ಅವನಿಗೆ ತಿಳಿದಿದ್ದು ಅವಸರವಾಗಿ ಮುತ್ತಿನ ಬೆಂಬತ್ತಿ ಹೊರಡುವಾಗ ತಾನದನ್ನು ಮರೆತೇಬಿಟ್ಟಿದ್ದೇನೆಂಬುದು. `I want it to be sent ASAP' (As Soon As Possible) ಎಂದ ಮ್ಯಾನೇಜರ್ ಹೇಗೆ ಕಾಲ್ ಕಟ್ ಮಾಡಿದನೆಂದರೆ ಅಡುಗೆ ಮನೆಯ ಹಾದಿ ಮರೆತು ಸೋಫಾ ಮೇಲಿದ್ದ ಲ್ಯಾಪ್ ಟಾಪ್ ತೆಗೆದು ವರ್ಕ್ ಫ್ರಮ್ ಹೋಮ್ ಮಾಡಬೇಕಾದ 'ಕರ್ಮ' ಅವನದಾಯಿತು.

ಲ್ಯಾಪ್ ಟಾಪ್ ಮಡಚಿ ಇಡುವಷ್ಟರಲ್ಲಿ ಊಟದ ಸಮಯವಾದ್ದರಿಂದ ಕ್ಷಣಕಾಲ ಮುತ್ತಿನ ಮಾತು ಮರೆತು ನ್ಯೂಸ್ ಚಾನೆಲ್‌ಗಳ ಪ್ಯಾನೆಲ್ ಡಿಸ್ಕಷನ್ ಕಡೆ ಗಮನ ಹರಿಸಿದರೆ ಅಲ್ಲಿ ಚರ್ಚೆಯಾಗುತ್ತಿದ್ದ ವಿಷಯ ಇನ್ನೂ ಹಾಸ್ಯಾಸ್ಪದವಾಗಿತ್ತು. ಸಾರ್ವಜನಿಕ ಸ್ಥಳಗಳಲ್ಲಿ ಅಪ್ಪಿಕೊಳ್ಳುವುದು, ಚುಂಬಿಸುವುದು, ಕೈಕೈ ಹಿಡಿದು ನಡೆದಾಡುವುದು, ಲಲ್ಲೆಗರೆಯುವುದು ಇವೇ ಮುಂತಾದ ವರ್ತನೆಗಳನ್ನು ಕಾನೂನುಬಾಹಿರ ಎಂದು ಪರಿಗಣಿಸಿ, ಶಿಕ್ಷಿಸುವಂತಾಗಬೇಕು ಇಲ್ಲದಿದ್ದರೆ ನಮ್ಮ ಸಂಸ್ಕೃತಿ ನಾಶವಾಗಿ ಹೋಗುತ್ತದೆ ಎಂದು ಯಾರೋ ಒಬ್ಬ ಸುಪ್ರೀಂಕೋರ್ಟ್‌ಗೆ ಸಾರ್ವಜನಿಕ ಹಿತಾಸಕ್ತಿ ಅರ್ಜಿ (PIL) ಸಲ್ಲಿಸಿದ್ದರ ಬಗ್ಗೆ, ಅದು ಎಷ್ಟು ಸರಿ ಎಂಬುದರ ಬಗ್ಗೆ ಪ್ಯಾನಲಿಸ್ಟ್‌ಗಳು ತರಹೇವಾರಿ ಮಾತಾಡುತ್ತಿದ್ದರು. ಅಲ್ಲ, Nuclear Family ಆಗಿರುವ ನನ್ನ ಮನೆಯೊಳಗೇ ನನಗೆ ಮುತ್ತು ಕೊಡಲು ಸಾಧ್ಯವಾಗುತ್ತಿಲ್ಲ ಹಾಗಿರುವಾಗ ಇವರಿಗೆಲ್ಲ ಏನಾಗಿದೆ ಎಂದು ಯೋಚಿಸುತ್ತಲೇ ತನ್ನ ಸ್ಥಿತಿಗೆ ಮುಮ್ಮಲ ಮರುಗುತ್ತ ಊಟ ಮುಗಿಸಿದ. ಇಡೀ ದಿನ ಈಡೇರದ ಆಸೆ ರಾತ್ರಿಯಲ್ಲಿ ಸುಲಭವಾಗಿ ಕೈಗೂಡೀತು ಎಂಬ ಆಶಾಭಾವದಿಂದಲೇ ಸಿಂಕ್ ನಲ್ಲಿ ಕೈ ತೊಳೆಯುವಾಗ ಅವಳತ್ತ ನೋಡಿದ. ಆಕೆ ಕಿರುನಗೆ ಬೀರಿದಳು. ಅವನೂ ತುಂಟ ನಗೆ ಹೊಮ್ಮಿಸಿದ.

ಕೈ ತೊಳೆದು ಬಂದವನು ಒಂದು ಸಣ್ಣ ವಾಕ್ ಮಾಡೋಣ ಎಂದುಕೊಂಡು ಟೆರೇಸ್ ಮೇಲೆ ಓಡಾಡುತ್ತಿದ್ದಾಗ ಊರಿನಿಂದ ಅಪ್ಪನ ಕಾಲ್ ಬಂತು. ರಿಸೀವ್ ಮಾಡುತ್ತಿದ್ದಂತೆಯೇ ಊರಲ್ಲಿ ದಾಯಾದಿಗಳ ಜೊತೆ ಇದ್ದ 36 ಗುಂಟೆ ಜಮೀನಿನ ವ್ಯಾಜ್ಯದ ಎಲ್ಲ ವಿವರಗಳನ್ನು ಅಪ್ಪ ವಿವರಿಸುತ್ತಲೇ ಹೋದರು. ಕೇಸು ಎಲ್ಲಿಯವರೆಗೆ ಬಂದಿದೆ, ಲಾಯರ್ ಏನು ಹೇಳ್ತಿದಾರೆ ಮತ್ತು ಎಷ್ಟು ದುಡ್ಡು ಕೇಳ್ತಿದಾರೆ ಎಂಬುದರಿಂದ ಹಿಡಿದು ದಾಯಾದಿಗಳ ಲಾಯರ್ ಯಾವ ಯಾವ ಪಾಯಿಂಟ್ ಇಡ್ತಿದಾನೆ ಕೋರ್ಟ್‌ನಲ್ಲಿ ಎಂಬುದನ್ನೆಲ್ಲ ವಿಷದಪಡಿಸುತ್ತಾ ಹೋದರು ಅದಕ್ಕೆ ಇವನೂ ಪ್ರತಿತಂತ್ರಗಳನ್ನು ಕಾಲ್‌ನಲ್ಲಿಯೇ ಸೂಚಿಸುತ್ತಾ ಹೋದ. ದೀರ್ಘಕಾಲ ನಡೆದ ಈ ಫೋನ್ ಸಂಭಾಷಣೆಯನ್ನು ಮುಗಿಸಿ, ಟೆರೇಸ್‌ನಿಂದ ಮನೆಯೊಳಗೆ ಬಂದು ನೋಡಿದರೆ 'ಅವಳು' ಅದಾಗಲೇ ಮಲಗಿಯಾಗಿತ್ತು. ಕೇವಲ ಒಂದು ಮುತ್ತಿಗೋಸ್ಕರ, ಮಲಗಿ ಸುಖ ನಿದ್ರೆಯಲ್ಲಿದ್ದವಳನ್ನು ಎಬ್ಬಿಸುವ ಕಠೋರತನ ವನ್ನು ಆ 'ಅವನು', ಆ 'ಅವಳ' ಮೇಲೆ ತೋರಿಸಲಿಲ್ಲ. ಮಲಗುವ ಮುನ್ನ ನೀರು ಕುಡಿಯಲೆಂದು ಆ ಅವನು ಅಡುಗೆ ಮನೆಗೆ ಹೋಗಿ ಹಿಂತಿರುಗುವಾಗ ಡೈನಿಂಗ್ ಟೇಬಲ್ ಮೇಲೆ ಮಕಾಡೆ ಮಡಚಿಟ್ಟಿದ್ದ ಆ ಪುಸ್ತಕವನ್ನು ಕೈಗೆತ್ತಿಕೊಂಡು ನೋಡಿದರೆ, ಸರಿಯಾಗಿ ಪುಸ್ತಕದ ಮಧ್ಯದ ಪುಟದಲ್ಲಿದ್ದ Pablo Nerudaನ ಕವಿತೆಯೊಂದರ ಆ ಸಾಲುಗಳನ್ನು ಆಕೆ ಪೆನ್ಸಿಲ್‌ನಲ್ಲಿ ಅಂಡರ್ ಲೈನ್ ಮಾಡಿಟ್ಟಿದ್ದಳು.

ಆ ಸಾಲುಗಳು ಹೀಗಿದ್ದವು;

"this foot walked with its shoes,
it hardly had time
to be naked in love or in sleep
one foot walked, both feet walked
until the whole man stopped "

ಅವನಿಗೆ ಕಾವ್ಯ ಅಷ್ಟಾಗಿ ರುಚಿಸುವುದಿಲ್ಲ. ಹಾಗಾಗಿ, ಈ ಸಾಲುಗಳ ಅರ್ಥವೇನು? ಅವಳ್ಯಾಕೆ ಇವುಗಳನ್ನು ವಿಶೇಷವೆಂದು ಪರಿಗಣಿಸಿರಬಹುದು ಎಂಬುದನ್ನು ಅಷ್ಟಾಗಿ ತಲೆಕೆಡಿಸಿಕೊಳ್ಳದೆ ಆ ಸಾಲುಗಳ ಅನ್ವರ್ಥನಾಮವೇ 'ಅವನು' ಎಂಬಂತೆ ಅವಳ ಪಕ್ಕದಲ್ಲಿ ಸದ್ದಿಲ್ಲದೆ ಹೋಗಿ ಮಲಗಿದ.

ಮರುದಿನ ಅಂತ ಮಹತ್ವದ್ದೇನೂ ಘಟಿಸಲಿಲ್ಲ. ಅವನು ಇದುವರೆಗೂ ಆ ಕವಿತೆಯ ಸಾಲುಗಳ ಅರ್ಥವೇನೆಂದು ಅವಳ ಬಳಿ ಕೇಳುವ ಗೋಜಿಗೆ ಹೋಗಿಲ್ಲ. ಮತ್ತೆ ಅವಳು ಕೂಡ ಇವನು ಬರುವ ಸಮಯಕ್ಕೆ ಬ್ಯೂಟಿಪಾರ್ಲರ್‌ಗೆ ಎಂದೂ ಹೋಗಿಲ್ಲ. ಅವರ ನಡುವೆ ನೂರಾರು ಪರಿಶುದ್ಧ ಮುತ್ತುಗಳ ವಿನಿಮಯ ಅದಾದಮೇಲೆ ಆಗಿವೆ. ಆದರೆ ಮುತ್ತು ಕೊಡಲು ಸಾಧ್ಯವಾಗದ ಆ ಒಂದು ದಿನವನ್ನು ಮಾತ್ರ ಅವರೆಂದೂ ಕ್ಷಮಿಸಲು ಮನಸ್ಸು ಮಾಡಿಲ್ಲ. ಕಾರಣ ಇಷ್ಟೇ ಈ ದಿನದ ಮುತ್ತನ್ನು ಇನ್ಯಾವತ್ತೋ ಕೊಡುವುದು ಕಾನೂನುಬಾಹಿರ ಎಂದು ಯಾರೂ ಸಾರ್ವಜನಿಕ ಹಿತಾಸಕ್ತಿಯ ಅರ್ಜಿಯನ್ನು ಸುಪ್ರೀಂಕೋರ್ಟ್‌ಗೆ ಸಲ್ಲಿಸಿಲ್ಲ.

***

ಈ ನಡುವೆ, ಒಟ್ಟಾರೆ ಈ ನಗರದಲ್ಲಿ ನಡೆಯುವ ಮುತ್ತಿನ ವಿನಿಮಯಗಳ ಮೇಲೆ ಯಾವುದೇ ಸರ್ಕಾರ ತೆರಿಗೆ ವಿಧಿಸಲು ಯೋಚಿಸಿಲ್ಲ ಎಂಬುದು ಸಮಾಧಾನಕರ ಸಂಗತಿ!

9

ಖಾಲಿ ಪತ್ರಗಳ ಖಾಸಗಿ ವಿಷಯ...

ಅದು ಆಕೆಗೆ ಬಂದ ಐದನೆಯ ಅನಾಮಧೇಯ ಪತ್ರ! ಅನಾಮಧೇಯತೆಯೊಂದೇ ಅದರ ವೈಚಿತ್ರ್ಯವಾಗಿದ್ದರೆ ಆಕೆ ಅದನ್ನು ತಾತ್ಸಾರದಿಂದ ನೋಡಿರುತ್ತಿದ್ದಳೇನೋ. ಆದರೆ ಆ ಪತ್ರದ ವಿಲಕ್ಷಣ ಸ್ವಭಾವ ಆಕೆಯನ್ನು ಚಿಂತೆಗೀಡುಮಾಡಿತ್ತು.

ಇದುವರೆಗೆ ಬಂದ ನಾಲ್ಕು ಪತ್ರಗಳಂತೆ ಇದೂ ಕೂಡ ಖಾಲಿ ಹಾಳೆಗಳ ಪತ್ರವೇ ಆಗಿತ್ತು. ಒಂದಕ್ಷರವನ್ನೂ ಬರೆಯದ ಈ ಹಾಳೆಗಳನ್ನು ಸಮನಾಗಿ ಮಡಚಿ ಲಕೋಟೆಯೊಳಗೆ ಇಟ್ಟು ಅವಳ ವಿಳಾಸಕ್ಕೆ ಪೋಸ್ಟ್ ಮಾಡುತ್ತಿದ್ದವರಾದರೂ ಯಾರು ಎಂಬ ಚಿದಂಬರ ರಹಸ್ಯ ಭೇದಿಸಲು ಅವಳಿಗಿನ್ನೂ ಸಾಧ್ಯವೇ ಆಗಿರಲಿಲ್ಲ. ಮೊದಲನೇ ಪತ್ರ ಕೇವಲ ಒಂದು ಹಾಳೆಯದ್ದಾಗಿದ್ದರೆ, ಎರಡನೆಯದು ಎರಡು, ಮೂರನೆಯದು ಮೂರು ಹಾಳೆಗಳದ್ದಾಗಿತ್ತು. ಈ ವಿಚಿತ್ರ ವಿದ್ಯಮಾನದ ಬಗ್ಗೆ ತನ್ನ ಗಂಡನೊಂದಿಗೆ ಹೇಳಿಕೊಳ್ಳೋಣ ಎಂದು ಎಷ್ಟೋ ಬಾರಿ ಅನ್ನಿಸಿದರೂ ಧೈರ್ಯ ಸಾಕಾಗಲಿಲ್ಲ. ಈಗ ಐದನೆಯ ಪತ್ರ ಬಂದಾಗ ಆಕೆ ಈ ಬಗ್ಗೆ ತೀವ್ರ ಅಸಮಾಧಾನಗೊಂಡಳು.

ಈ ವಿಷಯವನ್ನು ಹೀಗೇ ಬಿಡಲಾಗದು ಎಂಬ ದೃಢವಾದ ಆಲೋಚನೆಯೊಂದಿಗೆ ಪೋಸ್ಟ್‌ಮನ್ ಬರುವ ದಾರಿ ಕಾದಳು. ಹಾಗೆ ಕಾದಾಗಲೆಲ್ಲ ಯಾವ ಪತ್ರವೂ ಬರಲಿಲ್ಲ. ನಿಯಮಿತವಾಗಿ ಇಂತಿಷ್ಟೇ ದಿನಕ್ಕೆ ಆ ಪತ್ರಗಳು ಬರುತ್ತಿರಲಿಲ್ಲವಾದ್ದರಿಂದ ಇವಳ ಕಾಯುವಿಕೆ ನಿರರ್ಥಕವಾಯಿತು. ಯಾವಾಗಲೋ ಒಂದು ದಿನ ಇವಳ ಗಮನಕ್ಕೆ ಬಾರದಂತೆ ಮನೆಯ ಗೇಟ್‌ನಲ್ಲಿದ್ದ ಪೋಸ್ಟ್‌ಬಾಕ್ಸ್‌ನಲ್ಲಿ ಪೋಸ್ಟ್‌ಮನ್ ಪತ್ರ ಹಾಕಿ ಹೋಗಿಬಿಡುತ್ತಿದ್ದ. ರಿಜಿಸ್ಟರ್ ಅಥವಾ ಸ್ಪೀಡ್ ಪೋಸ್ಟ್ ಆದರೆ ವಿಳಾಸದಾರರ ಸಹಿ ಪಡೆದು ಪತ್ರ ತಲುಪಿಸುತ್ತಾರೆ ಆರ್ಡಿನರಿ ಪತ್ರಗಳನ್ನು ಬಾಕ್ಸ್‌ಗಳಲ್ಲೇ ಹಾಕಿ ಹೋಗುತ್ತಾರೆ. ಹಾಗಾಗಿ ಪೋಸ್ಟ್‌ಮನ್‌ನಿಂದ ಅವಳಿಗೆ ಅಂಥ ಸಹಾಯವೇನೂ ಆಗಲಿಲ್ಲ.

"ಪ್ರತಿ ಪತ್ರವೂ ಉತ್ತರವನ್ನು ಬಯಸುತ್ತದೆ. ಅದು ಬರೆದವನ(ಳ) ಹಕ್ಕು" ಎಂಬುದನ್ನು ಎಲ್ಲೋ ಓದಿದ್ದ ನೆನಪು ಅವಳಿಗಿದ್ದರೂ ಈ ಪತ್ರಗಳಿಗೆ ಏನೆಂದು ಉತ್ತರ ಬರೆಯೋದು? ಯಾರಿಗೆ? ಯಾವ ವಿಳಾಸಕ್ಕೆ ಬರೆಯೋದು? ಎಂಬ ಗೊಂದಲದಲ್ಲಿದ್ದ ಅವಳಿಗೆ ಈ ಖಾಲಿ ಪತ್ರಗಳ ಬಗ್ಗೆ ವಿಶೇಷ ಆಸಕ್ತಿ, ಆತಂಕ, ಆಪ್ತತೆ, ಭಯ, ಅನುಮಾನ ಮತ್ತು ಅಭಿಮಾನ ಎಲ್ಲವೂ ಒಟ್ಟೊಟ್ಟಿಗೆ ಆಗತೊಡಗಿದವು.

ಈ ನಡುವೆಯೇ ಅವಳ ಪತಿ ಒಂದು ವಿಶೇಷವಾದ ಸಿನಿಮಾಕ್ಕೆ ಆಕೆಯನ್ನು ಕರೆದೊಯ್ದರು. ಆ ಸಿನಿಮಾದಲ್ಲಿ ತಮ್ಮ ಕಾಲೇಜ್ ಸಹಪಾಠಿಗಳೆಲ್ಲರೂ ವಾಟ್ಸಪ್ ಗ್ರೂಪ್ ಮೂಲಕ ಸಂಪರ್ಕಕ್ಕೆ ಬಂದು ಒಂದು ಗೆಟ್ ಟುಗೆದರ್ ಮಾಡಲು ಸೇರುವುದು, ಆಗ ಅದರಲ್ಲಿದ್ದ ಹಳೆಯ ಪ್ಲಟಾನಿಕ್ ಲವ್ (ನಿಷ್ಕಾಮ ಪ್ರೀತಿ) ಜೋಡಿಯೊಂದು ಒಬ್ಬರಿಗೆ ಮದುವೆಯಾಗಿದ್ದರೂ ವಿಶೇಷವಾಗಿ ವರ್ತಿಸುವುದು, ತಮ್ಮ ಶಾಲಾ ದಿನಗಳಲ್ಲಿ ಹೇಳಿಕೊಳ್ಳಲಾಗದ ಪ್ರೀತಿಗಾಗಿ ಇಬ್ಬರೂ ತನ್ಮಯತೆಯಿಂದ ಹಪಹಪಿಸುವಂತೆ, ಆದರೆ ಎಲ್ಲಿಯೂ ತಮ್ಮ ಪ್ರೀತಿಯನ್ನು ತೋರ್ಪಡಿಸದೆ,

ಕೇವಲ ಭಾವನಾತ್ಮಕವಾಗಿ ಅದನ್ನು ವ್ಯಕ್ತಪಡಿಸುವಂತೆ ಇದ್ದ ಆ ಸಿನಿಮಾ ನೋಡಿ ಬಂದಮೇಲೆ ಆಕೆಗೆ ಆ ಪತ್ರಗಳಲ್ಲಿ ವಿಶೇಷ ಆಸಕ್ತಿ ಮೂಡಿತು.

ಮರುದಿನವೇ ಮತ್ತೊಂದು ಪತ್ರ ಬಂತು. ಅದರಲ್ಲಿ ಏನೂ ಬರೆದಿರಲಾರದು ಎಂಬ ಖಚಿತತೆಯಿದ್ದರೂ ಅವಸರದಲ್ಲಿಯೇ ಅದನ್ನು ತೆಗೆದು ಓದಿದಳಾಕೆ. ಏನು ಓದುತ್ತಾಳೆ? ಆರು ಖಾಲಿ ಹಾಳೆಗಳನ್ನು ತಿರುವಿ ಹಾಕುವುದು ಓದುವಷ್ಟೇ ಸಮಯ ತೆಗೆದುಕೊಂಡದ್ದಾದರೂ ಏಕೆ? ಕೇವಲ ಖಾಲಿ ಹಾಳೆಗಳಂತೆ ಕಾಣುತ್ತಿದ್ದ ಈ ಹಿಂದಿನ ಎಲ್ಲಾ ಪತ್ರಗಳನ್ನೂ ತೆಗೆದು ಒಂದೊಂದನ್ನೇ ಓದತೊಡಗಿದಳು. ಎಲ್ಲ ಖಾಲಿ ಹಾಳೆಗಳಲ್ಲೂ ಅಸ್ಪಷ್ಟ ಚಿತ್ರವೊಂದು ಮೂಡುತ್ತಲೇ ಇತ್ತು. ಅವಳು ಮನಸ್ಸು ಮಾಡಿದರೆ ಆ ಚಿತ್ರ ಸ್ಪಷ್ಟವಾಗಬಲ್ಲದು. ಆದರೆ ಆಕೆಗೆ ಆ ಖಾಲಿತನವೇ ಬೇಕಿತ್ತು. ಏನೂ ಇಲ್ಲದ ಆ ಪತ್ರಗಳಲ್ಲಿ ಏನೇನೋ ಇದೆ ಅನ್ನಿಸತೊಡಗಿತು. ಮೊದಲೆಲ್ಲ ಆ ಪತ್ರಗಳು ಬಂದರೆ ಭಯದಿಂದಲೇ ಅವುಗಳನ್ನು ಮನೆಯೊಳಗೆ ತರುತ್ತಿದ್ದವಳು ಈಗ ತಾನೇ ಪತ್ರಕ್ಕಾಗಿ ಕಾಯತೊಡಗಿದಳು. ಗಂಡನಿಗೆ ಗೊತ್ತಾಗದಂತೆ ಆ ಪತ್ರಗಳನ್ನು ಜೋಪಾನ ಮಾಡಿಟ್ಟಳು 'ವಾರಕ್ಕೋ, ಹದಿನೈದು ದಿನಕ್ಕೋ ಬರುವ ಈ ಪತ್ರಗಳು ಪ್ರತಿನಿತ್ಯ ಯಾಕೆ ಬರಬಾರದು?' ಎಂದುಕೊಳ್ಳುತ್ತಾ, ಯಾವುದೇ ಪತ್ರ ಬರದಿದ್ದಾಗ ತನ್ನ ಬಳಿಯಿದ್ದ ಹಳೆಯ ಪತ್ರಗಳನ್ನೇ ಓದಲು ಶುರು ಮಾಡಿಕೊಂಡಳು. ಅಕ್ಷರಗಳೇ ಇಲ್ಲದ ಖಾಲಿ ಹಾಳೆಗಳು ಹೊಸತಾದರೇನು, ಹಳೆಯದಾದರೇನು? ಅವುಗಳನ್ನು ಓದುವುದು ತನಗೆ ಮಾತ್ರ ಸಿದ್ಧಿಸಿದ ಕಲೆಯೇನೋ ಎಂಬ ಹೆಮ್ಮೆ ಅವಳಲ್ಲಿ ಮೂಡಿತು.

***

ಆ ಖಾಲಿ ಹಾಳೆಗಳಲ್ಲಿ ಅವಳು ಓದಿಕೊಂಡ ಕೆಲವು ವಾಕ್ಯಗಳು ಹೀಗಿದ್ದವು;

'ಎಲ್ಲ ಬರೆದು ಬರಿದಾಗುವುದರ ಬದಲು, ಏನೂ ಬರೆಯದೆ ಬಯಲಾಗಲು ಹೊರಟವನು ನಾನು...'

'ಕೊನೆಯದಾಗಿ ನಾವು ಭೇಟಿಯಾದ ನಂತರ ಹೇಳಲಾಗದ್ದನ್ನು ಈಗ ಬರೆಯುತ್ತಿದ್ದೇನೆ...'

'ಬರೆದದ್ದು Factual, ಆದರೆ ಬರೆಯದೇ ಉಳಿದದ್ದು Eternal...'

'Heard melodies are sweet ; but those unheard are sweeter...'

'ಏನೆಲ್ಲ ಹೇಳಬೇಕೆಂದಿದ್ದರೂ ನೀ ಸಿಕ್ಕಾಗ ಮಾಯವಾಗುತ್ತಿತ್ತಲ್ಲ, ಹಾಗೆ ಮಾಯವಾಗುತ್ತಿದ್ದುದನ್ನೇ ಈ ಹಾಳೆಗಳಲ್ಲಿ ಬರೆದಿಟ್ಟು ಕಳಿಸುತ್ತಿದ್ದೇನೆ. ಈಗಲೂ ಆ ಅಕ್ಷರಗಳು ಮಾಯವಾದರೆ ನನ್ನನ್ನು ದೂರಬೇಡ...'

***

ಹೀಗೆ ತನ್ನದೇ ಮನಸ್ಸಿನ ಭಾವನೆಗಳನ್ನು ಆ ಖಾಲಿ ಕಾಗದಗಳಲ್ಲಿ ಹುಡುಕುವುದು ಅವಳಿಗೆ ಅಭ್ಯಾಸವಾಗಿ ಹೋಯ್ತು. ಈಗ ಬರುತ್ತಿರುವ ಪತ್ರಗಳಲ್ಲಿ ಅಕ್ಷರಗಳಿರುವುದಿಲ್ಲ ಎಂಬುದು ಅವಳ ಗಮನಕ್ಕೂ ಬರುತ್ತಿರಲಿಲ್ಲ. ಆ ಪತ್ರಗಳ ವಸ್ತು ವಿಷಯಗಳನ್ನು ಅವಳ ಮನಸ್ಸು ಆಗಲೇ ಲೆಕ್ಕಾಚಾರ ಹಾಕಿಬಿಟ್ಟಿರುತ್ತಿತ್ತು. ಮೊದಲೆಲ್ಲ ಪತ್ರ ಬರೆದದ್ದು ಯಾರಿರಬಹುದೆಂಬ ಅನಿಶ್ಚಿತತೆ ಅವಳಲ್ಲಿರುತ್ತಿತ್ತು. ಪತ್ರ ಬಂದಾಗ ಕಳುಹಿಸಿದವರ ವಿಳಾಸ ಹುಡುಕುತ್ತಿದ್ದಳು. ಆದರೆ ಈಗ ಅದ್ಯಾವುದೋ ಒಂದು ಖಾಯಂ ವಿಳಾಸ ಅವಳ ತಲೆಯಲ್ಲಿ ಹೊಕ್ಕಾಗಿತ್ತು. ಹೀಗೊಂದು ಅಬಚೂರಿನ ಪೋಸ್ಟಾಫೀಸಿನ ಕತೆ ನಡೆಯುತ್ತಿರುವಾಗಲೇ ಅವಳು ಊರಲಿಲ್ಲದ ದಿನ ಒಂದು ಮೂವತ್ತನೆಯದೋ, ನಲವತ್ತನೆಯದೋ ಪತ್ರ ಬಂತು. ಸಂಜೆ ಆಫೀಸಿನಿಂದ ಬಂದ ಆಕೆಯ ಗಂಡ ಬಾಕ್ಸಿನಿಂದ ಆ ಪತ್ರವನ್ನು ತೆಗೆದುಕೊಂಡು ಹೋಗುವಾಗ ಅದರ ಅಡ್ರೆಸ್ ನಲ್ಲಿದ್ದ "ಶ್ರೀಮತಿ" ಎಂಬ ಶಿರೋನಾಮೆ ಜೊತೆ ತನ್ನವಳ ಹೆಸರು ಕಂಡು ನಸುನಕ್ಕ.

ರಾತ್ರಿ ಮಲಗುವ ಮುನ್ನ ಹೆಂಡತಿ ತವರಿನಿಂದ ಕಾಲ್ ಮಾಡಿದಾಗ ಆ ಪತ್ರ ಬಂದ ವಿಷಯ ಹೇಳಿದ್ದರೆ ಅದೇನು ಅನಾಹುತವಾಗಿಬಿಡುತ್ತಿತ್ತೋ? ಆದರೆ ಅವನು ಆ ವಿಷಯವನ್ನೇ ಪ್ರಸ್ತಾಪಿಸಿರಲಿಲ್ಲ. ಕಾಲ್ ಕಟ್ ಮಾಡಿದವನು ಬೆಡ್‌ರೂಂಗೆ ಬಂದು ಗಾದ್ರೆಜ್‌ನಲ್ಲಿದ್ದ ಸೀಕ್ರೆಟ್ ಲಾಕ್ ಓಪನ್ ಮಾಡಿದವನು ಪುಳಕಿತನಾದ. ಸರಿಸುಮಾರು ನಲವತ್ತರಷ್ಟು ಲಕೋಟೆಗಳು ಅಲ್ಲಿದ್ದವು. ಕೆಲವನ್ನು ತೆಗೆದು ನೋಡಿದ. ಅವುಗಳೆಲ್ಲ ಖಾಲಿ ಹಾಳೆಗಳಾಗಿದ್ದವು. ಎಲ್ಲವನ್ನೂ ತೆಗೆದುಕೊಂಡು ಹಾಸಿಗೆ ಮೇಲೆ ಹರಡಿಕೊಂಡ. ಪ್ರತಿ ಲಕೋಟೆಯ ಪತ್ರವನ್ನೂ ತೆಗೆದು ನೋಡಿದ. ಎಲ್ಲ ಲಕೋಟೆಗಳಲ್ಲಿದ್ದ ಹಾಳೆಗಳ ಸಂಖ್ಯೆಗಳನ್ನು ಎಣಿಸಿಡತೊಡಗಿದ. ಎಲ್ಲ ಲಕೋಟೆಗಳನ್ನು ಅವುಗಳಲ್ಲಿರುವ ಹಾಳೆಗಳ ಸಂಖ್ಯೆಗೆ ಅನುಗುಣವಾಗಿ ಜೋಡಿಸಿಟ್ಟ ನಂತರ ಮಧ್ಯದಲ್ಲಿ ಯಾವುದೋ ಒಂದು ನಂಬರಿನ ಹಾಳೆಗಳಿರಬಹುದಾದ ಲಕೋಟೆ ಸಿಗಲಿಲ್ಲ. ಆ ಜಾಗವನ್ನು ಹಾಗೆಯೇ ಬಿಟ್ಟು ಉಳಿದೆಲ್ಲ ಪತ್ರಗಳಲ್ಲಿಯೂ ಇದ್ದ ಒಂದು ಸರ್ವೇ ಸಾಮಾನ್ಯವಾದ ವಾಕ್ಯ ಗಮನಿಸಿದ. ಅದು ತನ್ನ ಹೆಂಡತಿಯದೇ ಕೈಬರಹ ಎಂಬುದರಲ್ಲಿ ಅವನಿಗೆ ಅನುಮಾನವೇ ಇರಲಿಲ್ಲ. ಆ ಸಾಲು ಹೀಗಿತ್ತು:

'ಈ ಪತ್ರ ಓದಿದೆ. ಮುಂದಿನ ಪತ್ರದ ನಿರೀಕ್ಷೆಯಲ್ಲಿರುತ್ತೇನೆ...'

ಎಲ್ಲ ಪತ್ರಗಳಲ್ಲೂ ಆ ಸಾಲು ಓದಿದವ ಆ ದಿನ ಬಂದಿದ್ದ ಹೊಸ ಪತ್ರಕ್ಕೂ ತನ್ನ ಕೈ ಬರಹದಲ್ಲಿ, 'ಈ ಪತ್ರ ಓದಿದೆ. ಮುಂದಿನ ಪತ್ರದ ನಿರೀಕ್ಷೆಯಲ್ಲಿರುತ್ತೇನೆ...'

ಎಂದು ಬರೆದು ಆ ಪತ್ರಗಳ ಸಮೂಹಕ್ಕೆ ಇದೂ ಒಂದು ಪತ್ರ ಸೇರಿಸಿ ಅವುಗಳ ಮೂಲಸ್ಥಾನದಲ್ಲಿ ಭದ್ರವಾಗಿಟ್ಟ. ರಾತ್ರಿಯಿಡೀ ನೆಮ್ಮದಿಯ ನಿದ್ದೆ ಮಾಡಿದ.

***

ಮರುದಿನ ಬೆಳಗ್ಗೆ ಹಾಫ್ ಡೇ ರಜ ಹಾಕಿ ಪೋಸ್ಟ್ ಆಫೀಸಿನ ಬಳಿ ಹೋಗಿ ಆ ಪೋಸ್ಟ್‌ಮನ್‌ನ್ನು ಭೇಟಿಯಾದವನು ಹೇಳಿದ್ದೇನೆಂದರೆ :

'ಅದ್ಯಾಕೆ ಒಂದು ಪತ್ರವನ್ನು ನೀವು ತಲುಪಿಸಿಲ್ಲ? ಎಲ್ಲಿ ಮಿಸ್ ಮಾಡಿಕೊಂಡ್ರಿ? ಇನ್ಮೇಲೆ ಹೀಗೆ ಮಾಡಬೇಡಿ. ಅವಳನ್ನು ನಾನು ಅದೆಷ್ಟು ಪ್ರೀತಿಸುತ್ತೇನೆಂಬುದನ್ನು ಎಷ್ಟು ಹೇಳಿದರೂ ನಾಟಕೀಯ ಅನ್ನಿಸಿಬಿಡುತ್ತದೆ. ಆದರೆ ಈ ಪತ್ರಗಳ ಬಗ್ಗೆ ಅವಳಿಗೆ ಅದೆಂಥ ಆಸಕ್ತಿ, ಪ್ರೀತಿ, ವ್ಯಾಮೋಹ ಹುಟ್ಟಿದೆಯೆಂದರೆ ಅವಳೇ ಪತ್ರಗಳಿಗಾಗಿ ಕಾಯುವಷ್ಟರ ಮಟ್ಟಿಗೆ ಅವಳೀಗ ನನ್ನ ಪತ್ರಗಳನ್ನು ಹಚ್ಚಿಕೊಂಡಿದ್ದಾಳೆ. ಹಾಗಾಗಿ ಅವಳನ್ನು ಹೀಗೆ ಮತ್ತೆ ಮತ್ತೆ ಕಾಡುವಂತೆ ಮಾಡುತ್ತಲೇ ಇರಬೇಕು ಎಂಬುದು ನನ್ನಾಸೆ. ಇದಕ್ಕಾಗಿಯೇ ನಾನು ಆರ್ಡಿನರಿ ಪೋಸ್ಟ್‌ನಲ್ಲಿ ಪತ್ರಗಳನ್ನು ಕಳಿಸುತ್ತಿದ್ದೇನೆ ಮತ್ತು ಇದಕ್ಕಾಗಿ ನಿಮ್ಮ ಸಹಾಯವನ್ನೂ ಕೋರಿದ್ದೆ. ನೀವು ಪತ್ರ ಕೊಡುವುದು ಒಂದೆರೆಡು ದಿನ ತಡವಾದರೂ ಪರವಾಗಿಲ್ಲ ಆದರೆ ಇನ್ಮುಂದೆ ಒಂದೇ ಒಂದು ಪತ್ರವೂ ತಪ್ಪಿಸಿಕೊಳ್ಳಬಾರದು. ಅವಳು ಈ ಪತ್ರಗಳಿಗಾಗಿ ಕಾಯುತ್ತಾಳೆ ಎಂಬ ವಿಷಯ ನನಗೆ ನೀಡುವ ಸಂತೋಷವನ್ನು ನಾನು ಸರಳವಾದ ಪದಗಳಲ್ಲಿ ಹೇಳಲಾರೆ. ಆ ಸಂತೋಷವನ್ನು ಸ್ಥಿರವಾಗಿಡಲು ನಾನವಳಿಗೆ ಪತ್ರ ಬರೆಯುತ್ತಲೇ ಇರುತ್ತೇನೆ. ಅವಳು ಅವುಗಳನ್ನು ರಹಸ್ಯವೆಂಬಂತೆ ಓದುತ್ತಲೇ ಇರಲಿ.' ಎನ್ನುತ್ತಾ ತನ್ನ ಕೈಯಲ್ಲಿದ್ದ ಮತ್ತೊಂದು ಪತ್ರದ ಲಕೋಟೆ ಪೋಸ್ಟ್ ಮ್ಯಾನ್ ಕೈಗಿತ್ತ. ಅದರಲ್ಲಿದ್ದ 'ಶ್ರೀಮತಿ' ಶಿರೋನಾಮೆ ನೋಡಿ, ಅದನ್ನು ನೇವರಿಸಿ ನಸುನಕ್ಕ.

***

ತವರಿನಿಂದ ಬಂದ ಆಕೆ ಬಾಕ್ಸ್‌ನಲ್ಲಿದ್ದ ಪತ್ರ ತಗೆದು ಯಥಾ ಪ್ರಕಾರ ಓದಿ, ಗಂಡನಿಲ್ಲದ ಹೊತ್ತಲ್ಲಿ ಸೀಕ್ರೆಟ್ ಲಾಕ್ ತೆಗೆದು ನೋಡಿ ಆ ಪತ್ರಗಳನ್ನೆಲ್ಲ ನೇವರಿಸಿ ನಸುನಕ್ಕಳು. ಪ್ರತಿ ಲಕೋಟೆಯ ವಿಳಾಸದ ಜೊತೆಯಲ್ಲಿದ್ದ 'ಶ್ರೀಮತಿ' ಎಂಬ ಪದ ಅವಳಿಗೆ ಕೇವಲ ಶಿರೋನಾಮೆಯಾಗಷ್ಟೇ ಕಂಡಂತೆ ಆ ದಿನವೂ ಕಂಡಿತಷ್ಟೇ. ಮಲಗುವ ಸಮಯದಲ್ಲಿ ಆತ ತೀರ ಸಹಜವೆಂಬಂತೆ' ಯಾವುದಾದರೂ ಪತ್ರ ಬಂದಿತ್ತ?' ಎಂದು ಆಕೆಯನ್ನು ಕೇಳಿದ. 'ಇಲ್ಲ' ಎಂಬುದನ್ನು 'ಹೌದು' ಎಂಬಷ್ಟೇ ಖುಷಿಯಿಂದ ಹೇಳಿದ್ದಳಾಕೆ.

ಆಗ ಅವನಲ್ಲಾದ ಆನಂದ ಆಕೆಗೆ ಕಾಣಲಿಲ್ಲ...

ಆಕೆಯಲ್ಲಾದ ಪುಳಕ ಅವನರಿವಿಗೆ ಬಾರಲಿಲ್ಲ...

ಈ ಅವಳು ಕಾಯುವುದು 'ಅವನ' ಪತ್ರಗಳಿಗಾಗಿ ಅಲ್ಲ. ಖಾಲಿ ಹಾಳೆಗಳಲ್ಲಿ ಮೂಡುವುದು 'ಅವನ' ಚಿತ್ರವಲ್ಲ ಎಂಬುದು ಅವನಿಗೆ ಗೊತ್ತಾದ ದಿನ, ಅವನ 'ಆನಂದ' ಮತ್ತು ಅವಳ 'ಪುಳಕ' ಎರಡೂ ಕಣ್ಮರೆಯಾಗಬಹುದು.

ಆದರೆ, ಈ ಖಾಲಿ ಕಾಗದಗಳು ತಮ್ಮ ಖಾಸಗಿ ವಿಷಯವನ್ನು ಎಂದೂ ಜಗಜ್ಜಾಹೀರು ಮಾಡಲಾರವು ಎಂಬ ನಂಬಿಕೆ ಅವಳದ್ದು ಮತ್ತು ಅವನದ್ದೂ ಕೂಡ !

ಆ ಖಾಲಿ ಹಾಳೆಗಳಲ್ಲಿ ಮೂಡುತ್ತಿದ್ದ ಅಸ್ಪಷ್ಟ ಚಿತ್ರ ಮಾತ್ರ ಅವಳನ್ನು ಜೀವಂತಿಕೆಯಿಂದ ಇಡಬಲ್ಲದು. ಹಾಗೆಯೇ, 'ಈ ಪತ್ರ ಓದಿದೆ. ಮುಂದಿನ ಪತ್ರದ ನಿರೀಕ್ಷೆಯಲ್ಲಿರುತ್ತೇನೆ...' ಎಂಬ ಸಾಲುಗಳು ಮಾತ್ರ ಅವನಲ್ಲಿ ಅವ್ಯಾಹತವಾದ ಸಂಯಮವನ್ನು ಕಾಪಾಡಬಲ್ಲವು.

10

ಮಿಸ್ಟರಿ ಮ್ಯಾನ್

ಈ ಘಟನೆಯ ಸತ್ಯಾಸತ್ಯತೆಯನ್ನು ಪರೀಕ್ಷಿಸಿಕೊಳ್ಳುವುದು ನಿಮಗೆ ಬಿಟ್ಟ ವಿಚಾರ

ಡೋರ್ ನಂ. 188/7,
54ನೇ ಕ್ರಾಸ್,
4ನೇ ಬ್ಲಾಕ್, ರಾಜಾಜಿನಗರ,
ಬೆಂಗಳೂರು.

***

ಇದೊಂದು ಬಾಡಿಗೆ ಮನೆ. ಮನೆಯ ಮುಂದೆ To-let ಬೋರ್ಡ್ ನೋಡಿದ ರವಿಶಂಕರ ವಿಚಾರಿಸಲೆಂದು ಒಳಹೋದ. ಮನೆ ಯಜಮಾನರಾದ 'ರಾಜಾರಾಮ್' ಅವರನ್ನು ಕೇಳಿದಾಗ 'ಹೌದು, ಮನೆ ಖಾಲಿ ಇದೆ, ಸಿಂಗಲ್ ಬೆಡ್ ರೂಂನ ಮನೆಯಿದು. ಹಂಡ್ರೆಡ್ ಪರ್ಸೆಂಟ್ ವಾಸ್ತು ಪ್ರಕಾರ ಕಟ್ಟಿಸಿದ್ದೇನೆ, ಬಾಡಿಗೆ ಎಂಟು ಸಾವಿರ, ಅಡ್ವಾನ್ಸ್ ಎಂಬತ್ತು ಸಾವಿರ ಎಂದು ಉರು ಹೊಡೆದಂತೆ ಗತ್ತಿನಿಂದ ಹೇಳಿ ಮುಗಿಸಿದರು.

ಮರುಮಾತಿಲ್ಲದೆ ರವಿಶಂಕರ ಒಪ್ಪಿಕೊಂಡ. ಅದಕ್ಕೆ ಕಾರಣವೇನೆಂದರೆ ಸಾಮಾನ್ಯವಾಗಿ ಬಾಡಿಗೆ ಮನೆ

ಹುಡುಕುವವರಿಗೆ ಎದುರಾಗುವ ಸಿದ್ಧಪ್ರಶ್ನೆ ಅವನಿಗೆ ಎದುರಾಗಲಿಲ್ಲ. "ನೀವು ಬ್ಯಾಚುಲರ್ರಾ? ಫ್ಯಾಮಿಲೀನಾ'?' ಎಂಬ ತಂಟೆ ತಕರಾರು ಇಲ್ಲದ ಕಾರಣ ರವಿಶಂಕರ ಒಂದೇ ಮಾತಿಗೆ ಒಪ್ಪಿಕೊಂಡು ಟೋಕನ್ ಅಡ್ವಾನ್ಸ್ ಎಂದು ಐದು ಸಾವಿರ ರೂಪಾಯಿಗಳನ್ನು ಕೊಟ್ಟು ಮುಂದಿನ ತಿಂಗಳು ಒಳ್ಳೆ ದಿನ ನೋಡಿ ಬರುತ್ತೇನೆಂದು ಹೇಳಿ ಹೋದ.

***

ಆ ಒಳ್ಳೆ ದಿನ ಬಂತು. ಅವನು ಆ ಮನೆಗೆ ಬಂದ ಮಾರನೆಯ ದಿನ ತನ್ನ ಕೆಲಸ ಮುಗಿಸಿ ಮನೆಗೆ ಬಂದಾಗ ಒಂದು ಆಶ್ಚರ್ಯ ಕಾದಿತ್ತು. ಮನೆಯ ಬಾಗಿಲು ತೆರೆದಿತ್ತು. ಓನರ್ ಬಳಿ ಮತ್ತೊಂದು 'ಕೀ' ಇತ್ತಾದ್ದರಿಂದ ಏನಾದರೂ ಸಣ್ಣಪುಟ್ಟ ರಿಪೇರಿ ಕೆಲಸಕ್ಕೆ ಬಾಗಿಲು ತೆರೆದುಕೊಂಡಿರಬಹುದು ಎಂದುಕೊಡು ಮನೆಯ ಒಳಗೆ ಹೋದ. ಆಶ್ಚರ್ಯ! ಅವನದೇ ಎತ್ತರ, ಗಾತ್ರವಿರುವ ಸುಮಾರು ಮೂವತ್ತರ ಆಸು ಪಾಸಿನಲ್ಲಿರಬಹುದಾದ ಯುವಕನೊಬ್ಬ ಆಗಲೇ ಅಡುಗೆ ಮನೆಯಲ್ಲಿ 'ಕಾಫಿ' ಮಾಡುತ್ತಿದ್ದ. ರವಿಶಂಕರನಿಗೆ ದಿಕ್ಕು ತೋಚದಾಯಿತು. 'ಏಯ್ ಯಾರು ನೀನು?' ದನ ನುಗ್ಗಿದ ಹಾಗೆ ಮನೆಗೆ ನುಗ್ಗಿದ್ದಿಯಲ್ಲ? ಕೀ ಎಲ್ಲಿತ್ತು? ಯಾರನ್ನ ಕೇಳಿ ಮನೆ ಒಳಗೆ ಬಂದೆ? 'I will call the police' ಎಂದು ಏನೇನೋ ಅರಚಿಬಿಟ್ಟ. ಆದರೆ ಆ ಹುಡುಗ ಸ್ಟೌವ್ ಮೇಲಿಂದ 'ಕಾಫಿ' ಪಾತ್ರೆ ತೆಗೆದು ಲೋಟಕ್ಕೆ 'ಕಾಫಿ' ಹಾಕಿ ಅದನ್ನು ಸಣ್ಣ ಸಾಸರ್ ಒಂದರಲ್ಲಿಟ್ಟು ಜೊತೆಗೆ ಬಿಸ್ಕೆಟ್ ಪ್ಯಾಕನ್ನು ಓಪನ್ ಮಾಡಿ ಸ್ಟೂಲ್ ಮೇಲಿಟ್ಟು ಅದನ್ನು ರವಿಶಂಕರನ ಮುಂದೆ ಇಟ್ಟ. ರವಿಶಂಕರ ಎಷ್ಟೇ ಅರಚಿದರೂ ಆತ ಏನೆಂದೂ ಮತಾಡಲಿಲ್ಲ. ಕಾಫಿ ಕುಡಿದಾದ ಮೇಲೆ ರವಿಶಂಕರ ಸಾವಧಾನವಾಗಿ ಕೇಳಿದ.

"ಹೇಳು ಯಾರು ನೀನು?"

ಆತ ಸುಮ್ಮನೆ ಇದ್ದ. ಎರಡನೇ ಮಹಡಿಯಲ್ಲಿದ್ದ ಓನರ್ ಬಳಿ ಹೋಗಿ ಕಂಪ್ಲೆಂಟ್ ಮಾಡೋಣ ಎಂದು ಯೋಚಿಸಿದ. ಆದರೆ ತಕ್ಷಣ ಬ್ಯಾಚುಲರ್ ಆದ ತನಗೆ ಮನೆ ಸಿಗುವುದು ಎಷ್ಟು ಕಷ್ಟವಾಗಿತ್ತು ಎಂದು ನೆನಪಿಸಿಕೊಂಡು ಅದರಿಂದಲೂ ಹಿಂಜರಿದ. ಸುಮ್ಮನೆ ಅವಾಂತರ ಸೃಷ್ಟಿಸಿಕೊಳ್ಳುವುದು ಬೇಡ ಇವನನ್ನು ಹೇಗಾದರೂ ಮಾಡಿ ಸಾಗ ಹಾಕಿದರಾಯ್ತು ಎಂಬುದು ಅವನ ಯೋಚನೆಯಾಗಿತ್ತು .

"ನಿನಗೆ ಇಲ್ಲಿ ಮಾತನಾಡಲು ಇಷ್ಟವಿಲ್ಲದಿದ್ದರೆ ಬಾ ಪಾರ್ಕ್‌ಗೆ ಹೋಗೋಣ ಅಲ್ಲೆ ವಾಕ್ ಮಾಡುತ್ತ ಮಾತಾಡೋಣ ಪ್ರೀತಿಯಿಂದ ಅವನನ್ನು ಆಹ್ವಾನಿಸಿದ ರವಿಶಂಕರ. ಆತ ಜಪ್ಪಯ್ಯ ಅನ್ನಲಿಲ್ಲ. ಹಾಲ್‌ನ ಮೂಲೆಯೊಂದರಲ್ಲೆ

ನಿರ್ವಿಣ್ಣನಾಗಿ ಆತ ಕುಳಿತಿದ್ದನ್ನು ನೋಡಿ ರವಿಶಂಕರನಿಗೂ ಕನಿಕರ ಬಂತು. ಸಂಜೆ ವಾಕಿಂಗ್‌ಗೆಂದು ಹೊರ ಹೋಗಲು ತಯಾರಾಗಿ ಅವನನ್ನು ಒಳಗೇ ಕೂಡಿ ಲಾಕ್ ಮಾಡಿಕೊಂಡು ಹೋದ. ಒಳಗಿದ್ದವ ನಸುನಕ್ಕ. 'ಟಿ.ವಿ ಹಾಕಬೇಡ. ಸೌಂಡ್ ಬಂದ್ರೆ ಓನರ್‌ಗೆ ಗೊತ್ತಾಗುತ್ತೆ' ಎಂಬ ವಾರ್ನಿಂಗ್ ಕೊಟ್ಟು ಹೋಗಿದ್ದ ರವಿಶಂಕರ್.

***

ಎಂಟು ಗಂಟೆಯ ಹೊತ್ತಿಗೆ ವಾಪಸ್ ಬಂದು ನೋಡಿದರೆ ಆ ಇನ್ನೊಬ್ಬ ಊಟಕ್ಕೆ ಎಲ್ಲಾ ಸಿದ್ಧತೆ ಮಾಡಿಟ್ಟುಕೊಂಡು ಗಂಡನಿಗಾಗಿ ಊಟಕ್ಕೆ ಕಾಯುವ ಗೃಹಿಣಿಯಂತೆ ಕೂತಿದ್ದ. ಬಿಸಿ ಬಿಸಿ ಊಟ ತಯಾರಿತ್ತಲ್ಲ ರವಿಶಂಕರ ಹೆಚ್ಚೇನು ಮಾತನಾಡದೆ ಊಟ ಮಾಡಲು ಶುರುವಿಟ್ಟುಕೊಂಡ. ಆತ ಏನೊಂದು ಮತಾಡದೇ ಊಟ ಬಡಿಸುತ್ತಲೇ ಇದ್ದ. ಆತನಿಗೂ ಊಟ ಮಾಡುವಂತೆ ರವಿಶಂಕರ ಎಷ್ಟೇ ಒತ್ತಾಯಿಸಿದರೂ ಆತ ಆಮೇಲೆ ಮಾಡುತ್ತೇನೆಂಬಂತಹ ಪ್ರತಿಕ್ರಿಯೆಗಳನ್ನು ಮಾತ್ರ ನೀಡುತ್ತಿದ್ದ. ಊಟ ಮುಗಿಸಿದ ರವಿಶಂಕರ, ಈ ಆಗುಂತಕನ ಸಾಗ ಹಾಕುವ ಬಗ್ಗೆ, ಅವನು ಯಾರೆಂದು ತಿಳಿಯುವ ಬಗ್ಗೆ ಸೀರಿಯಸ್ಸಾಗಿ ಯೋಚಿಸಿ, ಬಾಗಿಲು ಭದ್ರವಾಗಿ ಹಾಕಿಕೊಂಡು, ಟಿ.ವಿಯಲ್ಲಿ ಬರುತ್ತಿದ್ದ ಕ್ರೈಮ್ ಸ್ಟೋರಿಗೆ ವಾಲ್ಯೂಮ್ ಜಾಸ್ತಿ ಮಾಡಿಕೊಂಡು ಅವನನ್ನು ವಿಚಾರಣೆಗೆ ಎಳೆಯುವ ಸಾಹಸಕ್ಕೆ ಮತ್ತೆ ಮುಂದಾದ.

"ಈಗ ಹೇಳು, ಯಾರು ನೀನು? ನೋಡಲಿಕ್ಕೆ ತೀರ ಸಂಭಾವಿತನಂತೆ ಕಾಣ್ತೀಯ, ನಿನ್ನ ಮೇಲೆ ರೇಗಾಡಲಿಕ್ಕೂ ನನಗೆ ಮನಸ್ಸು ಬರುತ್ತಿಲ್ಲ. ದಯವಿಟ್ಟು ನಿನ್ನ ಉದ್ದೇಶವೇನು? ಏಕೆ ಹೀಗೆ ತೊಂದರೆ ಕೊಡುತ್ತಿದ್ದೀಯ ಹೇಳಿಬಿಡು" ಎಂದು ಮೃದುವಾದ ದನಿಯಿಂದಲೇ ರವಿಶಂಕರ ಕೇಳಿದ. ಆ ಅಸಾಮಿಯೋ ಎಷ್ಟೋ ವರ್ಷಗಳಿಂದ ಮಾತೇ ಆಡಿಲ್ಲವೇನೋ ಎಂಬಂತೆ ಮಾತು ಮರೆತ ಹಳಬನಂತೆ ನಿಶ್ಚೇಷ್ಟಿತನಾಗಿ ನಿಂತಿದ್ದ. ಅಂತಹ ವ್ಯತಿರಿಕ್ತ ಪ್ರತಿಕ್ರಿಯೆಗಳಿಗೆ ಬೈಯ್ಯುವುದು, ಹೊಡೆಯುವುದೂ, ರೇಗುವುದು ಎಲ್ಲ ಅಪ್ರಯೋಜಕವಾಗಿಬಿಡುತ್ತದಲ್ಲವೇ? ಎಂದು ಯೋಚಿಸಿದ ರವಿಶಂಕರ ಯಾವ ನಾಟಕದ ವೇಷ ಹಾಕ್ಕೊಂಡು ಬಂದಿದ್ದಾನೋ ನೋಡೋಣ ನಾಳೆ ಗೊತ್ತಾಗುತ್ತೆ, ಏನೋ ಕೆಲಸದ ಮೇಲೆ ಬಂದು ಇವತ್ತು ಎಲ್ಲಿ ಉಳಿಯೋದು ಎಂದು ತಿಳಿಯದೇ ಲಾಡ್ಜ್ ಮಾಡಲು ದುಡ್ಡು ಇಲ್ಲದೆ ಬಂದಿರಬಹುದಲ್ಲ? ಎಂಬ ಸ್ವಯಂ ಸಮಜಾಯಿಷಿ ನೀಡಿಕೊಂಡು ಮಲಗಲು ಕೋಣೆಗೆ ಹೋದ. ಹಾಲ್‌ನಲ್ಲಿ ನಿಂತಿದ್ದ ಆ ಆಸಾಮಿಗೆ ಒಂದು ಚಾಪೆ ದಿಂಬನ್ನು ಬಿಸಾಕಿ ತಾನು ಮಲಗಿದ.

***

ಮರು ದಿನ ಬೆಳಗ್ಗೆ 'ಪೀಡೆ' ತೊಲಗಿದ್ದರೆ ಸಾಕಪ್ಪಾ ಎಂದುಕೊಂಡೇ ಹಾಸಿಗೆಯಿಂದ ಮೇಲೆದ್ದ ರವಿಶಂಕರನಿಗೆ ಅಂಥ ಸಿಹಿ ಸುದ್ದಿಯೇನೂ ಇರಲಿಲ್ಲ. ಬದಲಾಗಿ ಆ ಅಸಾಮಿ ಬಿಸಿಬಿಸಿ ಉಪ್ಪಿಟ್ಟು ಮಾಡಿಟ್ಟುಕೊಂಡು ಇವನಿಗಾಗಿ ಕಾಯುತ್ತಿದ್ದ. ಮತ್ತು ಆಫೀಸಿಗೆ ಲಂಚ್‌ಬಾಕ್ಸ್ ಕೂಡ ತಯಾರು ಮಾಡಿಟ್ಟಿದ್ದ. 'Oh! It's disgusting' ಎಂದುಕೊಳ್ಳುತ್ತಾ ಬಾತ್‌ರೂಂಗೆ ಹೋದ. ತಿಂಡಿ ತಿಂದು ತಯಾರಾಗಿ ಎಂದಿನಂತೆ ಆಫೀಸಿಗೆ ಹೊರಟವನು ಮತ್ತದೆ ವಾಕ್ಯ ಹೇಳಿದ; 'ಸಂಜೆಯೊಳಗೆ ನೀನು ಇಲ್ಲಿಂದ ತೊಲಗಿರುತ್ತೀಯ ಎಂಬ ನಂಬಿಕೆಯಿಂದಲೇ ನಾನೀಗ ತೊಲಗುತ್ತಿದ್ದೇನೆ. ಹೋಗುವಾಗ 'ಕೀ'ಯನ್ನು ಇಲ್ಲಿರುವ 'ವೈಟ್ ಶೂ'ನಲ್ಲಿಟ್ಟು ಹೋಗು. ನನಗೆ ನಿನ್ನ ಪುರಾಣಗಳೇನೂ ಬೇಡ' ಅಪ್ಪಿ ತಪ್ಪಿಯೂ ಓನರ್ ಮಗಳ ಕಣ್ಣಿಗೆ ಬೀಳಬೇಡ. ಅವಳೊಬ್ಬ ವಾಚಾಳಿ. ಎಲ್ಲವನ್ನು ಅವರಮ್ಮನಿಗೆ ಒದರಿ ಬಿಡುತ್ತಾಳೆ' ಎಂದು ಹೇಳಿ ಓನರ್ ಮನೆಯವರು ಇಲ್ಲದಿರುವುದನ್ನು ಖಾತರಿಪಡಿಸಿಕೊಂಡೇ ಗೇಟ್ ದಾಟಿ ರಾಮಮಂದಿರದ ಬಳಿ ತನ್ನ ಆಫೀಸಿನ ಕ್ಯಾಬ್‌ಗಾಗಿ ಕಾಯುತ್ತ ನಿಂತ.

ಈ ಬಗ್ಗೆ ಆಫೀಸಿನಲ್ಲಿ ಯಾರ ಬಳಿಯಾದರೂ ಹೇಳಿಕೊಳ್ಳೋಣವೆನ್ನಿಸಿತು. ಆದರೆ ಅದರಿಂದ ತಕ್ಷಣಕ್ಕೆ ಆಗುವ ಲಾಭಗಳೇನೂ ಇಲ್ಲ, ಬದಲಾಗಿ ತೊಂದರೆಗಳು ಉಂಟಾಗುವ ಸಾಧ್ಯತೆಗಳಿವೆ ಎಂದು ತಿಳಿದು ಸುಮ್ಮನಾದ. ಆ ಇಡೀ ದಿನ ಅವನಲ್ಲಿ ಗಾಢವಾಗಿ ಬೇರೂರಿದ್ದ ಪ್ರಶ್ನೆ ಒಂದೇ; 'ಆ ಆಸಾಮಿ ಇವತ್ತು ಮನೆಯಿಂದ ತೊಲಗಿರುತ್ತಾನಾ?' ತನ್ನ ಸಮಾಧಾನಕ್ಕಾಗಿ 'ಹೌದು' ಇವತ್ತು ನಾನು ಹೋಗುವಷ್ಟರಲ್ಲಿ ಆತ ಮನೆಯಿಂದ ಹೋಗಿರುತ್ತಾನೆ' ಎಂದು ಪದೇ ಪದೇ ಹೇಳಿಕೊಂಡ.

ಆ ಆಸಾಮಿ ಹೀಗೆ ಅನಿರೀಕ್ಷಿತವಾಗಿ ಬಂದಿರುವ ಬಗ್ಗೆ ತನ್ನಲ್ಲಿರುವ ಗೊಂದಲಗಳನ್ನು ನಿವಾರಿಸಿಕೊಳ್ಳಲು ಮತ್ತಷ್ಟು ಪ್ರಶ್ನೆಗಳನ್ನು ಹಾಕಿಕೊಳ್ಳತೊಡಗಿದ. 'ಇವನು ಯಾರಿರಬಹುದು?' 'ನಮ್ಮ ದೂರದ ಸಂಬಂಧಿ ಯಾರಾದರೂ ಇರಬಹುದಾ? 'ಮುಜ್ಸೇ ಶಾದಿ ಕರೋಗಿ' ಸಿನಿಮಾ ಥರ ಯಾರಾದ್ರೂ ನನ್ನನ್ನು ಕಾಡಿಸಲಿಕ್ಕೆ ಅಂಥ ಕಳಿಸಿರಬೋದಾ? 'ಅವನು ಒಂದೂ ಮಾತಾಡಲಿಲ್ಲವಲ್ಲ? ನಿಜಕ್ಕೂ ಆತ ಮೂಗನೋ ಅಥವಾ ಮೂಗನಂತೆ ಬೇಕಂತಲೇ ನಟಿಸುತ್ತಿದ್ದಾನೆಯೋ?' 'ಬೇರೆ ಯಾವುದಾದರೂ ರಾಜ್ಯದಲ್ಲಿ ಕೊಲೆ, ದರೋಡೆ, ಏನಾದರೂ ಮಾಡಿ ತಲೆ ಮರೆಸಿಕೊಂಡು ಇಲ್ಲಿ ಬಂದಿದ್ದಾನೋ ಹೇಗೆ? 'ಕಳ್ಳನಿರಬಹುದೇ?' 'ರೇಪಿಸ್ಟ್ ಆಗಿದ್ದರೆ ಏನು ಗತಿ?

ದೇವರೇನಾದರೂ ನನ್ನನ್ನು ಪರೀಕ್ಷಿಸಲು ಹೀಗೆ ಬಂದಿರಬಹುದೆ? 'ಈ ಮನೆಯಲ್ಲಿ ಹಿಂದೆ ಯಾರಾದರೂ ಸತ್ತಿದ್ದರೋ ಏನೋ? ಅವರೇನಾದರೂ

ಪ್ರೇತವಾಗಿ ಹೀಗೆ ಬಂದಿರಬಹುದೆ?' ಎಂದು ನಾನಾ ರೀತಿಯ ಸಾಧ್ಯತೆಗಳನ್ನು ಯೋಚಿಸತೊಡಗಿದ. ಆ ದಿನ ಕ್ಯಾಬ್‌ನಲ್ಲಿ ಬರುವಾಗ ಇಂಥ ಹತ್ತಾರು ಪ್ರಶ್ನೆಗಳು ಅವನ ತಲೆ ಕೊರೆದು ಬಿಟ್ಟವು. ಕ್ಯಾಬ್ ಇಳಿದವನು ಆತಂಕ ಮತ್ತು ಮಹಾದಾಸೆಯಿಂದಲೇ ಮನೆ ಕಡೆ ಭಾರವಾದ ಹೆಜ್ಜೆಗಳನ್ನಿಟ್ಟ. ಇಲ್ಲ ಸುತಾರಾಂ ಅಲ್ಲಿ ಯಾವುದೇ ಬದಲಾವಣೆಗಳಾಗಿರಲಿಲ್ಲ. ಹಿಂದಿನ ದಿನದಂತೆಯೇ ಆತ ಕಾಫಿ ಮಾಡಿಟ್ಟುಕೊಂಡು ಸ್ನ್ಯಾಕ್ಸ್ ಜೊತೆ ತಯಾರಾಗಿ ಕಾಯುತ್ತ ಕುಳಿತಿದ್ದ. ರವಿಶಂಕರನಿಗೆ 'ಇದು ತೊಲಗೋ ಆಸಾಮಿ ಅಲ್ಲ ಇರ್ಬೇಕು' ಎಂಬುದು ಖಾತರಿಯಾದಂತಾಯ್ತು. ಸಿಟ್ಟು ನೆತ್ತಿಗೇರಿತ್ತು. ಆದರೆ ಕೂಗಾಡಿ, ರೇಗಾಡಿ ಏನೂ ಮಾಡುವಂತಿರಲಿಲ್ಲ. ಇವತ್ತು ಸಂಜೆ ವಾಕಿಂಗ್ ಕೂಡ ಅವನಿಗೆ ಬೇಡವೆನ್ನಿಸಿತು. ಹಾಗಾಗಿ ಸಣ್ಣದೊಂದು ನಿದ್ದೆ ಮಾಡೋಣ ಎಂದು ಮಲಗಿದ. ರಾತ್ರಿ ಎಂಟು ಗಂಟೆ ಸುಮಾರಿಗೆ ಎದ್ದ. ಹಿಂದಿನ ದಿನದಂತೆಯೇ ಊಟ ತಯಾರಾಗಿತ್ತು.

ಇದೊಂಥರ ಸಂಕಟದ ಸ್ಥಿತಿ ಅವನನ್ನು ಬೈದು ಆಚೆ ಹಾಕೋಣವೆಂದರೆ ಆತನ ವಿನಮ್ರತೆ ಅಡ್ಡಿಯಾಗಿತ್ತು. ಆದರೆ ತಾನು ಯಾರೆಂದು ಹೇಳಲು ಆ ಆಗುಂತಕ ಸಿದ್ಧನಿರಲಿಲ್ಲ. ಜೊತೆಯಲ್ಲಿ ಊಟಕ್ಕೆ ಕರೆದರೂ ಆತ ಬರಲು ಒಪ್ಪುತ್ತಿಲ್ಲ ಸರಿ ಎಂದುಕೊಂಡು ತಾನು ಊಟ ಮಾಡಿ ಮಲಗುವ ಕೋಣೆಗೆ ಹೋಗುವ ಮುನ್ನ ಮತ್ತೊಮ್ಮೆ ಪ್ರೀತಿಯಿಂದ ಕೇಳಿದ. "ದಯವಿಟ್ಟು ನೀನ್ಯಾರೆಂದು ಹೇಳು? ಏನು ಸಂಬಂಧ ನನಗೂ ನಿನಗೂ? ಯಾಕೆ ಹೀಗೆ ನನ್ನ ಸೇವೆ ಮಾಡುತ್ತಿರುವೆ? In fact ಇದು ನನಗೆ ಸಂಕಟವೆನಿಸುತ್ತಿದೆ." ಆತ ಏನೊಂದು ಮಾತನಾಡದೆ ತನ್ನ ಚಾಪೆ ಮತ್ತು ದಿಂಬುಗಳನ್ನು ಹಾಲ್‌ಗೆ ತಂದಿಟ್ಟುಕೊಂಡು ರವಿಶಂಕರನ ನಿರ್ಗಮನಕ್ಕಾಗಿ ಕಾಯತೊಡಗಿದ. 'ಎಂಥ ಮೊಂಡನಿವನು? ಎಷ್ಟು ಕಾಳಜಿಯಿಟ್ಟು ಕೇಳಿದರೂ ಮತಾಡಲ್ಲ ಅಂತಾನಲ್ಲ?' ಎಂದು ಗೊಣಗಿಕೊಂಡು ರವಿಶಂಕರ ಮಲಗಲು ಹೋದ.

ಅನಂತರ ಬೆಳಿಗ್ಗೆ ಮತ್ತು ಸಂಜೆಯ ಈ ನಾಟಕೀಯ ಘಟನೆಗಳು ಪ್ರತಿದಿನ ಯಥಾ ಪ್ರಕಾರ ನಡೆಯುತ್ತಲೇ ಇದ್ದವು. ಸುಮಾರು ಮೂರು ತಿಂಗಳವರೆಗೆ ಇದು ಹೀಗೇ ಆಯಿತು. ಮೊದ ಮೊದಲು ಗಲಿಬಿಲಿಗೊಂಡು, ಸಿಟ್ಟಾಗುತ್ತಿದ್ದ ರವಿಶಂಕರ ಈಗೀಗ ಅವನ ಬಗ್ಗೆ ತಲೆ ಕೆಡಿಸಿಕೊಳ್ಳುವುದನ್ನೇ ಬಿಟ್ಟಿದ್ದ. ಹೇಗೋ ತನಗೊಬ್ಬ ಪುಕ್ಕಟೆ 'ಹೌಸ್ ಸರ್ವೆಂಟ್' ಸಿಕ್ಕಂತಾಯಿತು ಎಂದುಕೊಂಡು ನಡೆದಷ್ಟು ದಿನ ಹೀಗೆ ನಡೆಯಲಿ ಬಿಡಿ, ಅವನಾಗೇ ಹೋದಾಗ ಹೋಗಲಿ ಎಂಬ ನಿರ್ಧಾರಕ್ಕೆ ಬಂದು ಬಿಟ್ಟ.

ಆ ಆಸಾಮಿಯ ವರ್ತನೆಯಲ್ಲಿ ಮಾತ್ರ ಕೊಂಚವೂ ಬದಲಾವಣೆ ಬರಲೇ ಇಲ್ಲ. ಪ್ರತಿ ವೀಕೆಂಡ್‌ಗಳಲ್ಲಿ ರವಿಶಂಕರ ಊರಿಗೆ ಹೋಗಿಬಿಡುತ್ತಿದ್ದನಾದ್ದರಿಂದ

ಆ ಆಸಾಮಿ ಹಗಲಿಡೀ ಅದೇನು ಮಾಡುತ್ತಾನೆ? ಎಲ್ಲಿರುತ್ತಾನೆ ಓದುತ್ತಿದ್ದಾನಾ? ಕೆಲಸಕ್ಕೇನಾದರೂ ಹೋಗುತ್ತಾನಾ ಎಂಬ ಸುಳಿವನ್ನು ಪತ್ತೆ ಹಚ್ಚಲು ಸಾಧ್ಯವಾಗಲೇ ಇಲ್ಲ. ಈಗೀಗ ರವಿಶಂಕರನಿಗೂ ಅದರ ಅವಶ್ಯಕತೆ ಇಲ್ಲ ಅನ್ನಿಸತೊಡಗಿತು.

ಹೀಗೆ ಒಂದಾರು ತಿಂಗಳು ನಡೆಯಿತು. ಗ್ರೌಂಡ್ ಫ್ಲೋರ್‌ನ ಮನೆಯಾದ್ದರಿಂದ ಒಬ್ಬ ಆಗುಂತಕ ಅಸಾಮಿ ಆರು ತಿಂಗಳಿನವರೆಗೆ ಕಣ್ಣಾಮುಚ್ಚಾಲೆ ಆಟ ಆಡುತ್ತ ಓನರ್ ಮನೆಯವರಿಗೆ ಯಾವುದೇ ಸಣ್ಣ ಸುಳಿವು ಸಿಗದಂತೆ ಅಡಗಿಕೊಂಡಿರುವುದು ಕಷ್ಟವೇನಾಗಿರಲಿಲ್ಲ. ಆದರೆ ರವಿಶಂಕರನಿಗೆ ಮಾತ್ರ ಆತನನ್ನು ಮನೆಯಿಂದ ಹೊರಹಾಕುವ ಉದ್ದೇಶ ಇನ್ನೂ ಇತ್ತು. ಹಾಗಾಗಿ ಆರನೆಯ ತಿಂಗಳ ಒಂದನೇ ತಾರೀಖಿನ ಬೆಳಿಗ್ಗೆ ಆ ಆಗುಂತಕ ಮಾಡಿಕೊಟ್ಟ ತಿಂಡಿ ತಿನ್ನುತ್ತಲೇ ಕೊಂಚ ಒರಟಾಗಿಯೇ ಕೇಳಿದ 'ಇಲ್ಲಿ ಬಿಟ್ಟಿ ಇರೋರಿಗೆಲ್ಲ ನಾನೊಬ್ಬನೇ ಮನೆ ಬಾಡಿಗೆ ಕೊಡೋಕಾಗಲ್ಲ. ಎಂಟು ಸಾವಿರ ಬಾಡಿಗೇಲಿ, ನೀನು ಇರೋದಾದ್ರೆ ನಾಲ್ಕು ಸಾವಿರ ಕೊಡಬೇಕು. ಇಲ್ಲಾ ಅಂದ್ರೆ ಮರ್ಯಾದೆಯಿಂದ ಇವತ್ತು ಸಂಜೆ ನಾನು ಬರೋ ಹತ್ತಿಗೆ ಮುಖ ತೋರಿಸ್ದಂತೆ ತೊಲಗು. ಬಿಟ್ಟಿ ತಿನ್ಕಂಡು ಇರೋಕೆ ನೀನೇನು ಅಂಗವಿಕಲನಾ? ದಡಿಯಾ ಥರ ಬೆಳೆದಿದ್ದೀಯ' ಎಂದು ಸಿಟ್ಟಿನಿಂದಲೇ ಹೇಳಿ ಆಫೀಸಿಗೆ ಹೋದ.

ಆ ದಿನ ಸಂಜೆ ರವಿಶಂಕರ ಮನೆಗೆ ಬಂದಾಗ ಟಿ.ವಿ. ಸ್ಟ್ಯಾಂಡ್ ಮೇಲೆ ಆ ಅಸಾಮಿ ಮೂವತ್ತಮೂರು ಸಾವಿರ ರೂಪಾಯಿಗಳನ್ನು ಇಟ್ಟು ಸಣ್ಣದೊಂದು ಚೀಟಿ ಇಟ್ಟು, ಅದರಲ್ಲಿ ಹೀಗೆ ಬರೆದಿಟ್ಟು, ಹೋಂ ವರ್ಕ್ ಮಾಡಿಟ್ಟ ವಿದ್ಯಾರ್ಥಿ ಟೀಚರ್ ಮುಂದೆ ನಿಲ್ಲುವಂತೆ ನಿಂತಿದ್ದ .

ಆರು ತಿಂಗಳ ಬಾಡಿಗೆ	– 24 ಸಾವಿರ
ಕಿರಾಣಿ ಸಾಮಾನಿನ ಬಾಬ್ತು	– 9 ಸಾವಿರ (ತಿಂಗಳಿಗೆ ಒಂದೂವರೆ ಸಾವಿರದಂತೆ)
ಒಟ್ಟು	**– 33 ಸಾವಿರ**

ರವಿಶಂಕರನಿಗೆ ಮಾತೇ ಬರಲಿಲ್ಲ. ಅಲ್ಲದೆ ಆ ದುಡ್ಡನ್ನು ಆತ ತೆಗೆದುಕೊಳ್ಳಲೂ ಇಲ್ಲ.

***

ಆರು ತಿಂಗಳ ಬಳಿಕ ಮತ್ತೆ ರವಿಶಂಕರನಿಗೆ ಈ ಆಗುಂತಕನ ವಿಚಾರ ತಲೆಬಿಸಿಯಾಗಲು ಕಾರಣವಾಯಿತು. ಅಷ್ಟೊಂದು ದುಡ್ಡನ್ನು ಒಂದೇ ದಿನದಲ್ಲಿ ಆತ ಹೇಗೆ ತಂದ? ಅವನ ಬಳಿ ಒಂದು ಸಣ್ಣ ಬಟ್ಟೆ ಬ್ಯಾಗ್ ಬಿಟ್ಟರೆ ಇನ್ನೇನು ಇಲ್ಲ. ಹಾಗಾದರೆ ಇದೆಲ್ಲ ಹೇಗೆ ಸಾಧ್ಯ? ಎಂದು ಚಿಂತಿತನಾದ ರವಿಶಂಕರ.

***

ಈ ಕತೆಯನ್ನು ಮುಂದುವರಿಸುವ ಮುನ್ನ ನೀವು ನನಗೊಂದು ನಿಮಿಷ ನಿಮ್ಮ ಸಮಯ ಕೊಡಿ. ಇಲ್ಲಿಂದ ಈ ಕತೆ ಏನಾಗಿರಬಹುದು? ಎಂಬುದಕ್ಕೆ ನನಗೆ ತಕ್ಷಣಕ್ಕೆ ಮೂರು ರೀತಿಯ ಅಂತ್ಯಗಳು ಕಾಣಹತ್ತಿವೆ. ಅವು ಮೂರನ್ನೂ ನಿಮ್ಮ ಮುಂದಿಡುತ್ತೇನೆ. ಯಾವುದು ನಿಮಗೆ ಸೂಕ್ತವೆನ್ನಿಸುತ್ತದೆಯೋ ಅದನ್ನು ನೀವು ರಿಲೇಟ್ ಮಾಡಿಕೊಳ್ಳಬಹುದು. ಅಲ್ಲದೇ ನಿಮ್ಮದೇ ಬೇರೆ 'ಅಂತ್ಯ'ವಿದ್ದರೆ ಅದು ಇನ್ನೂ ಒಳ್ಳೆಯದು.

***

1. ಅದು ಹೀಗಾಗಿರಬಹುದು:

ಈ ಆರು ತಿಂಗಳಲ್ಲಿ ಒಂದು ದಿನವೂ ಅವನಿಂದ ನನಗೆ ತೊಂದರೆಯಾಗಿಲ್ಲ. ಎಷ್ಟು ಸಭ್ಯನಂತೆ ವರ್ತಿಸಿದ್ದಾನೆ. ತಾಯಿಯಂತೆ ನನ್ನ ಮನೆಗೆಲಸ ಮಾಡಿಟ್ಟಿದ್ದಾನೆ. ನನ್ನನ್ನು ನೋಡಿಕೊಂಡಿದ್ದಾನೆ. ಇನ್ನೂ ಅವನನ್ನು ಮನೆಯಿಂದ ಹೊರ ಹಾಕುವ ಆಲೋಚನೆ ಬೇಡವೇ ಬೇಡ. ಓನರ್ ಅಂಕಲ್ ಬಳಿ ಮಾತಾಡಿ ಇವನು ನನ್ನ ಸ್ನೇಹಿತ ಅಂತ ಹೇಳಿ ಹೊಸದಾಗಿ ಮನೆಗೆ ಸೇರಿಸಿಕೊಂಡರಾಯ್ತು' ಎಂದು ಯೋಚಿಸಿದ. ರವಿಶಂಕರ ಆಫೀಸಿನಿಂದ ಬರುವಾಗ ಮೆಜೆಸ್ಟಿಕ್‌ನಲ್ಲಿ ಮೆಗಾಮಾರ್ಟ್‌ಗೆ ಹೋಗಿ ಆ ಆಸಾಮಿಗೆಂದು ಒಂದು ಜೊತೆ ಬಟ್ಟೆ ಕೊಂಡ. ಈ ಆರು ತಿಂಗಳಲ್ಲಿ ಅವನು ಹಾಕಿದ್ದು ಕೇವಲ ಎರಡೇ ಶರ್ಟುಗಳಾಗಿದ್ದವು. ಹಾಗಾಗಿ ಅವನಿಗಾಗಿ ಒಂದು ಜೊತೆ ಬಟ್ಟೆ ಖರೀದಿಸಿ ರಾಮ ಮಂದಿರದ ಬಳಿಯಿರುವ 'ದೋಸೆ ಕ್ಯಾಂಪ್'ನಲ್ಲಿ ಎರಡು 'ಮಸಾಲೆ ದೋಸೆ ಪಾರ್ಸಲ್ ಮಾಡಿಸಿಕೊಂಡು ಖುಷಿ ಖುಷಿಯಿಂದ ಮನೆಗೆ ಬಂದ. ನಿಧಾನಕ್ಕೆ ಬಾಗಿಲು ಕಡೆ ಕಣ್ಣಾಡಿಸಿದ. ಇತ್ತೀಚಿನ ದಿನಗಳಲ್ಲಿ ಅವನು ಮತ್ತೊಂದು ಕೀಯನ್ನು ತನ್ನ ಬಳಿ ಇಟ್ಟುಕೊಳ್ಳುತ್ತಲೇ ಇರಲಿಲ್ಲ. ಅದಕ್ಕೆ ಕಾರಣ ನಿಮಗೆ ಗೊತ್ತೇ ಇದೆ. 'ವೈಟ್ ಶೂ' ನಲ್ಲಿ 'ಕೀ' ಇತ್ತು. ಕೀ ತೆಗೆದುಕೊಂಡು ಬಾಗಿಲು ತೆರೆದ. ಕಾಫಿ ಮಾಡುವ ಪಾತ್ರೆ ಸ್ಟ್ಯಾಂಡಿನಲ್ಲಿ ಇತ್ತು. ಟಿ.ವಿ. ಸ್ಟ್ಯಾಂಡಿನ ಮೇಲೆ ಹಣ ಮತ್ತು ಚೀಟಿ ಇತ್ತು. ಆದರೆ ಹಾಲ್ನಲ್ಲಿ ಅ ಆಸಾಮಿ ಇರಲಿಲ್ಲ. ರವಿಶಂಕರ ಮೆಗಾ ಮಾರ್ಟ್ ಕವರ್‌ನಲ್ಲಿದ್ದ ಹೊಸ ಬಟ್ಟೆಯನ್ನೊಮ್ಮೆ ನೋಡಿದ. ಎರಡರಲ್ಲಿ ಒಂದು ಮಸಾಲೆ ದೋಸೆಯನ್ನು ಮಾತ್ರ ತಿಂದ.

ಆರು ತಿಂಗಳು ಕಾಲ 'ಯಾಕೆ ಇಲ್ಲಿಗೆ ಬಂದಿದ್ದೀಯಾ?' ಎಂಬ ಪ್ರಶ್ನೆಗೆ ಉತ್ತರಿಸದಿದ್ದವನು ಈಗ 'ಯಾಕೆ ಇಲ್ಲಿಂದ ಹೇಳದೇ ಕೇಳದೇ ಹೋದೆ?' ಎಂಬ ಪ್ರಶ್ನೆ ಉಳಿಸಿ ಹೋದನಲ್ಲ ಎಂದುಕೊಂಡು ರವಿಶಂಕರ ಭಾವುಕನಾದ.

ಮತ್ತೇನಾದರೂ ಆ ಆಸಾಮಿ ಬರುತ್ತಾನಾ ಎಂದು ಈಗಲೂ 'ವೈಟ್ ಶೂ' ನಲ್ಲಿಯೆ ಮನೆಯ 'ಕೀ' ಯನ್ನು ಇಟ್ಟು ಹೋಗುತ್ತಾನೆ.

***

2. ಅಥವಾ ಹೀಗೂ ಆಗಿರಬಹುದು:

ಈಗಿನ ಕಾಲದಲ್ಲಿ ಇಂಥದ್ದನ್ನೆಲ್ಲ ಎಂಟರ್ಟೇನ್ ಮಾಡಿದರೆ ಸುಖಾ ಸುಮ್ಮನೆ ನಾವು ಸಿಕ್ಕಿಕೊಳ್ಳಬೇಕಾಗುತ್ತದೆ ಎಂದು ಆಲೋಚಿಸಿ ಇವತ್ತು ಏನಾದರೂ ಆಗಲಿ ಪೊಲೀಸ್‌ಗೆ ವಿಷಯ ತಿಳಿಸಿಬಿಡೋಣ ಎಂದು ರಾಜಾಜಿನಗರ ಸ್ಟೇಷನ್ನಿಗೆ ಹೋದ. ನಡೆದ ವೃತ್ತಾಂತವನ್ನೆಲ್ಲ ವಿವರಿಸಿದ. ಎಲ್ಲವನ್ನು ಕೇಳಿಸಿಕೊಂಡ ಮೇಲೆ ಕಂಪ್ಲೇಂಟ್ ಕೊಡುವಂತೆ ಹೇಳಿದ ಸಬ್ ಇನ್ಸ್‌ಪೆಕ್ಟರ್ ಎಂ.ಕೆ ಬಷೀರ್. 'ನಡೀರಿ ಅವನ್ಯಾರು ನೋಡೋಣ. ಈ ಬೈಕ್ ಕಳ್ಳತನ ಕೇಸಲ್ಲಿ ತಲೆ ಮರೆಸಿಕೊಂಡಿರೋರನ್ನ' ಚೆನ್ನೈ, ಮಧುರೈ, ತಿರುಚಿ ತನಕ ಹೋಗಿ ಹಿಡ್ಕೊಂಡ್ ಬಂದಿದೀವಿ ಎಷ್ಟೋ ಸಾರಿ. ಇವನು ಅಂತವನೇ ಯಾರೋ ಇರಬಹುದು ಎಂದು ಅವರದೇ ಜೀಪ್‌ನಲ್ಲಿ ಹತ್ತಿಸಿಕೊಂಡು ಹೊರಟರು. 'ಇವತ್ತಾದರೂ ಈ ಸಮಸ್ಯೆಗೆ ಮುಕ್ತಿ ಸಿಗುತ್ತದಲ್ಲ' ಎಂದುಕೊಳ್ಳುತ್ತ ರವಿಶಂಕರ ಯೋಚಿಸುತ್ತಿರುವಾಗಲೇ 54ನೇ ಕ್ರಾಸ್‌ನ ಡೋರ್. ನಂ.188/7ರ ಮುಂದೆ ಜೀಪ್ ನಿಂತಿತ್ತು. ಅವಸರದಲ್ಲಿ ಇಳಿದು ಹೋಗಿ ಮನೆಯ ಬಾಗಿಲು ತಳ್ಳಿದ. ಕಾಫಿ ಪಾತ್ರ ಸ್ಟಾಂಡಿನಲ್ಲೆ ಇತ್ತು. ಟಿ.ವಿ. ಸ್ಟ್ಯಾಂಡಿನ ಮೇಲೆ ದುಡ್ಡು, ಚೀಟಿ ಹಾಗೇ ಇತ್ತು. ಚಾಪೆಯ ಮೇಲೆ ಮಲಗಿದ ಆ ಆಸಾಮಿಯ ದೇಹ ತಣ್ಣಗಾಗಿತ್ತು. ಉಸಿರು ನಿಂತಿತ್ತು. ರವಿಶಂಕರನ ಮೈ ಬೆವರುತ್ತಿತ್ತು. ತಡಬಡಾಯಿಸತೊಡಗಿದ. 'ಇವ್ನೆ ಸರ್, ಆರು ತಿಂಗಳಿಂದ ಇದ್ದ, ಒಂದೂ ಮಾತಾಡ್ತಿರಲಿಲ್ಲ. ಏನೂ ಹೇಳ್ಕೊಂಡಿರಲಿಲ್ಲ ಸರ್. ಈಗ ನೋಡಿದ್ರೆ ಸತ್ ಬಿದ್ದಿದ್ದಾನೆ ನೋಡಿ ಸರ್. ಎಂದು ಮುಗಿಸುವಷ್ಟರಲ್ಲಿ ಸಬ್‌ಇನ್ಸ್‌ಪೆಕ್ಟರ್ ಬಷೀರ್, ಟಿ.ವಿ. ಸ್ಟ್ಯಾಂಡಿನಲ್ಲಿದ್ದ ಚೀಟಿಯತ್ತ ಕಣ್ಣಾಡಿಸಿದರು. ಒಟ್ಟು ಮೂವತ್ತಮೂರು ಸಾವಿರ ಎಂದು ಬರೆದಿದ್ದ ಚೀಟಿಯೇ ಅದು. ಅದರಲ್ಲಿ ಮತ್ತೊಂದು ಸಾಲು ಬರೆದಿತ್ತು.

ಅದನ್ನು ಬಷೀರ್ ಓದಿದರು: "ನನ್ನ ಸಾವಿಗೆ ರವಿಶಂಕರನೇ ಕಾರಣ" 'ಏಯ್ ಕಾನ್ಸ್‌ಟೆಬಲ್ ಇವ್ರನ್ನು ಕಸ್ಟಡಿಗೆ ತಗೊಳ್ರಿ ಹಾಗೆ ಸ್ಟೇಷನ್ನಿಗೆ ಪಂಚನಾಮೆ ಮಾಡ್ಲಿಕ್ಕೆ ಬರೋಕ್ ಕಾಲ್ ಮಾಡಿ ಹೇಳಿ' ಎಂದು ಗಡಸು ಧ್ವನಿಯಲ್ಲಿ ಆರ್ಡರ್ ಮಾಡಿದರು.

'ಸಾರ್ ನನ್ನ ಮಾತು ಕೇಳಿ ಸಾರ್, ಇದು ಅನ್ಯಾಯ' ಎಂದ ರವಿಶಂಕರ. ಅದಕ್ಕೆ 'ನೀವು ಏನೇ ಹೇಳೋದಿದ್ರೂ ಅದನ್ನು ಕೋರ್ಟ್‌ನಲ್ಲಿ ಹೇಳ್ರಿ. ಈಗ ಸ್ಟೇಷನ್ನಿಗೆ ನಡೀರಿ' ಎಂದು ದಬಾಯಿಸಿದರು ಬಷೀರ್.

ತನಗೆ ಸಂಬಂಧವೇ ಇಲ್ಲದ, ಒಂದೂ ಮಾತನಾಡದ, ದ್ವೇಷ, ಅಸೂಯೆ, ಪ್ರೀತಿಯಂತಹ ಯಾವ ಭಾವನೆಗಳನ್ನು ಹಂಚಿಕೊಳ್ಳದ ಆ ಆಗುಂತಕನೊಬ್ಬನ ಕೊಲೆ ಕೇಸಿನಲ್ಲಿ ರವಿಶಂಕರ ವೃಥಾ ಈಗಲೂ ಕೋರ್ಟಿಗೆ ಅಲೆಯುತ್ತಿದ್ದಾನೆ.

***

3. ಆದರದು ಹೀಗೇ ಆಗಿರುತ್ತದೆ :

ಈ ಮನುಷ್ಯನ ಹಕೀಕತ್ತು ಏನಿರಬಹುದು? ಕೇಳಿದಾಕ್ಷಣ ಅಷ್ಟು ದುಡ್ಡು ಕೊಟ್ಟುಬಿಟ್ಟನಲ್ಲ ಹೇಗೆ? ಇವನಿಗೆ ಯಾರದ್ದಾದರೂ ಲಿಂಕ್ ಇರಬಹುದೇ? ಎಂದೆಲ್ಲಾ ಯೋಚಿಸುತ್ತಿದ್ದ ರವಿಶಂಕರನಿಗೆ ಯಾಕೋ ಆ ದಿನ ಆಫೀಸಿನಲ್ಲಿ ಕೆಲಸ ಮಾಡಲಾಗಲಿಲ್ಲ. ಮ್ಯಾನೇಜರ್‌ಗೆ ಹೇಳಿ ಹಾಫ್ ಡೇ ಲೀವ್ ಪಡೆದು ಮಧ್ಯಾಹ್ನಕ್ಕೆ ಮನೆಗೆ ಬಂದ.

'ವೈಟ್ ಶೂ'ನಲ್ಲಿ ಕೀ ಇರಲಿಲ್ಲ. ಆದರೆ ಮನೆಯ ಬಾಗಿಲು ಒಳಗಿನಿಂದ ಲಾಕ್ ಆಗಿತ್ತು. ಒಳಗೆ ಇಬ್ಬರು ವ್ಯಕ್ತಿಗಳು ಸಣ್ಣ ದನಿಯಲ್ಲಿ ಮಾತಾಡುತ್ತಿದ್ದಂತೆ ಭಾಸವಾಯಿತು. ಅಡುಗೆಮನೆಯಲ್ಲಿದ್ದ ವೆಂಟಿಲೇಷನ್ ಮೂಲಕ ಇಣುಕಿದ ರವಿಶಂಕರನಿಗೆ ಕಾಣಿಸಿದ್ದೇನು ಗೊತ್ತೆ?

ಆ ಆಗುಂತಕ ಆಸಾಮಿಯ ಬಾಹುಗಳಲ್ಲಿ ಮನೆ ಓನರ್ ಮಗಳು ಮಾನಸಿ ಬಂಧಿಯಾಗಿದ್ದಳು. ಆತ ಆಕೆಯ ತಲೆ ನೇವರಿಸುತ್ತಾ ಹೇಳುತ್ತಿದ್ದ, 'ಇನ್ನೂ ಎಷ್ಟು ದಿನ ಅಂತ ಹೀಗೆ ಕಳ್ಳಾಟವಾಡಲು ಸಾಧ್ಯ? ನಿಮ್ಮ ಮನೆಯವರಿಗೆ ಗೊತ್ತಾದರೆ?'. ಅದಕ್ಕೆ ಮಾನಸಿ ಹೇಳಿದಳು: 'ಸದ್ಯಕ್ಕೇನೂ ತೊಂದರೆ ಇಲ್ಲ ತಾನೆ? ಹೇಗೋ ಆ ರವಿಶಂಕರ ಪಾಪದೋನು. ನಿನ್ನನ್ನು ನಂಬೇಬಿಟ್ಟಿದ್ದಾನೆ. ಹೀಗೆ ಮಜಾ ಮಾಡ್ಕೊಂಡು ಇರೋಣ. ಅಪ್ಪ ಅಮ್ಮನಿಗೆ ಇನ್ನೂ ಒಂದು ಸಣ್ಣ ಕ್ಲೂ ಕೂಡ ಸಿಕ್ಕಿಲ್ಲ. ಹಾಗಾಗಿ ನಾವು ಹಾಯಾಗಿರಬಹುದು'.

"ಆಯ್ತು ಹನಿ. ಬಾಯ್. ಈಗ ಹೋಗು ಇಲ್ಲಿಂದ. ನಿಮ್ಮ ಅಮ್ಮ ಬರೋ ಟೈಮಾಯ್ತಲ್ಲ, ಹೋಗು. ಮತ್ತೆ ಸಮಯ ನೋಡ್ಕೊಂಡ್ ಸಿಗೋಣ" ಎಂದು ಅವಳ ತುಟಿಗೆ ಚುಂಬಿಸಿದ. ರವಿಶಂಕರ ಇನ್ನೇನು ಅವಳು ಹೊರಹೋಗಬೇಕೆನ್ನುವಷ್ಟರಲ್ಲಿ ಈತ ಗೇಟಿನಿಂದ ಹೊರಬಿದ್ದು ಪಾರ್ಕ್‌ಗೆ ಹೋಗಿ ಕೂತ. ಸುದೀರ್ಘವಾಗಿ ಆಲೋಚಿಸಿದ. ಸಂಜೆ ಮಾಮೂಲಿನ ಸಮಯಕ್ಕೆ ಮನೆಗೆ ಬಂದ. ಆಗ ಎಲ್ಲವೂ ಈ ಆರು ತಿಂಗಳು ಸಂಜೆ ಹೇಗೆ ನಡೆಯುತ್ತಿತ್ತೋ ಹಾಗೆಯೇ ನಡೆಯಿತು.

ಆ ದಿನ ಸಂಜೆ ಮನೆ ಓನರನ್ನು ಭೇಟಿಯಾಗಿ, 'ನನಗೆ ಹೈದ್ರಾಬಾದ್‌ಗೆ ಟ್ರಾನ್ಸ್‌ಫರ್ ಆಗಿದೆ ಅಂಕಲ್ ಹಾಗಾಗಿ ಮನೆ ಖಾಲಿ ಮಾಡಬೇಕಿದೆ. ನಿಮಗೆ

ಅಭ್ಯಂತರವಿಲ್ಲದಿದ್ದರೆ ನನ್ನ ಗೆಳೆಯನೊಬ್ಬ ಇದ್ದಾನೆ. ಅವನಿಗೆ ಇಲ್ಲಿಗೆ ರಿಲೊಕೇಟ್ ಆಗಲಿಕ್ಕೆ ಹೇಳ್ತೀನಿ' ಅಂದ ರವಿಶಂಕರ. ಅದಕ್ಕೆ ಓನರ್, 'ಬೇಡಪ್ಪ ನನ್ನ ಮಗಳ ಫ್ರೆಂಡ್ ಪರಿಚಯದವರಿಗ್ಯಾರಿಗೋ ಮನೆ ಬೇಕಂತೆ, ಆರು ತಿಂಗಳ ಹಿಂದೇನೇ ಹೇಳಿದ್ರು ಅಷ್ಟರಲ್ಲಿ ನೀನು ಬಂದುಬಿಟ್ಟಿದ್ದೆ. ಹಾಗಾಗಿ ಕೊಡಲಿಕ್ಕೆ ಆಗಿರಲಿಲ್ಲ. ಈಗ ಅವಳಿಗೇ ಹೇಳ್ತಿನಿ ಬಿಡು" ಅಂದ್ರು.

ರವಿಶಂಕರನಿಗೆ ಎಲ್ಲವೂ ಅರ್ಥವಾಯಿತು. ಆರು ತಿಂಗಳ ಆ ಆಗುಂತಕನ ರಹಸ್ಯ ಅರೆಕ್ಷಣದಲ್ಲಿ ಮನದಟ್ಟಾಯಿತು. ಆ ತಿಂಗಳ ಮೂವತ್ತೊಂದರಂದು ರವಿಶಂಕರ ಮನೆ ಖಾಲಿ ಮಾಡಿದ. ಸೆಕೆಂಡ್ ಫ್ಲೋರ್‌ನಲ್ಲಿದ್ದ 'ಮಾನಸಿ' ತುದಿಗಾಲಲ್ಲಿ ನಿಂತಿದ್ದರೆ, ರವಿಶಂಕರನ ಲಗೇಜ್ ಗಾಡಿ ಅಲ್ಲಿಂದ ಹೋದದ್ದನ್ನು ಖಾತರಿಪಡಿಸಿಕೊಂಡ ಆ ಆಗುಂತಕ ಬಾಡಿಗೆ ಮನೆ ಕೇಳುವ ನೆಪದಲ್ಲಿ ಬಂದು "ಅಂಕಲ್ ಮಾನಸಿ ಹೇಳ್ತಿದ್ದಳು ಮನೆ ಖಾಲಿ ಆಗುತ್ತೆ ಅಂತ?" ಎನ್ನುತ್ತಿದ್ದಂತೆಯೇ ಓನರ್ ಅವನನ್ನು ಗೇಟಿನ ಒಳಗೆ ಕರೆದುಕೊಂಡು "ಹೂನಪ್ಪ, actually ನಾವು ಬ್ಯಾಚುಲರ್‌ಗಳಿಗೆ ಮನೆ ಕೊಡಬಾರದು ಅನ್ಕೊಂಡಿದ್ವಿ. ಆದರೆ ಮಾನಸಿ ಫ್ರೆಂಡ್ ಅಂತ ಹೇಳಿ ಕೊಡ್ತೀವಷ್ಟೆ" ಅಂದರು.

ಅತ್ತ ಮಾನಸಿ ತನ್ನ ರೂಂಗೆ ಹೋಗಿ ಬಾಗಿಲು ಹಾಕಿಕೊಂಡು ಖುಷಿಯಿಂದ ಕುಣಿದು ಕುಪ್ಪಳಿಸಿದಳು...

***

ಇತ್ತ ರವಿಶಂಕರ ವಿಜಯನಗರದ ಮನುವನದ ಬಳಿಯಿರುವ 'ಜೆಂಟ್ಸ್ ಪಿ.ಜಿ.'ಗೆ ಹೋಗಿ ಸೇರಿಕೊಂಡ. ಅಲ್ಲಿನ ಊಟದ ಹಾಲ್‌ನಲ್ಲಿ ಹೀಗೆ ಬರೆದಿತ್ತು:

'ಒಂದು ಮನೆ ಬಿಟ್ಟು ಹೋದವನು ಮತ್ತೊಂದು ಮನೆಗೇ ಹೋಗುತ್ತಾನೆ. ಏಕೆಂದರೆ ಮನುಷ್ಯ ಊರುಗಳಲ್ಲಿ ಬದುಕುವುದಿಲ್ಲ. ಮನೆಗಳಲ್ಲಿ ಬದುಕುತ್ತಾನೆ.'

11

ಲಾಸ್ಟ್ ಸೀನ್ 2:35a.m.

'ಪ್ರತಿಯೊಂದು ಹೊಸ ತಂತ್ರಜ್ಞಾನದ ಆವಿಷ್ಕಾರವೂ ಮನುಷ್ಯನ ಮತ್ತೊಂದು ಮೂರ್ಖತನವನ್ನು ಹೊರಹಾಕುತ್ತದೆ'

ಮೆಸೆಂಜರ್‌ನ ಹೊಸ ಚಾಟ್‌ಗೆ ಬಂದು ಬಿದ್ದ ಈ ಸಾಲುಗಳನ್ನು ಓದುತ್ತಿದ್ದಂತೆಯೇ ಇವು ನನ್ನವೇ ಸಾಲುಗಳಲ್ಲವೇ ಎಂದು ಯೋಚಿಸತೊಡಗಿದೆ. ಅಷ್ಟರಲ್ಲಿ ಅದೇ ಚಾಟ್‌ನಲ್ಲಿ ಮತ್ತೊಂದು ಮೆಸೇಜ್ ಬಂತು:

'ಸರ್, ನಾನು ಅಂಕಿತ. ನಮ್ಮೂರು ಹೊಸಪೇಟೆ. ನಿನ್ನೆ ಕಾಲೇಜಿನಲ್ಲಿ ನನ್ನ ಸ್ನೇಹಿತಳೊಬ್ಬಳಿಗೆ ವಾಟ್ಸಪ್ ಗುಂಪೊಂದರಲ್ಲಿ ಈ ಮೇಲಿನ ಸಾಲುಗಳಿರುವ

ಇಮೇಜ್ ಬಂದಿತ್ತು. ಅದ್ಹೇಗೆ ವಿಜ್ಞಾನದ, ತಂತ್ರಜ್ಞಾನದ ಆವಿಷ್ಕಾರಗಳು ನಮ್ಮ ಮೂರ್ಖತನವನ್ನು, ವಂಚನೆಯನ್ನು, ಅಪನಂಬಿಕೆಯನ್ನು ಹೊರಹಾಕಬಲ್ಲವು ಎಂಬ ಬಗ್ಗೆ ಎಲ್ಲರೂ ಚರ್ಚಿಸಿದೆವು. ಅನೇಕರು ಈ ಸಾಲುಗಳನ್ನು ಒಪ್ಪಲಿಲ್ಲ. ಆ ಗುಂಪಿನಲ್ಲಿ ನಾನು ಏನೂ ಹೇಳಿರಲಿಲ್ಲ. ಆದರೆ ಆ ಇಮೇಜ್‌ನ ಸ್ಕ್ರೀನ್ ಶಾಟ್‌ನಲ್ಲಿ ನೀವು ಹಾಕಿದ ಈ ಫೇಸ್‌ಬುಕ್ ಸ್ಟೇಟಸ್‌ನೊಂದಿಗೆ ನಿಮ್ಮ ಹೆಸರೂ ಇತ್ತು. ಹಾಗಾಗಿ ನಿಮ್ಮ ಪ್ರೊಫೈಲ್ ಹುಡುಕಿದೆ. ನಿಮ್ಮ ಈ ಸಾಲುಗಳನ್ನು ಪುರಸ್ಕರಿಸುವಂಥ ಅನುಭವವೊಂದನ್ನು ನಾನು ನಿಮ್ಮಲ್ಲಿ ಹೇಳಿಕೊಳ್ಳಬಹುದೆ?'

'ಸರಿ. ನಿಮಗೇನು ಅಭ್ಯಂತರವಿಲ್ಲದಿದ್ದರೆ ಹೇಳಿ' ಎಂದು ರಿಪ್ಲೈ ಮಾಡಿದೆ.

'ಓಕೆ' ಎಂದು ಹೇಳಿದ ಹುಡುಗಿ ಒಂದು ವಾರವಾದರೂ ಏನೊಂದೂ ಮೆಸೇಜು ಕಳಿಸಲಿಲ್ಲ. ಮತ್ತೆ ಮತ್ತೆ ಅದೇನು ಎಂದು ಕೇಳುವ ಉತ್ಸಾಹವನ್ನು ನಾನೂ ತೋರಿಸಲಿಲ್ಲ.

***

Then came a lengthy message from Ankitha.

'ಸರ್, ತಡಮಾಡಿದ್ದಕ್ಕೆ ಕ್ಷಮೆ ಇರಲಿ. ಅದಕ್ಕೆ ಕಾರಣವೂ ಇದೆ. ನಿಮ್ಮ ಆ ಸಾಲುಗಳು ನಿಜ ಸರ್. ಅದಕ್ಕೆ ನಾನೇ ಉದಾಹರಣೆ. ಕಳೆದ ಆರು ವರ್ಷಗಳಿಂದ ನಾನು ಮತ್ತು ಸುಮಂತ್ ಎಂಬ ಹುಡುಗ ಪ್ರೀತಿಸುತ್ತಿದ್ದೇವೆ. ಅವನು ಬಳ್ಳಾರಿಯ ಯೂನಿವರ್ಸಿಟಿಯಲ್ಲಿ ಮಾಸ್ಟರ್ ಡಿಗ್ರಿ ಓದುತ್ತಿದ್ದಾನೆ. ನಾನು ಪದವಿ ನಂತರ ಓದು ಮುಂದುವರೆಸುವಷ್ಟು ಅನುಕೂಲವಿಲ್ಲದ ಕಾರಣ ಟೆಲಿಕಾಂ ಕಂಪೆನಿಯೊಂದರಲ್ಲಿ ಪಬ್ಲಿಕ್ ರಿಲೇಶನ್ಸ್ ಎಕ್ಸಿಕ್ಯೂಟಿವ್ ಆಗಿ ಕೆಲಸ ಮಾಡ್ತಿದ್ದೀನಿ. ನಾವಿಬ್ಬರೂ ಒಬ್ಬರನ್ನೊಬ್ಬರು ತುಂಬಾ ಇಷ್ಟಪಡ್ತೀವಿ. ಅವನ ಬಗ್ಗೆ ನಾನೂ, ನನ್ನ ಬಗ್ಗೆ ಅವನೂ ವಿಪರೀತ ಪೊಸೆಸ್ಸಿವ್ ಆಗಿದ್ದೀವಿ ಕೂಡ. ನಮ್ಮಿಬ್ಬರ ಪ್ರೀತಿಯ ಬಗ್ಗೆ ಇನ್ನು ಯಾರಿಗೂ ತಿಳಿದಿಲ್ಲ. ಹೇಗಾದರೂ ಮಾಡಿ ನಮ್ಮ ಪ್ರೀತಿಯನ್ನು ಸಕ್ಸಸ್ ಮಾಡಿಕೊಳ್ಳಬೇಕೆಂಬ ಕಾರಣಕ್ಕೆ ನಾವು ಸಾಕಷ್ಟು ಎಚ್ಚರಿಕೆ ವಹಿಸುತ್ತಾ ಬಂದಿದ್ದೇವೆ. ಎಲ್ಲೆಂದರಲ್ಲಿ ಸುತ್ತಿ, ಯಾರದೋ ಕಣ್ಣಿಗೆ ಬಿದ್ದು ಅದು ಇನ್ಯಾರಿಂದಲೋ ನಮ್ಮ ಮನೆಯವರಿಗೆ ತಿಳಿದು ರಂಪಾಟಾಗುವುದು ಬೇಡ ಎಂಬ ಕಾರಣಕ್ಕೆ ವಾರಕ್ಕೋ ಹದಿನೈದು ದಿನಕ್ಕೋ ಒಮ್ಮೆ ಭೇಟಿ ಮಾಡ್ತಿದ್ವಿ. ಆಗ ಇಬ್ಬರೂ ಒಂದೊಂದು ಪತ್ರ ಬರೆದುಕೊಂಡು ಬರ್ತಿದ್ವಿ. ಅವನು ತುಂಬಾ ರೊಮ್ಯಾಂಟಿಕ್ ಆಗಿ ಬರೆಯುತ್ತಿದ್ದ. ಅವನ ಪತ್ರಗಳಿಗಾಗಿ ನಾನು ಕಾಯುತ್ತಿದ್ದೆ. ನಾನೂ ಪತ್ರ ಬರೆಯುತ್ತಿದ್ದೆ. ನಮ್ಮ ಬಳಿ ಮೊಬೈಲ್ ಇಲ್ಲದ ಕಾರಣ ಪತ್ರಗಳಿಗೆ ಮೊರೆ ಹೋಗುವುದು ಅನಿವಾರ್ಯವಾಗಿತ್ತು. ತೀರ ಅಪರೂಪಕ್ಕೆ ನಾನು ಅಪ್ಪನ ಮೊಬೈಲ್‌ನಿಂದ ಅವನ ರೂಮ್ ಮೇಟ್‌ಗೆ

ಮಿಸ್ ಕಾಲ್ ಕೊಟ್ಟರೆ ಕಾಲ್ ಮಾಡುತ್ತಿದ್ದ. ಅದು ಕೇವಲ ನಮ್ಮ ಭೇಟಿ ಯಾವಾಗ ಎಂಬುದನ್ನು ಕನ್ಫರ್ಮ್ ಮಾಡಿಕೊಳ್ಳುವುದಕ್ಕೆ ಮಾತ್ರ ಆಗಿರುತ್ತಿತ್ತು. ಆ ಭೇಟಿಗಾಗಿ ಕಾಯುವುದು, ಪತ್ರಕ್ಕಾಗಿ ಕಾಯುವುದು, ಆ ತುಡಿತ ಅದೆಷ್ಟು ಹಿತವಾಗಿರುತ್ತಿತ್ತು.

ಅದೆಂಥಾ ಸಮಯ ಪರಿಪಾಲನೆ ನಮ್ಮಲ್ಲಿತ್ತೆಂದರೆ ನಾನು ಅವರಿವರ ಕಣ್ತಪ್ಪಿಸಿ ಬರುವುದು ಕೊಂಚ ತಡವಾದರೂ 'ಪ್ರೀತಿಸುವ ಹುಡುಗರನು ಯಾರು ಕಾಯಿಸಬಾರದು' ಎಂದು ಹಾಡುತ್ತಿದ್ದ. ತಕ್ಷಣ ನಾನವನ ಕೈಗೊಂದು ಪತ್ರ ಇಡುತ್ತಿದ್ದೆ. ಪ್ರತಿ ಪತ್ರದ ಪ್ರಾರಂಭ ಹೇಗಿರುತ್ತದೆಂದು ಅವನಿಗೆ ಗೊತ್ತಿರುತ್ತಿತ್ತು. ಬೇಂದ್ರೆಯವರ ಆ ಸಾಲುಗಳನ್ನು ಕಿವಿಯಲ್ಲಿ ಉಸುರುತ್ತಿದ್ದ.

***

'ಆತ ಕೊಟ್ಟ ವಸ್ತು ಒಡವೆ
ನನಗೆ ಅವಗೆ ಗೊತ್ತು
ತೋಳುಗಳಿಗೆ ತೋಳಬಂದಿ
ಕೆನ್ನೆ ತುಂಬ ಮುತ್ತು'

ಎಂದು ಅವನು ಆ ಭೇಟಿಯಲ್ಲೂ ನನ್ನ ಪತ್ರದಲ್ಲಿರಬಹುದಾದ ಈ ಖಾಯಂ ಸಾಲುಗಳನ್ನು ನಾನು ಪತ್ರವನ್ನು ಅವನಿಗೆ ಕೊಡುವ ಮುನ್ನವೇ ಹೇಳಿ ನನ್ನ ಕೈಗೊಂದು ಗಿಫ್ಟ್ ಪ್ಯಾಕ್ ಇಟ್ಟ. ಅದು ಅವನ ಮೊದಲ ಸಂಬಳದಿಂದ ತಂದಿದ್ದ ಗಿಫ್ಟ್ ಆಗಿತ್ತು. ತೆಗೆದು ನೋಡಿದರೆ ಅವನು ಕೊಟ್ಟಿದ್ದು ನಮ್ಮಿಬ್ಬರನ್ನು ಮತ್ತಷ್ಟು ಹತ್ತಿರ ಮಾಡಬಲ್ಲ ಸ್ಮಾರ್ಟ್ ಫೋನ್. ಅವನೋ ಕ್ಯಾಂಪಸ್ ಸೆಲೆಕ್ಷನ್ ಆದ ನಂತರ ಹೇಗೋ ಮನೆಯವರಿಗೆ ದುಂಬಾಲು ಬಿದ್ದು ತನಗೊಂದು ಫೋನ್ ಕೊಂಡಿದ್ದ. ಈಗ ತನ್ನ ಮೊದಲ ಸಂಬಳದಲ್ಲಿ ನನಗೊಂದು ಸ್ಮಾರ್ಟ್ ಫೋನ್ ಕೊಡಿಸಿ ನಮ್ಮಿಬ್ಬರ ನಡುವಿನ ಅಂತರ, ಅಂದರೆ ಬೆಂಗಳೂರಿಗೂ ಹೊಸಪೇಟೆಗೂ ಇರುವ ಅಂತರವನ್ನ ಇಲ್ಲವಾಗಿಸಿದ್ದ. ಆ ದಿನ ಹೊರಟು ಹೋಗುವಾಗ ಒಂದು ಮಾತು ಹೇಳಿದ್ದ; ಇನ್ನು ಮೇಲೆ ಬೇಂದ್ರೆಯವರ ಸಾಲುಗಳನ್ನು ನೀನು ಪತ್ರದಲ್ಲಿ ಬರೀಬೇಕಿಲ್ಲ. ನಿನ್ನ ಧ್ವನಿಯಲ್ಲೇ ರೆಕಾರ್ಡ್ ಮಾಡಿ ಕಳಿಸಬಹುದು.

***

ನನಗೆ ಬರುವ ಸಂಬಳದಲ್ಲಿ ಸ್ಮಾರ್ಟ್ ಫೋನ್ ಖರೀದಿ ಕಷ್ಟವೆಂಬುದು ಮನೆಯವರಿಗೆಲ್ಲ ತಿಳಿದಿದ್ದರೂ ಕಂಪನಿಯ ಲಕ್ಕಿ ಡ್ರಾನಲ್ಲಿ ನನಗೆ ಬಹುಮಾನ ಬಂದಿದೆ ಎಂದು ಹೇಳಿ ಅವರನ್ನೆಲ್ಲ ನಂಬಿಸಿದೆ. ಪ್ರೀತಿಯಲ್ಲಿರುವಾಗ ಮಕ್ಕಳು ತಂದೆತಾಯಿಗಳಿಗೆ ಹೇಳುವ ಸುಳ್ಳುಗಳು ಎಷ್ಟು ಕರಾರುವಕ್ಕಾಗಿರುತ್ತವಲ್ಲವೆ ಸರ್?

***

ಇಷ್ಟುದ್ದದ ಮೆಸೇಜನ್ನು ನಾನು ಮೆಸೆಂಜರ್‌ನಲ್ಲಿ ಓದುತ್ತಿರುವುದನ್ನು ಗಮನಿಸಿದ ನನ್ನವಳು 'ಅದೇನು ಯಾವಾಗ್ಲೂ ಮೊಬೈಲ್ ಹಿಡ್ಕೊಂಡಿರ್ತಿಯಾ? ಇಷ್ಟಾದರೂ ನಾನೇನಾದ್ರೂ ಮನೇಗ್ ತಗೋಂಡ್ ಬಾ ಅಂತ ಮೆಸೇಜ್ ಮಾಡಿದ್ರೆ ನೋಡಿರಲಿಲ್ಲ ಅಂತೀಯಾ' ಎಂದು ದಬಾಯಿಸಿದಳು. ತಕ್ಷಣ ಬೇರೆ ಸ್ಕ್ರೀನ್ ಓಪನ್ ಮಾಡಿ, 'ಈಗೇನ್ ತರ್ಬೇಕು ಹೇಳು' ಎಂದೆ. 'ಪಾಪುಗೆ ಪ್ಯಾಂಪರ್ಸ್ ಖಾಲಿ ಆಗಿದೆ ತಗೊಂಡ್ ಬಾ ಅಂತ ವಾಟ್ಸಪ್‌ನಲ್ಲಿ ಮೆಸೇಜ್ ಮಾಡಿದ್ದೀನಿ. ಬ್ಲೂ ಟಿಕ್ ಕೂಡ ಬಂದಿದೆ. ನೋಡಿದಿಯಾ. ಆದರೂ ತಂದಿಲ್ಲ' ಎಂದು ವ್ಯಂಗ್ಯವಾಡಿದಳು. ಅವಮಾನವಾದಂತಾಯಿತು. 'ಆಯ್ತು ಈಗ್ಲೇ ತರ್ತೀನಿ' ಎಂದು ಹೇಳಿ ಹೊರಟೆ.ಆದರೆ ಅಂಕಿತಾ ನನಗೆ ಕೇಳಿದ ಆ ಪ್ರಶ್ನೆ ಮತ್ತೆ ನನ್ನನ್ನು ಮೆಸೆಂಜರ್ ಕಡೆ ಕರೆದೊಯ್ದಿತು. ರಸ್ತೆಯಲ್ಲಿ ನಡೆಯುತ್ತಲೇ ಅವಳ ಮೆಸೇಜಿನ ಓದನ್ನು ಮುಂದುವರೆಸಿದೆ.

***

ಅದರಲ್ಲೂ ಮೊಬೈಲ್ ಬಂದಮೇಲೆ ಇಂತಹ ಸುಳ್ಳುಗಳು ನನಗೆ ಮಾಮೂಲಿಯಾಗಿಬಿಟ್ಟವು. ಅಪ್ಪನ ಮೊಬೈಲ್‌ನಲ್ಲಿ ಮಾತಾಡಲು ಹೆದರುತ್ತಿದ್ದವಳು ಈಗ ಅರಾಮಾಗಿ ಸುಮಂತ್‌ನೊಂದಿಗೆ ಮಾತಾಡುತ್ತಾ ಹುಡುಗಿಯೊಡನೆ ಮಾತಾಡಿದಂತೆ ನಟಿಸಲು ಶುರುಮಾಡಿದೆ. ತಡರಾತ್ರಿಯವರೆಗೂ ವಾಟ್ಸಪ್ ನಲ್ಲಿ ಚಾಟ್ ಮಾಡಲಾರಂಭಿಸಿದೆವು. ಹಗಲು ಕೆಲಸದಲ್ಲಿದ್ದರೂ ನಿರಂತರವಾಗಿ ಚಾಟ್ ಮಾಡುತ್ತಲೇ ಇದ್ದೆವು. ನಾನು ರಿಪ್ಲೈ ಮಾಡುವುದು ಸ್ವಲ್ಪ ತಡವಾದರೂ ಅವನು ಚಡಪಡಿಸುತ್ತಿದ್ದ. ಅಷ್ಟರಲ್ಲಿ ಹತ್ತಾರು ಮೆಸೇಜುಗಳನ್ನು ಕಳಿಸಿರುತ್ತಿದ್ದ.ಅವನ ಪೊಸೆಸ್ಸಿವ್‌ನೆಸ್ ಕಂಡು ನಾನು ತುಂಬಾ ಖುಷಿಪಡುತ್ತಿದ್ದೆ. ನನ್ನನ್ನು ಅರೆಕ್ಷಣ ಬಿಟ್ಟಿರಲಾರದಂಥ ಅವನ ಪ್ರೀತಿ ನನಗೆ ಒಂದು ವಿಸ್ಮಯವೆಂಬಂತೆ ಕಾಣುತ್ತಿತ್ತು.

ಕ್ರಮೇಣ ಇದು ವಿಪರೀತವಾಯ್ತು. ಸಾಮಾನ್ಯವಾಗಿ ನಾವು Good night. Bye ಎಂದು ಮೆಸೇಜ್ ಕಳಿಸಿದ ಮೇಲೂ ಒಂದು ಗಂಟೆ ಮತ್ತೆ ಚಾಟ್ ಮಾಡುತ್ತಿದ್ದುದೂ ಉಂಟು. ಎಷ್ಟೋ ಬಾರಿ ನಮ್ಮ ಚಾಟ್ ರೊಮ್ಯಾಂಟಿಕ್ ಆಗಿರುತ್ತಿತ್ತು. ಒಲ್ಲದ ಮನಸ್ಸಿನಿಂದಲೇ ವಿದಾಯ ಹೇಳಿ ಮಲಗುತ್ತಿದ್ದೆವು. ಆದರೆ ಅವೊತ್ತೊಂದಿನ ಅವನು ಹೇಳಿದ ಮಾತು ಕೇಳಿ ನನಗೆ ತುಂಬಾ ಭಯ ಮತ್ತು ಬೇಸರ ಎರಡೂ ಆಯಿತು. ಹಿಂದಿನ ದಿನ ರಾತ್ರಿ ಇಬ್ಬರೂ 12.45ರ ತನಕ ಚಾಟ್ ಮಾಡಿ ಮಲಗಿದ್ದೆವು. ಬೆಳಗ್ಗೆ ಎದ್ದವನೇ ಕಾಲ್ ಮಾಡಿದ. ನನಗೆ ಮಾತಾಡಲು ಆಗುವುದಿಲ್ಲ ಎಂದು ಕಟ್ ಮಾಡಿದೆ. ಆಮೇಲೆ ಆಫೀಸಿಗೆ ಹೋದವಳು ಕಾಲ್ ಮಾಡಿದೆ.

'ಓಹ್. ಈಗ ನೆನಪಾಯ್ತಾ?' ಅಂದ

'ಯಾಕೆ ಹೀಗೆ ಕೇಳ್ತಾ ಇದೀಯಾ?' ಎಂದೆ.

'ರಾತ್ರಿ ನಾನು ಮಲಗಿದ ಮೇಲೆ ಮತ್ತೆ ಯಾರ ಹತ್ರ ಚಾಟ್ ಮಾಡ್ತಿದ್ದೆ?' ಎಂದು ಏರುಧ್ವನಿಯಲ್ಲಿ ಕೇಳಿದ.

'ಯಾಕೋ ಹಾಗ್ ಕೇಳ್ತೀಯ. ನಾನ್ ಯಾರ್ ಹತ್ರ ಮಾತಾಡ್ಲಿ? ನಿನ್ಗೆ ಲಾಸ್ಟ್ ಮೆಸೇಜ್ ಮಾಡಿ, ಗುಡ್ ನೈಟ್ ಹೇಳಿ ಮಲಗಿದ್ನಲ್ವ?' ಅಂದೆ

'ಯಾಮಾರ್ಸಬೇಡ. ನಿಜ ಹೇಳು. ನೀನ್ ಯಾರ್ದೋ ಜೊತೆ ಚಾಟ್ ಮಾಡ್ತಿರ್ತೀಯಾ' ಎಂದು ರೇಗಿದ

'ಯಾಕೆ ಸುಮಂತ್ ಹೀಗೆ ಮಾತಾಡ್ತೀಯಾ ಇವತ್ತು. ಏನಾಗಿದೆ ನಿನಗೆ?'

'ಹೌದು ಯಾವತ್ತೋ ಮಾತಾಡಬೇಕಾಗಿದ್ದನ್ನ ಇವತ್ತು ಹೇಳ್ತಿದ್ದೀನಿ. ನಿನ್ನೆ ರಾತ್ರಿ ನಿನ್ನ ವಾಟ್ಸಪ್ ಲಾಸ್ಟ್ ಸೀನ್ 2.35a.m. ತೋರ್ಸಿದೆ. ಬೆಳಗ್ಗೆ ಎದ್ದವನೇ ನೋಡಿದೆ. ನಾವು 12.45ಕ್ಕೆ ಚಾಟಿಂಗ್ ಮುಗ್ಸಿ ಮಲಗಿದ ಮೇಲೂ ನೀನು 2.35ರ ತನಕ ಯಾರ ಹತ್ರಾನೋ ಚಾಟ್ ಮಾಡಿದ್ದೀಯ ಇಲ್ಲ ಅಂದ್ರೆ ಅದ್ಯಾಕೆ ಅಷ್ಟೊತ್ತಲ್ಲಿ ಲಾಸ್ಟ್ ಸೀನ್ ಅಂತಾ ತೋರಿಸಬೇಕಿತ್ತು? ಮೊಬೈಲ್ ಕೊಡ್ಸಿದ್ದು ನಾನು. ಚಾಟ್ ಮಾಡೋಕ್ ಮತ್ಯಾರೋ?' ಎಂದವನೇ ನನ್ನ ಪ್ರತಿಕ್ರಿಯೆಯನ್ನೂ ಕೇಳದೇ ಕಾಲ್ ಕಟ್ ಮಾಡಿಬಿಟ್ಟ. ನಾನೆಷ್ಟು ಬಾರಿ ಕಾಲ್ ಮಾಡಿದರೂ ರಿಸೀವ್ ಮಾಡಲಿಲ್ಲ. ಸಮಜಾಯಿಷಿ ನೀಡಿ ನಾನು ಕಳಿಸಿದ ಯಾವ ಮೆಸೇಜಿಗೂ ರಿಪ್ಲೈ ಮಾಡಲೂ ಇಲ್ಲ. ನನಗೆ ವಿಪರೀತ ಅಳು ಬಂತು ಸರ್. ಮರುದಿನವೇ ಏನೋ ಒಂದು ನೆಪ ಹೇಳಿ ಬೆಂಗಳೂರಿಗೆ ಬಂದೆ. ನೇರ ಅವನ ಆಫೀಸಿಗೇ ಹೋದೆ. ಮೊದಲು ಭೇಟಿಯನ್ನು ನಿರಾಕರಿಸಿದನಾದರೂ ಆನಂತರ ಬಂದ.

ಬಹಳ ದಿನಗಳ ನಂತರ ಭೇಟಿಯಾದ್ದರಿಂದ ನಾನು ಪತ್ರ ತರುವುದನ್ನು ಮರೆತಿರಲಿಲ್ಲ. ನಾನು ಪತ್ರ ಅವನ ಕೈಗಿಟ್ಟ ತಕ್ಷಣವೇ ಎಲ್ಲ ಜಗಳವನ್ನೂ ಮರೆತವನಂತಾದ. ಎಂದಿನಂತೆ ಪತ್ರದ ಮೊದಲ ಸಾಲುಗಳನ್ನು ಜೋರಾಗಿ ಓದಿದ:

'ಆತ ಕೊಟ್ಟ ವಸ್ತು ಒಡವೆ
ನನಗೆ ಅವಗೆ ಗೊತ್ತು
ತೋಳುಗಳಿಗೆ ತೋಳಬಂದಿ
ಕೆನ್ನೆ ತುಂಬ ಮುತ್ತು'

ನಂತರ ನಾನು ಮಾತು ಆರಂಭಿಸಿದೆ.

'ನಾನೂ ನಿನಗೆ ಎಷ್ಟೋ ಸರಿ ಕಾಲ್ ಮಾಡಿದಾಗ ಬ್ಯುಸಿ ಬರುತ್ತೆ, ನೀನು ಮೆಸೇಜಿಗೆ ರಿಪ್ಲೈ ಮಾಡಿರಲ್ಲ, ಆದರೆ ಲಾಸ್ಟ್ ಸೀನ್ ಮಾತ್ರ ತೋರಿಸಿರುತ್ತೆ, ಲಾಸ್ಟ್ ಸೀನ್ ಆವಾಗಷ್ಟೇ ತೋರ್ಸಿರುತ್ತೆ ಆದರೆ ಕಾಲ್ ಮಾತ್ರ ನೀನು ರಿಸೀವ್ ಮಾಡಿರಲ್ಲ. ಅದನ್ನೆಲ್ಲ ನಾನ್ಯಾಕೆ ಅನುಮಾನದಿಂದ ನೋಡಬಾರದು ಸುಮಂತ್? ಈ ಮೊಬೈಲ್‌ನಿಂದಾಗಿ ನಿನಗೆ ನನ್ನ ಮೇಲೆ ಅನುಮಾನ ಬರುತ್ತಿದೆ ಎಂದಾದರೆ ಇದನ್ನು ಇಲ್ಲೇ ಬಿಟ್ಟು ಹೋಗ್ತೀನಿ ಎಂದಿದ್ದಕ್ಕೆ ಅವನಿಗೂ ನಾಚಿಕೆಯಾಯಿತು. ತಲೆ ತಗ್ಗಿಸಿ ನಿಂತು ಕ್ಷಮೆ ಕೇಳಿದ. ಅವನನ್ನು ಅತಿಯಾದ ಪಶ್ಚಾತ್ತಾಪದಲ್ಲಿ ಬಿಡಬಾರದು ಎಂಬ ಕಾರಣಕ್ಕೆ ನಾನೇ ಅವನೆದರು ನನ್ನ ಮೊಬೈಲ್‌ನಲ್ಲಿದ್ದ ವಾಟ್ಸಪ್‌ನ್ನು ಡಿಲೀಟ್ ಮಾಡಿಬಿಟ್ಟೆ. 'ಹೇ ಹಾಗೇನೂ ಮಾಡ್ಬೇಡ' ಅಂತ ಹೇಳಿದನಾದರೂ ರೀ ಇನ್‌ಸ್ಟಾಲ್ ಮಾಡಿಕೊಳ್ಳೋಕೆ ಒತ್ತಾಯವಂತೂ ಮಾಡ್ಲಿಲ್ಲ. ಈಗ ಬರೀ ಕಾಲ್‌ನಲ್ಲಿ ಮಾತಾಡ್ತೀವಿ ಸರ್.

ನಿಮ್ಮ ಈ ಫೇಸ್‌ಬುಕ್ ಸ್ಟೇಟಸ್ ನೋಡಿ ನಿಜಕ್ಕೂ ತಂತ್ರಜ್ಞಾನ–ವಿಜ್ಞಾನಗಳು ನಮ್ಮೊಳಗಿನ ಮೂರ್ಖತನ ಮತ್ತು ವಿಕೃತಗಳನ್ನು ಹೊರಹಾಕುವುದು ನಿಜವಲ್ಲವೆ ಎಂದೆನ್ನಿಸಿತು. ನಾವು ಯಾವಾಗ ಭೇಟಿ ಆಗ್ತೇವೆ ಎಂಬುದು ಕೂಡ ಗೊತ್ತಿಲ್ಲದ ಕಾಲದಲ್ಲಿ ಪ್ರೀತಿಸಿದವರು ಈಗ ಪ್ರತಿ ನಿಮಿಷ ಜೊತೆಲಿರೋ ಥರ ಮಾಡಿರೋ ಈ ಮೊಬೈಲ್‌ಗಳು ನಿಜವಾಗಲೂ ನಮ್ಮನ್ನ ದೂರ ಮಾಡಿಬಿಟ್ಟಿವೆಯಲ್ಲ. ಅರೆಕ್ಷಣ ಸಂಪರ್ಕ ಸಾಧ್ಯವಾಗದೇ ಹೋದರೆ ಪೊಲೀಸಿಂಗ್ ಕೆಲಸ ಮಾಡೋಕ್ ಶುರು ಮಾಡ್ಕೋತೀವಲ್ಲ ಅನ್ನಿಸಿ ನಿಮ್ಮ ಸಾಲುಗಳನ್ನು ಮೆಚ್ಚಿಕೊಂಡೆ. ಮತ್ತು ಹಾಗಾಗಿ ನನ್ನ ಈ ಅನುಭವವನ್ನು ಹೆಸರು ಬದಲಿಸಿ ನಿಮಗೆ ಹೇಳಿದ್ದೇನೆ. ಈಗವನು ನನಗೆ ವಾಟ್ಸಪ್ ರೀ ಇನ್‌ಸ್ಟಾಲ್ ಮಾಡಿಕೊಳ್ಳಲು ಒತ್ತಾಯ ಮಾಡುತ್ತಿದ್ದಾನೆ. ಮಾಡಿಕೊಳ್ಳಲಾ? ಬೇಡವಾ? ಎಂಬುದರ ಬಗ್ಗೆ ನಿಮ್ಮ ಸಲಹೆಯನ್ನು ಕೋರುತ್ತೇನೆ. ನಿಮ್ಮ ಅಮೂಲ್ಯ ಸಮಯವನ್ನು ಇದನ್ನು ಓದಲು ಮೀಸಲಿಟ್ಟಿದ್ದಕ್ಕೆ ಕೃತಜ್ಞತೆಗಳು.

***

ವಾರಪತ್ರಿಕೆಯಲ್ಲಿ ಪ್ರಕಟವಾಗುವ 'ಆಪ್ತ ಸಮಾಲೋಚನ' ಅಂಕಣಕ್ಕೆ ಸಲಹೆ ಕೋರಿ ಬರೆದ ಪತ್ರದಂತಿದ್ದ ಈ ಬರಹವನ್ನು ಓದಿ ಮುಗಿಸುವಾಗ ನಾನು ಫಾರ್ಮಾದಿಂದ ಪ್ಯಾಂಪರ್ಸ್ ತಂದು ಕೊಟ್ಟು ಮನೆಯಲ್ಲಿ ಕೂತಿದ್ದೆ. ನನ್ನವಳನ್ನೊಮ್ಮೆ ನೋಡಿದೆ. ಅಡುಗೆ ಮನೆಯಲ್ಲಿ ಬ್ಯುಸಿ ಇದ್ದಳಾಕೆ. ಅಂಕಿತಾಗೆ ಏನು ಉತ್ತರಿಸುವುದೆಂದು ತಿಳಿಯದೆ ಮತ್ತೊಂದು ಪ್ರಶ್ನೆ ಕೇಳಿದೆ.

'ಹೌದು. ಆ ರಾತ್ರಿ 2.35a.m.ಗೆ ನೀನೇಕೆ ಮೊಬೈಲ್ ನೋಡಿದ್ದೆ? ಅದರಲ್ಲೂ ವಾಟ್ಸಪ್ ಏಕೆ ಓಪನ್ ಮಾಡಿದ್ದೆ?'

'ಮೊಬೈಲ್ ಬಂದಾಗಿನಿಂದ ಒಮ್ಮೆಯೂ ಬಳಸದಿದ್ದ;

'ಆತ ಕೊಟ್ಟ ವಸ್ತು ಒಡವೆ
ನನಗೆ ಅವಗೆ ಗೊತ್ತು
ತೋಳುಗಳಿಗೆ ತೋಳಬಂದಿ
ಕೆನ್ನೆ ತುಂಬ ಮುತ್ತು'

ಎಂಬೀ ಸಾಲುಗಳನ್ನು ರೆಕಾರ್ಡ್ ಮಾಡಿ ಕಳಿಸೋಣ ಬೆಳಗ್ಗೆ ಕೇಳಿ ಅವನು ಖುಷಿ ಪಡ್ತಾನೆ ಅಂದುಕೊಂಡು ಎದ್ದೆ ಸರ್. ಆದರೆ ಅದು ಆ ರಾತ್ರಿ ಸಾಧ್ಯ ಆಗಲಿಲ್ಲ.

ಎಂದು ಅಂಕಿತ ರಿಪ್ಲೈ ಮಾಡಿದಳು.

'ವಾಹ್'! That's an epic gesture. You can go ahead and install watsapp' ಎಂದಷ್ಟೇ ರಿಪ್ಲೈ ಮಾಡಿದೆ.

ಸಾಕಷ್ಟು ಥಮ್ಸಪ್‌ಗಳು, ನಮಸ್ಕಾರಗಳು, ಹೆಬ್ಬೆಟ್ಟಿನ ಗುರುತುಗಳನ್ನು ಕಳಿಸಿದ ಅಂಕಿತ ಕೊನೆಯಲ್ಲಿ ಒಂದು ಸೂಚನೆ ಕಳಿಸಿದ್ದನ್ನು ಹೇಳಿದರೆ ಈ ಇಡೀ ಕಥೆಯ ಸಾರ ಇನ್ನೂ ಸ್ಪಷ್ಟವಾದೀತು ಎಂಬ ಕಾರಣಕ್ಕೆ ನಿಮಗೂ ಅದನ್ನು ಹೇಳಿಬಿಡುತ್ತೇನೆ. ಅವಳ ಮೆಸೇಜ್ ಹೀಗಿತ್ತು:

'ಸರ್, ದಯವಿಟ್ಟು ತಪ್ಪು ತಿಳಿಯಬೇಡಿ. ನಾನು ನಿಮ್ಮೊಂದಿಗೆ ಹಂಚಿಕೊಂಡದ್ದನ್ನು ನೀವು ನಿಮ್ಮ ಫೇಸ್‌ಬುಕ್ ವಾಲ್ನಲ್ಲಿ ಹಂಚಿಕೊಳ್ಳುವುದೋ ಅಥವಾ ಅದಕ್ಕೆ ಸಂಬಂಧಿಸಿದ ಸ್ಟೇಟಸ್ ಒಂದನ್ನು ಹಾಕುವುದನ್ನೋ ಮಾಡಬೇಡಿ. ಕಾರಣ ನಿಮಗೆ ಗೊತ್ತು'.

ಇದನ್ನೋದಿ ನಾನೊಂದು ಕಿರುನಗೆ ಬೀರಿದೆ. ನನ್ನವಳ ಗಮನಕ್ಕೂ ಬಾರದಂತೆ ಅಂಕಿತಾಳ ಎಲ್ಲ ಮೆಸೇಜುಗಳನ್ನು ಡಿಲೀಟ್ ಮಾಡಿ, ಸಂಪೂರ್ಣ ಚಾಟ್‌ನ್ನೇ ಡಿಲೀಟ್ ಮಾಡಿದೆ. ಅವಳೂ ಹಾಗೇ ಮಾಡಿರಬಹುದು ಅಥವಾ ಮೆಸೆಂಜರ್‌ನ್ನೇ ಡಿಲೀಟ್ ಮಾಡಿರಬಹುದಾಕೆ.

ಅಂಕಿತಾಳ ಈ ಆತಂಕ ನನ್ನದೂ, ನಿಮ್ಮದೂ ಮತ್ತು ಅಕ್ಷರಗಳಿಗೆಲ್ಲ ಸಾಕ್ಷ್ಯ ಕೇಳುವ ಪ್ರತಿಯೊಬ್ಬರದೂ ಅಲ್ಲವೆ?

12

ವಸೂಲಾಗದ ಒಂದು ರೂಪಾಯಿ!

'ಹೇ, ಒಂದು ರೂಪಾಯಿ ಛೇಂಜ್ ಇದೆಯಾ ?' ಎಂದು ಆತ ಕೇಳಿದ.

ಅನಾಮತ್ತಾಗಿ ಕಿಸೆಗೆ ಕೈ ಹಾಕಿ, ತೆಗೆದುಕೊಡುವಷ್ಟರಲ್ಲಿದ್ದಾಗ ಅವನು ಈ ಹಿಂದೆ ಯಾವುದೋ ಟ್ರೈನಿಂಗ್‌ಗೆಂದು ಬಂದಾಗ ನಡೆದ ಆ ಘಟನೆ ನೆನಪಾಯಿತು. ಅದೊಂದು ಕ್ಷುಲ್ಲಕ ವಿಷಯ ಎಂಬುದು ನನಗೂ ಗೊತ್ತು. ಆದರೂ ನಿಮಗೆ ಹೇಳಿಬಿಡುತ್ತೇನೆ.

***

ಆವತ್ತೂ ಹೀಗೇ ಕೇಳಿದ್ದ 'ಹೇ, ಒಂದು ರೂಪಾಯಿ ಛೇಂಜ್ ಇದೆಯಾ?' ಎಂದು.

ತಕ್ಷಣ ತೆಗೆದುಕೊಟ್ಟಿದ್ದೆ.

ಅವನು ಆ ದಿನ ಒಂದು ರೂಪಾಯಿ ಕೇಳಿದ್ದು ಮೆಜೆಸ್ಟಿಕ್‌ನಲ್ಲಿ ಬಸ್ ಇಳಿದಾಗ ತೂಕ ನೋಡಿಕೊಳ್ಳುವ ಯಂತ್ರಕ್ಕೆ ಹಾಕಲೆಂದು.

ಒಂದು ರೂಪಾಯಿ ಕೊಟ್ಟಾಗ ನನಗೂ ಏನೂ ಅನ್ನಿಸಿರಲಿಲ್ಲ.

ಪಾಪ, ಅವನ ಬಳಿ ನಿಜಕ್ಕೂ ಒಂದು ರೂಪಾಯಿ ಚಿಲ್ಲರೆ ಇದ್ದಿರಲಿಲ್ಲ !

ಅದಾದ ಮೇಲೆ ನಾವು ಮನೆಗೆ ಹೋಗುವ ಮೊದಲೇ ಟೀ ಕುಡಿಯಲೆಂದು ಹೋಟೆಲ್‌ಗೆ ಹೋದಾಗ ಅವನೇ ಬಿಲ್ ಕೊಟ್ಟ. ಅವನು ಕೊಟ್ಟ 20 ರೂಪಾಯಿಯ ನೋಟಿಗೆ ಚಿಲ್ಲರೆಯಾಗಿ ಕ್ಯಾಷಿಯರ್ ಎರಡು ರೂಪಾಯಿಯ ಒಂದು ಕಾಯಿನ್ನೂ, ಮತ್ತೆ ತಲಾ ಒಂದು ರೂಪಾಯಿಯ ಎರಡು ಕಾಯಿನ್‌ಗಳನ್ನೂ ವಾಪಸ್ ಕೊಟ್ಟಾಗ, ನಾನು ನನ್ನ ಒಂದು ರೂಪಾಯಿ ಹಿಂದಿರುಗಿಸುತ್ತಾನೆ ಎಂದುಕೊಂಡೆ. ಆದರೆ ಅವನು ಹಾಗೆ ಮಾಡದೆ, ಆ ಎರಡೂ ಕಾಯಿನ್‌ಗಳನ್ನು ತನ್ನ ಪ್ಯಾಂಟಿನ ಕಿಸೆಗೆ ಹಾಕಿಕೊಂಡ.

'ಮನೆಗೆ ಹೋದಮೇಲೆ ಕೊಟ್ಟಾನು' ಎಂಬ ಸ್ವಯಂ ಸಮಾಧಾನದಿಂದ ಸುಮ್ಮನಾದೆ.

ಮನೆಗೆ ಬಂದು ಆತ ಫ್ರೆಶ್ ಅಪ್ ಆಗುವ ಸಮಯದಲ್ಲಿ ಮನೆ ಮುಂದೆ ತರಕಾರಿ ಗಾಡಿಯವನು ಬಂದ. ತಿಂಡಿಗೆಂದು ತರಕಾರಿ ಕೊಂಡಾಗ ನಲವತ್ತೊಂದು ರೂಪಾಯಿ ಆಯ್ತು. ಅವನಿಗೆ ಐವತ್ತು ರೂಪಾಯಿ ನೋಟು ಕೊಟ್ಟಾಗ, ಆತ 'ಒಂದು ರೂಪಾಯಿ ಕೊಡಿ. ಹತ್ತು ರೂ. ವಾಪಸ್ ಕೊಡ್ತೀನಿ' ಎಂದ. ಅದು ಮನೆಯೊಳಗಿದ್ದ ನನ್ನ ಗೆಳೆಯನಿಗೇನು ಕೇಳದೇ ಇರಲಿಲ್ಲ. ನಾನು ಒಂದು ರೂಪಾಯಿಗಾಗಿ ಮನೆಯೊಳಗೆ ಬಂದು ಎಲ್ಲಾ ಕಡೆ ಹುಡುಕಿದರೂ ಸಿಗದ ಕಾರಣ 'ಒಂದು ರೂಪಾಯಿ ಇಲ್ಲ, ಇನ್ನೊಮ್ಮೆ ಬಂದಾಗ ಕೊಡ್ತೀನಿ' ಎಂದದ್ದನ್ನ ಮುಗ್ಧವಾಗಿ ನಂಬಿದ ತರಕಾರಿಯವ ಹತ್ತು ರೂಪಾಯಿ ಚಿಲ್ಲರೆ ಕೊಟ್ಟು ಹೋದ.

ಒಂದು ರೂಪಾಯಿಗಾಗಿ ಇಷ್ಟೆಲ್ಲ ಸರ್ಕಸ್ ನಡೀತಿರೋದನ್ನ ಗಮನಿಸಿಯೂ, ಔದಾಸೀನ್ಯನಾಗಿದ್ದ ಗೆಳೆಯನ ಮೇಲೆ ಸಣ್ಣಗೆ ಕೋಪ ಬಂತಾದರೂ ತೋರಿಸಲಾದೀತೆ?

'ಅವನು ನನಗೆ ಒಂದು ರೂಪಾಯಿ ಕೊಡಲಿಲ್ಲವಲ್ಲ' ಎಂಬ ಬೇಸರಕ್ಕಿಂತ, ಅವನು ನನಗೆ ಒಂದು ರೂಪಾಯಿ ಕೊಡಬೇಕು, ಸಾಲವಾಗಿ ಪಡೆದಿದ್ದೇನೆ ಎಂಬುದನ್ನೇ ಮರೆತುಬಿಟ್ಟಿದ್ದರೆ ಎಂದು ನೆನೆದಾಗ ದಿಗಿಲಾಯಿತು. ಯಕಃಶ್ಚಿತ್ ಒಂದು ರೂಪಾಯಿಗಾಗಿ ಗೆಳೆಯನ ಮೇಲೆ ಅನುಮಾನ ಪಟ್ಟ ಪಾಪಪ್ರಜ್ಞೆಯೊಂದಿಗೇ ಅವನೊಟ್ಟಿಗೆ ತಿಂಡಿ ತಿಂದದ್ದಾಯಿತು. ಇದಾದ ನಂತರ ನಾನು ಕೆಲಸಕ್ಕೆ ಹೊರಟೆ, ಅವನು ಟ್ರೈನಿಂಗ್‌ಗೆ ಹೊರಟ. ನನ್ನ ಆಫೀಸು ಇಂದಿರಾನಗರದಲ್ಲಿದ್ದು, ಅವನಿಗೆ ಎಮ್.ಜಿ. ರೋಡಿನಲ್ಲಿ ಟ್ರೈನಿಂಗ್ ಇದ್ದುದರಿಂದ ಇಬ್ಬರೂ ಜೊತೆಯಲ್ಲಿಯೇ ಮೆಟ್ರೋಗೆ ಹೋಗುವ ಅವಕಾಶ ಬಂತು.

ವಿಜಯನಗರದ ಮೆಟ್ರೋ ಸ್ಟೇಷನ್‌ನಲ್ಲಿ ಟಿಕೆಟ್ ಕೌಂಟರ್‌ನಲ್ಲಿ ಅವನು ಎಮ್.ಜಿ.ರಸ್ತೆಗೆ ಟಿಕೆಟ್ ಪಡೆದಾಗಲೂ, ಆತನಿಗೆ ಸಣ್ಣ ಗಾತ್ರದ ಎರಡು ಹೊಸ ಒಂದು ರೂಪಾಯಿ ಕಾಯಿನ್‌ಗಳನ್ನು ಆಫೀಸ್ ಅಸಿಸ್ಟೆಂಟ್ ಚಿಲ್ಲರೆಯಾಗಿ ಕೊಟ್ಟಿದ್ದನ್ನು ನೋಡಿದೆ. ಇದರಲ್ಲಿಯಾದರೂ ನನ್ನ ಒಂದು ರೂಪಾಯಿ ಹಿಂತಿರುಗೀತು ಎಂದುಕೊಂಡರೆ 'ಈ ಹೊಸ ಒಂದು ರೂಪಾಯಿಯ ಕಾಯಿನ್‌ಗಳನ್ನ ಎಷ್ಟು ಸಣ್ಣದಾಗಿ ಮಾಡಿದಾರೆ ಅಲ್ವೇನೋ? ಪರ್ಸ್ ಒಳಗೆ ಸಲೀಸಾಗಿ ಇಟ್ಕೋಬೋದು. ಅಂಡಿಗೆ ಒತ್ತೋದು ಇಲ್ಲ' ಅಂದವನು ಪ್ಯಾಂಟಿನ ಕಿಸೆಗೆ ಪರ್ಸ್ ತುರುಕಿದ. 'See you at 5pm ಮಗಾ' ಎಂದು ಅವನು ಎಮ್.ಜಿ.ರಸ್ತೆಯಲ್ಲಿ ಇಳಿದು ಹೋದ.

ಆಫೀಸಿನಲ್ಲಿ ಕ್ರೆಡಿಟ್ ಕಾರ್ಡ್ ಪ್ರೊಸೆಸ್‌ನ ಪ್ರಾಜೆಕ್ಟ್ ಆಗಿರುವುದರಿಂದ, ಅಮೇರಿಕನ್ ಕಸ್ಟಮರ್‌ಗಳು ಈ ಹಿಂದೆ ಬೇರೆ ಬೇರೆ ಬ್ಯಾಂಕ್‌ಗಳಲ್ಲಿ ಪಡೆದ ಸಾಲವನ್ನು ಸರಿಯಾಗಿ ತೀರಿಸದೆ ಎಷ್ಟು ಬಾರಿ defaulter (ಬಾಕಿದಾರ) ಆಗಿದ್ದಾರೆಂಬುದರ ಆಧಾರದಲ್ಲಿ, Equifax ಮತ್ತು Experian ಎಂಬ ಕ್ರೆಡಿಟ್ ಬ್ಯುರೋಗಳಲ್ಲಿ ಅವರ ಸಾಲ ಮರುಪಾವತಿಯ ವರ್ತನೆ (Credit History) ಯನ್ನು ವಿಶ್ಲೇಷಿಸಿ, ಕಾರ್ಡ್‌ಗಳನ್ನು ಅಪ್ರೂವ್ ಮಾಡುವ ಅಥವಾ ತಿರಸ್ಕರಿಸುವ ಕೆಲಸ ನನ್ನದು. ಆ ದಿನ ನನ್ನ ಬಿನ್‌ಗೆ ಬಂದ ಎಲ್ಲಾ ಅಪ್ಲಿಕೇಷನ್‌ಗಳ ಕ್ರೆಡಿಟ್ ಹಿಸ್ಟರಿಯೂ ಕಳಪೆಯಿದ್ದು ಮಾತ್ರ ಕಾಕತಾಳೀಯವೇ ಸರಿ. ಹಾಗಾಗಿ ನಾನು ಒಂದೇ ಒಂದು ಕ್ರೆಡಿಟ್ ಕಾರ್ಡನ್ನೂ ಆ ದಿನ ಅಪ್ರೂವ್ ಮಾಡಲೇ ಇಲ್ಲ.

ಲಾಗ್ ಔಟ್ ಮಾಡುವಾಗ, ಸಾಲ ವಾಪಸ್ಸು ಕೊಡುವುದರಲ್ಲಿ ಅಮೇರಿಕನ್ನರೂ ಹೀಗೇನಾ ಅಂದುಕೊಳ್ಳುವಷ್ಟರಲ್ಲಿ ನನ್ನ ಗೆಳೆಯನ ಕಾಲ್ ಬಂತು. 'ನಂದು ಕೆಲ್ಸ ಮುಗಿತು. ನೀನು ಎಮ್.ಜಿ.ರೋಡ್ ಸ್ಟಾಪ್‌ನಲ್ಲೇ ಇಳ್ಕೊಂಡ್ ಬಿಡು. ನಾನ್ ಕಾಯ್ತಾ ಇರ್ತೀನಿ, Indian Coffee House ನಲ್ಲಿ ಏನಾದರೂ ತಿಂದು, ಒಳ್ಳೆ ಕಾಫಿ ಕುಡಿದು ಹೋಗೋಣ' ಎಂದು ಹೇಳಿದವನು ನನ್ನ ಉತ್ತರಕ್ಕೂ ಕಾಯದೆ ಕಾಲ್ ಕಟ್ ಮಾಡಿಬಿಟ್ಟ. ಹೀಗೆ ಅಧಿಕಾರಯುತವಾಗಿ ಒತ್ತಡ ಹೇರುವಂಥ ಪ್ರೀತಿ ಮತ್ತು ಸ್ನೇಹ ನಮ್ಮಿಬ್ಬರ ಮಧ್ಯೆ ಇತ್ತು ಎಂಬುದನ್ನು ನಾನಿಲ್ಲಿ ಪ್ರಸ್ತಾಪಿಸಲೇಬೇಕು. ನಮಗೆಲ್ಲರಿಗೂ `No' ಹೇಳಲಾಗದಂಥ ಕೆಲವರು ಸ್ನೇಹಿತರು ಇದ್ದೇ ಇರುತ್ತಾರೆ ಎನ್ನಿ. ಅವರು ಒಂದು ರೂಪಾಯಿಯನ್ನಾದರೂ ಕೇಳಬಹುದು ಇಲ್ಲವೇ ದಿಢೀರನೆ ಪ್ರವಾಸಕ್ಕೆ ಹೊರಟು 'ನೀನು ಬರ್ಬೇಕು ಅಷ್ಟೆ' ಎಂದೂ ಹೇಳಬಹುದು. ಅದು ಹಾಗೇ ಆಯಿತು. ಕಾಫಿ ಹೌಸ್‌ನಲ್ಲಿ ಏನೋ ತಿಂದು (ಕೆಲವೊಮ್ಮೆ ಘಟನೆಗಳನ್ನು ಇಡಿಯಾಗಿ ನೆನಪಿಟ್ಟುಕೊಳ್ಳಬಹುದಲ್ಲದೆ, ಬಿಡಿಬಿಡಿಯಾಗಿ ಅಲ್ಲ) ಕಾಫಿ ಕುಡಿದಾದ ಮೇಲೆ ನಾನು ಬಿಲ್ ಕೊಡಲು ಹೋದರೆ ಆತ ಬಿಡದೇ 500ರ ನೋಟು ಇಟ್ಟುಬಿಟ್ಟಿದ್ದ. ಸಪ್ಲೇಯರ್ ತಂದುಕೊಟ್ಟ ಚಿಲ್ಲರೆಯಲ್ಲಿ ಒಂದು ರೂಪಾಯಿಯ

ಐದು ನಾಣ್ಯಗಳನ್ನು ನೋಡಿ ನಾನು ಮತ್ತೆ ಆಶಾಭಾವ ಹೊಂದಿದೆ. ಆದರೆ ಅವನು ಹತ್ತು ರೂಪಾಯಿಯ ನೋಟನ್ನು ಟಿಪ್ಸ್ ಆಗಿ ಇಟ್ಟವನು ಉಳಿದ ಹಣದೊಂದಿಗೆ ಒಂದು ರೂಪಾಯಿಯ ಐದೂ ನಾಣ್ಯಗಳನ್ನು ಪರ್ಸ್‌ಗೆ ಹಾಕಿಕೊಂಡ. ಅಲ್ಲಿಗೆ ನಾನು ನನ್ನ ಒಂದು ರೂಪಾಯಿ ಹಿಂತಿರುಗುತ್ತದೆ ಎಂಬ ಆಸೆಗೆ ಎಳ್ಳುನೀರು ಬಿಡುವುದು ಒಳಿತು ಎಂದುಕೊಂಡೆ.

ನಂತರ ಅಲ್ಲೇ ಸುತ್ತಮುತ್ತಲ ರಸ್ತೆಗಳಲ್ಲಿ ಓಡಾಡುತ್ತಾ, ಕೊನೆಯಲ್ಲಿ ಸೆಂಟ್ರಲ್ ಮಾಲ್‌ಗೆ ಹೋಗಿ, ಅವನೊಂದಿಷ್ಟು ಬಟ್ಟೆ ಕೊಂಡರೂ ಅಲ್ಲಿ ಅವನು ಕಾರ್ಡ್ ಸ್ವೈಪ್ ಮಾಡಿದ್ದರಿಂದಾಗಿ ಅಲ್ಲೆಲ್ಲೂ 'ಆ ಒಂದು ರೂಪಾಯಿ' ಯ ನೆನಪಾಗಲಿಲ್ಲ. ಅಲ್ಲಿಂದ ವಾಪಸ್ಸು ಬರುವಾಗ ಓಲಾ ಕ್ಯಾಬ್‌ನಲ್ಲಿ ಬಂದು, ಓಲಾ ಮನಿಯನ್ನು ಬಳಸಿದ್ದರಿಂದ ನಾವಿಬ್ಬರೂ ಕಿಸೆಯಿಂದ ಹಣ ಹೊರಗೆ ತೆಗೆಯಲೇ ಇಲ್ಲ.

ಒಂದು ದಿನದ ಕೆಲಸದ ನಿಮಿತ್ತ ಬೆಂಗಳೂರಿಗೆ ಬಂದಿದ್ದ ಈ ನನ್ನ ಗೆಳೆಯ ರಾತ್ರಿ ಊರಿಗೆ ಹೊರಟು ನಿಂತ. ಅವನನ್ನು ಬೀಳ್ಕೊಡಲು ಮೆಜೆಸ್ಟಿಕ್‌ಗೆ ಬಂದಾಗ ರಾತ್ರಿ ಹನ್ನೊಂದು ಘಂಟೆ. ಸೈಕಲ್ ಮೇಲೆ ಇಟ್ಟುಕೊಂಡು ಟೀ ಮತ್ತು ಬನ್ ಮಾರುತ್ತಿದ್ದವನು ಮೂರ್ನಾಲ್ಕು ಸರಿ ಕೇಳಿದನೆಂಬ ಮಾತ್ರಕ್ಕೆ 'ಟೀ ಕುಡಿಯೋಣ ದೋಸ್ತಾ' ಎಂದವನು ಅದರ ದುಡ್ಡು ಕೊಡುವಾಗ ಮತ್ತೊಮ್ಮೆ 'ಆ ಒಂದು ರೂಪಾಯಿಯ ನಾಣ್ಯ' ಕಣ್ಣಿಗೆ ಬಿತ್ತು. ಇದು ಇವನಿಗಿರುವ ಕೊನೆಯ ಅವಕಾಶ, ನನ್ನ ಒಂದು ರೂಪಾಯಿ ವಾಪಸ್ಸು ಕೊಟ್ಟೇ ಬಸ್ಸೇರುತ್ತಾನೆ ಎಂದೆಣಿಸುತ್ತಿದ್ದೆ. ಆದರೆ ಅವನೋ ಈ 'ನಿಕೃಷ್ಟ ಮೊತ್ತದ ಸಾಲ'ದ ಪರಿವೆಯೇ ಇಲ್ಲದಂತೆ ಟೀ ಮಾರುವವನಿಗೆ ದುಡ್ಡು ಕೊಟ್ಟು ಪರ್ಸಿನಿಂದ ಕೆಳಗೆ ಬಿದ್ದ ಒಂದು ರೂಪಾಯಿಯನ್ನು ಎತ್ತಿ ಜೋಪಾನವಾಗಿ ತನ್ನ ಪರ್ಸಿನೊಳಗೆ ಇಟ್ಟುಕೊಂಡ.

'ನೀ ಹೊರಡು, ಲೇಟಾಗುತ್ತೆ. ಮುಂದಿನ ಬಾರಿ ನೀ ಶಿವಮೊಗ್ಗಕ್ಕೆ ಬಂದಾಗ ನೀನು ಭಾಳ ಇಷ್ಟಪಡೋ ಮೀನಾಕ್ಷಿ ಭವನದ ಪಡ್ಡು ತಿನ್ನೋಣ' ಎಂದ.

'ಹಾಗೇ ಆಗಲಿ ಕಣೋ' ಎಂದು ಹೇಳಿದ್ದೆನೋ ಇಲ್ಲವೋ ಸರಿಯಾಗಿ ನೆನಪಿಲ್ಲ.

ಮನೆಗೆ ಬಂದು ಮಲಗಿದವನು ಆ ರಾತ್ರಿ ತುಂಬಾ ದೀರ್ಘವಾಗಿ ಈ ವಿಷಯದ ಬಗ್ಗೆ ಆಲೋಚಿಸಿದೆ. ಒಂದು ರೂಪಾಯಿಯನ್ನು ಅವನು ಸಾಲ ಎಂದು ಪರಿಗಣಿಸಲಿಲ್ಲವೆ?

ಐವತ್ತೋ, ನೂರೋ, ಐನೂರೋ, ಸಾವಿರವೋ, ಲಕ್ಷವೋ ಆದರೆ ಮುಲಾಜಿಲ್ಲದೆ, ನಿರ್ಭಿಡೆಯಿಂದ ವಾಪಸ್ಸು ಕೊಡು ಎಂದು ತಾಕೀತು ಮಾಡಬಹುದು. ಆದರೆ ಈ ಒಂದು ರೂಪಾಯಿಯನ್ನು ವಾಪಸ್ಸು ಕೇಳಲು ಮನಸ್ಸಾದರೂ ಹೇಗೆ ಬರುತ್ತದೆ? ಅದನ್ನು ಅವನೇ ತಿಳಿದು ಕೊಡಬೇಕಿತ್ತು ಅಲ್ಲವೆ ಎಂದು ಅವನ ಮೇಲೊಂದು

ಸಾತ್ವಿಕ ಸಿಟ್ಟು ಮಾಡಿಕೊಂಡೇ, `Happy Journey. Message me once you reach Shimoga' ಎಂದು ಮೆಸೇಜ್ ಮಾಡಿ ಮಲಗಿದ್ದೆ.

***

ಈಗ ನೋಡಿದರೆ ಮತ್ತೆ 'ಅದೇ ಒಂದು ರೂಪಾಯಿ ಕೊಡು' ಎಂದು ಕೇಳುತ್ತಿದ್ದಾನೆ. ಹಳೆಯ ಸಾಲ ಇರುವಾಗ ಯಾರಾದರೂ ಹೊಸ ಸಾಲ ಕೊಡುತ್ತಾರೆಯೇ ನೀವೇ ಹೇಳಿ. ಅದೂ ಅಲ್ಲದೆ ಅವನು ನನಗೆ ಸಾಲ ಹಿಂತಿರುಗಿಸಿಲ್ಲ ಎಂಬುದಕ್ಕಿಂತ, ನನಗೆ ಅವನು ಒಂದು ರೂಪಾಯಿ ಕೊಡಬೇಕು ಎಂಬುದನ್ನು ಮರೆತೇಬಿಟ್ಟಿದ್ದಾನಲ್ಲ ಆ ವಿಚಾರ ಬೇಸರ ತರಿಸುತ್ತದೆ. ಅದನ್ನು ಕೇಳಿದರೆ ನಾನೆಲ್ಲಿ 'ಕ್ಷುಲ್ಲಕ ವ್ಯಕ್ತಿ' ಯಾಗಿಬಿಡುತ್ತೇನೋ ಎಂಬ ಕಾರಣಕ್ಕೆ ನಾನು ಸುಮ್ಮನಾಗಿದ್ದೇನೆ. ಆ ಒಂದು ರೂಪಾಯಿ ವಾಪಸ್ಸು ಕೊಡಲು ಹೋದರೆ ತಾನೆಲ್ಲಿ 'ಕ್ಷುಲ್ಲಕ' ಆಗಿಬಿಡುತ್ತೇನೋ ಎಂದು ಅವನು ಸುಮ್ಮನಿರಬಹುದು.

ಆದರೆ ಯಾರಾದರೂ ಒಬ್ಬರು ಪ್ರಸ್ತಾಪಿಸದ ಹೊರತು ಈ 'ಒಂದು ರೂಪಾಯಿ' ಎಂಬುದು ಯಾವ ಕಾರಣಕ್ಕೂ ವಸೂಲಾಗುವುಂಥದ್ದಲ್ಲ. ಹಾಗೆಯೇ ಯಾರೊಬ್ಬರೂ ಪ್ರಸ್ತಾಪಿಸುವಷ್ಟು ಮುಖ್ಯ ವಿಷಯವೂ ಇದಲ್ಲ. ಹೀಗೆ ಮರುಪಾವತಿಯಾಗದೆ ಉಳಿದ ಎಷ್ಟೋ 'ಒಂದು ರೂಪಾಯಿ' ಗಳು ನಮ್ಮ-ನಿಮ್ಮ ನಡುವಿರಬಹುದು. ಅವುಗಳ ಲೆಕ್ಕ ಮಾಡಲು ಯಾರಿಗೂ ಪುರಸೊತ್ತಿಲ್ಲ ಮತ್ತು ಸಂಬಂಧಗಳನ್ನು ಹದಗೆಡಿಸುವಷ್ಟು ದೊಡ್ಡ ವಿಷಯವೂ ಇದಾಗಿರದ ಕಾರಣ ಇಂತಹ ಪ್ರಕರಣಗಳ ಸಂಖ್ಯೆ ಹೆಚ್ಚುತ್ತಲೇ ಇರಬಹುದು.

ಕ್ಷಮಿಸಿ. ಇಷ್ಟು ದಿನ ನನ್ನ ಗೆಳೆಯನಿಗೂ ಹೇಳದ ಈ ವಿಷಯವನ್ನು ಇಂದು ಜಗಜ್ಜಾಹೀರು ಮಾಡಿದ್ದೇನೆ. ಇಲ್ಲಿರುವ ಒಂದು ರೂಪಾಯಿ ನಿಮ್ಮಲ್ಲಿಯೂ ಕೆಲವರಿಗೆ ಸಂಬಂಧಪಟ್ಟಿರಬಹುದು. ಬದಲಾದ ಕಾಲದ ಮೌಲ್ಯಗಳೊಂದಿಗೆ ಹಣದ ಮೌಲ್ಯವೂ ಬದಲಾಗಿರುವುದರಿಂದ ಈಗ ಆ ಒಂದು ರೂಪಾಯಿಯ ಸ್ಥಾನಕ್ಕೆ ಐದು ಅಥವಾ ಹತ್ತು ರೂಪಾಯಿ ಬಂದಿರಬಹುದು. ಆದರೆ ಆ ಸ್ನೇಹಿತನೋ, ಸಂಬಂಧಿಕನೋ ಇನ್ನೂ ನಮ್ಮವನಾಗಿದ್ದಾನಾ ಎಂಬುದು ಮುಖ್ಯ.

ಅಂದಹಾಗೆ ಎರಡನೆಯ ಬಾರಿ ಒಂದು ರೂಪಾಯಿ ಕೊಡೆಂದು ಹಗುರವಾಗಿ ಕೇಳಿದ ಆ ಗೆಳೆಯನಿಗೆ ನಾನು ಒಂದು ರೂಪಾಯಿ ಕೊಟ್ಟೆನೋ, ಇಲ್ಲವೋ ಎಂಬುದು ನನ್ನ ಖಾಸಗಿ ವಿಷಯ. ನಿಮಗದನ್ನು ಹೇಳಲೇಬೇಕೆಂದಿಲ್ಲ. ಆದರೆ ನಿಮ್ಮ ಮನಸ್ಸಿನ ಕನ್ನಡಿಗದು ಈಗಾಗಲೇ ಕಾಣಿಸಿರುತ್ತದೆ.

'ಹಣದ ವಿಷಯದಲ್ಲಿ ಈ ಜಗತ್ತಿನಲ್ಲಿ ಯಾರದ್ದೂ ತೀರ ಭಿನ್ನವಾದ, ಖಾಸಗಿಯಾದ ವ್ಯಕ್ತಿತ್ವವಿರುವುದಿಲ್ಲ' ಎಂಬುದನ್ನು ಹೇಳಲು ಈ ಅತ್ಯಲ್ಪ ಮತ್ತು ಅಮುಖ್ಯ ದೃಷ್ಟಾಂತವನ್ನು ವಿವರಿಸಬೇಕಾಯಿತು.

ನಿಮಗೆ ಗೊತ್ತಿರಲಿ ಅಂತ ಹೇಳ್ತೀನೆ. ಆ ತರಕಾರಿ ಗಾಡಿಯವನಿಗೆ ನಾನು ಕೊಡಬೇಕಾದ ಒಂದೂ ರೂಪಾಯಿಯನ್ನು ನಾನಿನ್ನೂ ಕೊಟ್ಟಿಲ್ಲ. ಅದಾದಮೇಲೆ ಸಾಕಷ್ಟು ಬಾರಿ ಅವನ ಬಳಿ ತರಕಾರಿ ಕೊಂಡಿದ್ದೇನೆ. ಅವನೂ ಅದರ ಬಗ್ಗೆ ನನ್ನ ಹತ್ತಿರ ಕೇಳಿಲ್ಲ. ಥೇಟ್ ನನ್ನ ಥರವೇ.

***

ಈ ವಾರಾಂತ್ಯ ಶಿವಮೊಗ್ಗಕ್ಕೆ ಹೋಗುವುದಿದೆ. ಮೀನಾಕ್ಷಿಭವನದ ಪಡ್ಡು ಸಿಗೋದು ಖಚಿತವಿದೆ. ಆದರೆ 'ಆ ಒಂದು ರೂಪಾಯಿಯ' ಬಗ್ಗೆ ನನಗೆ ಯಾವುದೇ ಭರವಸೆಯಿಲ್ಲ ...

(My lost Dollar ಎಂಬ ಕತೆಯ ಪ್ರೇರಣೆಯಿಂದ ಬರೆದದ್ದು)

13

ಡಸ್ಟ್‌ಬಿನ್‌ಗಳ ಉಭಯಕುಶಲೋಪರಿ...

ಒಂದು ವೇಳೆ ಆ ಪೌರ ಕಾರ್ಮಿಕ ಮಹಿಳೆಯ ಕಣ್ತಪ್ಪಿಸಿ ಈ ಅಚಾತುರ್ಯ ನಡೆಯದೇ ಹೋಗಿದ್ದರೆ ಇಂಥದ್ದೊಂದು ಅಪರೂಪದ ಸಂಗತಿ ಜರುಗುತ್ತಿರಲಿಲ್ಲವೇನೋ ...

ಬೀದಿಯ ಪ್ರತಿಯೊಂದು ಮನೆಯ ಮುಂದಿರುವ ಡಸ್ಟ್‌ಬಿನ್‌ಗಳಿಂದ ಕಸವನ್ನು ತಳ್ಳುಗಾಡಿಗೆ ಹಾಕಿಕೊಂಡು ಬಂದು ಆನಂತರ ಟೋಲ್‌ಗೇಟ್ ಬಳಿಯ ಕಸದ ರಾಶಿಗೆ ಅದನ್ನು ಸುರಿಯುವುದು, ಅಲ್ಲಿಂದ ಎಲ್ಲಾ ಬೀದಿಗಳಿಂದ ಬಂದ ಕಸವನ್ನು ಲಾರಿಗಳಲ್ಲಿ ನಗರದ ಹೊರವಲಯದ ನಿಗದಿತ ಪ್ರದೇಶಕ್ಕೆ ಕೊಂಡೊಯ್ದು ಹಾಕುವುದು ರೊಟೀನು. ಆ ದಿನ, ಆ ಮಹಿಳೆ ಕಸದ ಜೊತೆ ಎರಡು ಮನೆಯ ಡಸ್ಟ್‌ಬಿನ್‌ಗಳನ್ನು ಗಾಡಿಯಲ್ಲಿ ಹಾಕಿಕೊಂಡು ಬಂದಿದ್ದು ಕಸವನ್ನು ಲಾರಿಗಳಿಗೆ ವಿಲೇವಾರಿ ಮಾಡುವಾಗ ತಿಳಿದು ಬಂತು. ಆಗ ಆ ಎರಡೂ ಡಸ್ಟ್‌ಬಿನ್‌ಗಳನ್ನು ಪಕ್ಕಕ್ಕಿಟ್ಟು ಕಸವನ್ನು ಲಾರಿಗೆ ಹೇರಿಯಾದ ನಂತರ ಅಲ್ಲೆ ಇದ್ದ

ಪೆಟ್ಟಿಗೆ ಅಂಗಡಿಯವನಿಗೆ ಅವುಗಳನ್ನು ಜೋಪಾನ ನೋಡಿಕೊಳ್ಳುವಂತೆಯೂ, ನಾಳೆ ಆಕೆ ಬಂದಾಗ ಆ ಡಸ್ಟ್‌ಬಿನ್‌ಗಳನ್ನು ವಾಪಸ್ಸು ತೆಗೆದುಕೊಂಡೊಯ್ಯಲು ಹೇಳುವಂತೆಯೂ ಅವನಿಗೆ ತಿಳಿಸಲಾಯಿತು. ಅದಕ್ಕೆ ಅಂಗಡಿಯವನು; 'ಇದು ಪೆಟ್ಟಿಗೆ ಅಂಗಡಿ. ನನ್ನ ಬಿಟ್ಟು ಇನ್ನೊಬ್ಬರು ಕೂತ್ಕೊಳ್ಳೋಕು ಇಲ್ಲಿ ಜಾಗ ಇಲ್ಲ. ಹೊರಗೆ ಇಟ್ಟಿರಿ' ಎಂದ. ಆದರೆ ರಾತ್ರಿ ಮನೆಗೆ ಹೋಗುವಾಗ ಏನನ್ನಿಸಿತೋ ಏನೋ ಡಸ್ಟ್‌ಬಿನ್‌ಗಳನ್ನು ತನ್ನ ಅಂಗಡಿಯೊಳಗೆ ಇಟ್ಟು ಲಾಕ್ ಮಾಡಿಕೊಂಡು ಹೋದ.

ರಾತ್ರಿ ಪೆಟ್ಟಿಗೆ ಅಂಗಡಿಯೊಳಗೆ ತಂಗಿದ ಡಸ್ಟ್‌ಬಿನ್‌ಗಳ ನಡುವೆ ಹೀಗೊಂದು ಸಂಭಾಷಣೆ ನಡೆಯಿತು:

ಡಸ್ಟ್‌ಬಿನ್ 1 : ನಿಮ್ಮ ಮನೆ ನಂಬರ್ ಏನು?

ಡಸ್ಟ್‌ಬಿನ್ 2 : # 122

ಡಸ್ಟ್‌ಬಿನ್ 1 : ಹೌದು. ನಿನ್ನನ್ನ ನಾನು ನೋಡಿದ್ದೇನೆ. ಅದಕ್ಕೆ ಕೇಳಿದೆ.

ಡಸ್ಟ್‌ಬಿನ್ 2 : ನನಗೂ ನಿನ್ನನ್ನು ನೋಡಿದ ನೆನಪಿದೆ. ಡೋರ್ ನಂಬರ್ ಏನು ನಿಂದು?

ಡಸ್ಟ್‌ಬಿನ್ 1 : # 138

ಡಸ್ಟ್‌ಬಿನ್ 2 : ಹಾಂ. ಅದಕ್ಕೆ ಕೇಳಿದೆ. ನಮ್ಮ ಎದುರಿನ ಮನೆಯವನೇ ನೀನು... ಸಾಕಷ್ಟು ಬಾರಿ ನೋಡಿದ್ದೆ ನಿನ್ನ.

ಡಸ್ಟ್‌ಬಿನ್ 1 : ಹೌದು. ನನಗೂ ನಿನ್ನ ನೋಡಿದ ನೆನಪಿದೆ.

ಡಸ್ಟ್‌ಬಿನ್ 2 : ಪ್ರತಿದಿನ ರಸ್ತೆಯ ಆ ಕಡೆ ನೀನು, ಈ ಕಡೆ ನಾನು ಇರ್ತಿದ್ವಿ ಆದರೂ ಮಾತಾಡೋಕೆ ಆಗ್ತಿರ್ಲಿಲ್ಲ. ಇವತ್ತು ಇಲ್ಲಿ ಈ ಅಂಗಡಿಯೊಳಗೆ ಮಾತಾಡೋಕೆ ಛಾನ್ಸು ಸಿಕ್ತು ನೋಡು.

ಡಸ್ಟ್‌ಬಿನ್ 1 : ಅಲ್ವಾ? ಅಂದಹಾಗೆ ಪ್ರತಿ ದಿನ ನಿನ್ನೊಳಗೆ ಇರೋ ಕಸ ಕಡಿಮೆ ಇರುತ್ತಲ್ಲ ಯಾಕೆ? ಎಲ್ಲೋ ಒಂದೆರೆಡು ಪ್ಲಾಸ್ಟಿಕ್ ಕವರ್‌ಗಳು, ತರಕಾರಿಗಳ ಸಿಪ್ಪೆ, ಹರಿದ ಒಳಉಡುಪುಗಳು, ತುಂಡಾದ ಬಟ್ಟೆಯ ಚೂರು, ಕರಿಬೇವಿನ ಸೊಪ್ಪಿನ ಕಡ್ಡಿ ಇವಿಷ್ಟೇ ನಾನು ನೋಡಿರೋದು. ಯಾಕೆ ನಿಮ್ಮನೇಲಿ ಬೇರೆ ಥರದ ವಸ್ತುಗಳನ್ನು ಬಳಸೋದಿಲ್ವ?

ಡಸ್ಟ್‌ಬಿನ್ 2 : ಹಾಗೇನಿಲ್ಲ, ಬೇರೆ ಏನೇನೋ ಬಳಸ್ತಾರೆ. ಆದರೆ ಅವ್ಯಾವು ಕಸದ ಬುಟ್ಟಿಗೆ ಬರೋಲ್ಲ. ನಿಮ್ ಮನೆ ಥರ ಮೆಟಲ್ ಟಿನ್‌ಗಳು, ಹಾಫ್

ಯೂಸ್ಡ್ ಬೀವರೇಜ್ ಬಾಟಲ್ಸ್, ನ್ಯಾಪ್‌ಕಿನ್ಸ್, ಎನರ್ಜಿ ಡ್ರಿಂಕ್ ಬಾಟಲ್‌ಗಳು, ಪಾಷ್ ಗಾರ್ಮೆಂಟ್ಸ್‌ಗಳ ಹ್ಯಾಂಡ್ ಬ್ಯಾಗ್‌ಗಳು, ಕಾಂಡಿಮೆಂಟ್ಸ್ ಮತ್ತು ಫುಡ್ ಡೆಲಿವರಿ ಕವರ್‌ಗಳು ಇನ್ನೂ ನನಗೆ ಅರ್ಥವಾಗದ ಎಷ್ಟೋ ವಸ್ತುಗಳನ್ನು ನಿಮ್ಮ ಓನರ್ ಗಾಡಿಗೆ ಸುರಿಯೋದನ್ನ ನೋಡಿದ್ದೀನಿ. ನಿನಗೇ ಇಷ್ಟು ಹಾಕ್ತಾರೆ ಅಂದ್ರೆ ಇನ್ನು ಒಳಗೆ ಏನೇನೆಲ್ಲ ಬಳಸಬಹುದು ನಿಮ್ಮ ಮನೆಯವ್ರು?

ಡಸ್ಟ್‌ಬಿನ್ 1 : ಏನೋ ಗೊತ್ತಿಲ್ಲ. ಆದರೆ ಕಡಿಮೆ ಬಳಸಿ ಹೆಚ್ಚು ಕಸ ಹಾಕ್ತಾರೆ ಅಂತ ನನಗೆ ಅನ್ನುತ್ತೆ... ಆದರೆ ನಿಮ್ಮನೇಲಿ ಹೆಚ್ಚು ಬಳಸಿ ಕಡಿಮೆ ಕಸ ಹಾಕ್ತಾರೇನೋ... ಅದಿರ್ಲಿ ದಿನ ಸಂಜೆ ಮತ್ತು ರಾತ್ರಿ ನಿಮ್ಮನೇಲಿದಾನಲ್ಲ ಆ ಹುಡುಗ ಯಾಕೆ ಟೆರೇಸ್ ಮೇಲೆ ಬಂದು ನಮ್ಮ ಮನೆ ಬಾಲ್ಕನಿ ಕಡೆಗೆ ನೋಡ್ತಿರ್ತಾನೆ?

ಡಸ್ಟ್‌ಬಿನ್ 2 : ನಿನ್ಗೆ ಗೊತ್ತಿಲ್ವಾ? ಅವನು ನಿಮ್ಮನೇಲಿರೋ ಹುಡುಗಿನ ಪ್ರೀತಿಸ್ತಿದ್ದಾನೆ. ಅದಕ್ಕೆ ಅಲ್ಲಿ ನಿತ್ಕೊಂಡ್ ನೋಡ್ತಾನೆ. ಅವಳೂ ಕೂಡ ನಗ್ತಾಳೆ. ಆಗಾಗ ಅವರಿಬ್ಬರು ಜೋರಾಗಿ ನಗ್ತಾರೆ... ಒಟ್ಟಿಗೆ ಆಕಾಶ ನೋಡ್ತಾರೆ...

ಡಸ್ಟ್‌ಬಿನ್ 1 : ಅವನು ಟೆರೇಸ್‌ನಲ್ಲಿ ನಿಂತು ಯಾವುದೋ ಪುಸ್ತಕ ಓದುವಂತೆ ನಟಿಸುತ್ತಾನೆ.

ಡಸ್ಟ್‌ಬಿನ್ 2 : ಮತ್ತೆ ಅವಳು ಅವನೆಡೆಗೆ ಕಿರುನಗೆ ಬೀರುತ್ತಾಳೆ... ಯಾವುದೋ ಪ್ರೇಮಗೀತೆಯೊಂದಕ್ಕೆ ಧ್ವನಿಗೂಡಿಸುತ್ತಾಳೆ...

ಡಸ್ಟ್‌ಬಿನ್ 1 : ಅವನು ತಾನೇ ಸಂಗೀತ ನುಡಿಸಿದವನಂತೆ ಹಿಗ್ಗುತ್ತಾನೆ...

ಡಸ್ಟ್‌ಬಿನ್ 2 : ಅವಳೇ ಹಾಡಾದಂತೆ... ಹಾಡುತ್ತಾ ಮನೆಯೊಳಗೆ ಓಡುತ್ತಾಳೆ... ಬಾಲ್ಕನಿಯಿಂದ ಒಳಗೆಷ್ಟು ಮಹಾ ಹೆಜ್ಜೆಗಳು!

ಡಸ್ಟ್‌ಬಿನ್ 1 : ಇನ್ನು ಅವನೋ, ನಕ್ಷತ್ರಗಳನ್ನು ಎಣಿಸುತ್ತಲೇ ಟೆರೇಸ್ ಮೇಲಿಂದ ಒಂದೊಂದೇ ಮೆಟ್ಟಿಲು ಕೆಳಗಿಳಿಯುತ್ತಾನೆ ...

ಡಸ್ಟ್‌ಬಿನ್ 2 : ಹೌದು, ಅವಳು ಮನೆಯೊಳಗೆ ಸೇರುತ್ತಾಳೆ...

ಡಸ್ಟ್‌ಬಿನ್ 1 : ಅವನು ಮೆಟ್ಟಿಲುಗಳಲ್ಲಿ ಕೆಳಗಿಳಿಯುತ್ತಾ ಹೋಗುತ್ತಾನೆ...

ಡಸ್ಟ್‌ಬಿನ್ 2 : ಮರು ದಿನ ಮತ್ತೆ ಇದೇ ಮುಂದುವರಿಯುತ್ತದೆ...

ಡಸ್ಟ್‌ಬಿನ್ 1 : ಇಲ್ಲ. ಮುಂದುವರೆಯುತ್ತಿಲ್ಲ... ಎಷ್ಟೋ ದಿನಗಳಾಯ್ತು ಅದು ಅಲ್ಲೇ ನಿಂತಿದೆ... ನಾವು ಅದನ್ನು ಹೇಗಾದರೂ ಮಾಡಿ ಮುಂದುವರೆಯುವಂತೆ ಮಾಡಬೇಕು.

ಡಸ್ಟ್‌ಬಿನ್ 2 : ಅದ್ಹೇಗೆ? ನನಗೂ ತುಂಬಾ ಸಲ ಅನ್ನಿಸಿದೆ ಹೇಗಾದರೂ ಮಾಡಿ ಅವರನ್ನು ಸೇರಿಸಬೇಕೆಂದು. ನಿನ್ನ ಬಳಿ ಏನಾದರೂ ಉಪಾಯ ಇದೆಯಾ?

ಡಸ್ಟ್‌ಬಿನ್ 1 : ಖಂಡಿತಾ ಇದೆ... ಒಂದು ಕೆಲಸ ಮಾಡೋಣ ನಾಳೆ ನೀನು ನಮ್ಮ ಮನೆಗೆ ಹೋಗಿ ಅವನು ಎಣಿಸುವ ಆ ನಕ್ಷತ್ರಗಳ ಬಗ್ಗೆ ಅವಳಿಗೆ ತಿಳಿಸು... ನಾನು ನಿಮ್ಮ ಮನೆಗೆ ಹೋಗಿ, ಅವಳು ತಲೆದೂಗುವ ಪ್ರೇಮ ಗೀತೆಗಳ ಬಗ್ಗೆ ಅವನಿಗೆ ಹೇಳುತ್ತೇನೆ...

ಡಸ್ಟ್‌ಬಿನ್ 2 : ಓಹ್! ಎಂಥ ಒಳ್ಳೆಯ ಯೋಚನೆ ನಿನ್ನದು. ನನಗಿದಕ್ಕೆ ಒಪ್ಪಿಗೆ ಇದೆ. ಹಾಗಾದರೆ ನಾಳೆ ನಾವಿಬ್ಬರೂ ಅದಲು ಬದಲಾಗಿ ಮನೆಗಳನ್ನು ಹೊಕ್ಕು ನಮ್ಮ ಕೆಲಸ ಮಾಡೋಣ...

***

ಹೀಗೆ ಡಸ್ಟ್‌ಬಿನ್‌ಗಳು ತೀರ್ಮಾನಿಸಿದ್ದೇನೋ ನಿಜ. ಆದರೆ ಅವುಗಳ ಈ ಸಾಹಸ ಯಶಸ್ವಿಯಾಗಲು ನಾಳೆ ಮತ್ತೊಂದು ಯಡವಟ್ಟಾಗಬೇಕು. ಆ ಮಹಿಳೆ ಡಸ್ಟ್‌ಬಿನ್‌ಗಳನ್ನು ಅದಲು ಬದಲು ಮನೆಗಳ ಮುಂದೆ ಇಟ್ಟು ಬರಬೇಕು. ಆಗ ಅವುಗಳ ಕಾರ್ಯಾಚರಣೆ ಸಾಕಾರಗೊಳ್ಳಬಹುದು. ಕತೆಯ ಓಟಕ್ಕಾಗಿ ಅದು ಹಾಗೇ ಆಯಿತು ಅಂದುಕೊಳ್ಳೋಣ.

ಆದರೆ?

ಎಷ್ಟೋ ವರ್ಷಗಳ ನಂತರ ಆ ಡಸ್ಟ್‌ಬಿನ್‌ಗಳ ನಡುವೆ ನಡೆದ ಈ ಕಾಲ್ಪನಿಕ ಸಂಭಾಷಣೆ ಬೇರೆಯದೇ ಕತೆ ಹೇಳುತ್ತದೆ ನೋಡಿ:

ಡಸ್ಟ್‌ಬಿನ್ 1 : ನೀನು ಅವನಿಗೆ ಆ ಪ್ರೇಮಗೀತೆಗಳ ಬಗ್ಗೆ ಹೇಳಿದೆಯಾ?

ಡಸ್ಟ್‌ಬಿನ್ 2 : ಇಲ್ಲ... ನೀನು ಅವಳಿಗೆ ಅವನು ಎಣಿಸುವ ನಕ್ಷತ್ರಗಳ ಬಗ್ಗೆ ಹೇಳಿದೆಯಾ?

ಡಸ್ಟ್‌ಬಿನ್ 1 : ಇಲ್ಲ... ಟೆರೇಸ್‌ಗೂ ಬಾಲ್ಕನಿಗೂ ತುಂಬಾ ವ್ಯತ್ಯಾಸವಿದೆ... ಅದಕ್ಕೆ ಹೇಳಲಿಲ್ಲ...

ಡಸ್ಟ್‌ಬಿನ್ 2 : ಏನು ಹಾಗಂದರೆ?

ಡಸ್ಟ್‌ಬಿನ್ 1: ಬಾಲ್ಕನಿಗೆ ಹೊಂದಿಕೊಂಡವಳಿಗೆ ಟೆರೇಸ್ ತುಂಬಾ ಆಕರ್ಷಕ ವಾಗಿ ಕಾಣಬಹುದಷ್ಟೇ. ಆದರೆ ಬಾಲ್ಕನಿಯನ್ನು ಬಿಟ್ಟು ಬರುವಷ್ಟಲ್ಲ...

ಡಸ್ಟ್‌ಬಿನ್ 2 : ಈ ಟೆರೇಸ್ ಹುಡುಗನಿಗೆ ಬಾಲ್ಕನಿ ಬೇಕೆಂದು ಅನ್ನಿಸದೆಯೂ ಇರಬಹುದು... ಬಡವನಿಗೆ ಅಭಾವವಿದ್ದುದರ ಬಗ್ಗೆ ವೈರಾಗ್ಯವಿರಬೇಕು... ಧನಿಕನಿಗೆ ಹೇರಳವಾಗಿರುವುದರ ಬಗ್ಗೆ ಹೇವರಿಕೆ ಇರಬೇಕು...

ಡಸ್ಟ್‌ಬಿನ್ 1 : ಅದಕ್ಕಾಗಿಯೇ ನಾನು ಅವನಿಗೆ ಏನೂ ಹೇಳಲಿಲ್ಲ...

ಡಸ್ಟ್‌ಬಿನ್ 2 : ಅದಕ್ಕಾಗಿಯೇ ನಾನು ಅವಳಿಗೆ ಏನೂ ಹೇಳಲಿಲ್ಲ...

***

ಎರಡೂ ಡಸ್ಟ್‌ಬಿನ್‌ಗಳು ಹೀಗೆ ಉಭಯಕುಶಲೋಪರಿ ಹಂಚಿಕೊಳ್ಳುತ್ತ ಮಾಡಿದ ಐತಿಹಾಸಿಕ ತೀರ್ಮಾನಕ್ಕೆ ನನ್ನ ಸಹಮತವೂ ಇದೆ. ಯಾರು ಹೇಳಿದ್ದು ಬದುಕಲು ಪ್ರೀತಿ ಬೇಕೆಂದು? ಅದಿಲ್ಲದಿದ್ದರೂ ಸಲೀಸಾಗಿ ಎಲ್ಲ ನಡೆಯುತ್ತದೆ. ನಮ್ಮ ವಾಸ ಬಾಲ್ಕನಿಯಾ ಅಥವಾ ಟೆರೇಸಾ ಎಂಬುದನ್ನು ತೀರ್ಮಾನ ಮಾಡಿಕೊಳ್ಳಬೇಕಷ್ಟೇ...

ಆದರೂ...

ನಾವು ಕಸ ಬಿಸಾಡುವ ಡಸ್ಟ್‌ಬಿನ್‌ಗಳಿಗೆ ಮನುಷ್ಯರ ಮೇಲೆ ಅದೆಂಥಾ ಪ್ರೀತಿ ಮತ್ತು ಕಾಳಜಿ!

14

ಒಂದು ಇಂಟರ್ವೆಲ್; ಎರಡು ಸಿನಿಮಾ!

ಆಗಷ್ಟೇ ಇಂಟರ್‌ವೆಲ್ ಮುಗಿಸಿ ಬಂದು ಪಾಪ್‌ಕಾರ್ನ್ ಹಿಡಿದು ಕೂತಾಗ ಐದು ನಿಮಿಷದವರೆಗೂ ಸಿನಿಮಾ ಏನೊಂದೂ ಅರ್ಥವಾಗುವಂತೆ ಕಾಣಲಿಲ್ಲ. ವಿರಾಮದ ಮುಂಚೆ ಇದ್ದ ಒಬ್ಬ ನಟನಟಿಯರೂ ಸಿನಿಮಾದಲ್ಲಿರಲಿಲ್ಲ. ಇಡೀ ಸಿನಿಮಾದ ಥೀಮ್ ಬೇರೆನೇ ಆಗಿತ್ತು. ಅಲ್ಲದೆ ಸಿನಿಮಾ ಲೊಕೇಷನ್‌ಗಳಲ್ಲೂ ಸಾಕಷ್ಟು ಬದಲಾವಣೆ ಇತ್ತು. ಅಲ್ಲೆಲ್ಲೋ ಕಾರ್ಪೊರೇಟ್ ಕಂಪನೀಲಿ Data theft (ಮಾಹಿತಿ ಕಳವು) ಮಾಡಿ ಕೆಲಸ ಕಳೆದುಕೊಂಡವನ ಬಗ್ಗೆ, ಅವನ ಮಾಸ್ಟರ್ ಪ್ಲಾನ್‌ಗಳ ಬಗ್ಗೆ ನಡೆಯುತ್ತಿದ್ದ ಕತೆ ಅವನು ಸಿಕ್ಕಿಬಿದ್ದಿದ್ದು ಹೇಗೆ ಎಂಬುದರ ಬಗ್ಗೆ ಒಂದು Crucial Pointನಲ್ಲಿ ಇಂಟರ್‌ವೆಲ್‌ಗೆ ನಿಂತಿದ್ದ ಸಿನಿಮಾದಲ್ಲಿ ಈಗ ನಡೆಯುತ್ತಿರುವುದಾದರೂ ಏನು? ರಾತ್ರಿಯ ನಿಶ್ಶಬ್ದದಲ್ಲಿ ಚಲಿಸುತ್ತಿರುವ ಟ್ರೈನಿನ ಸೆಕೆಂಡ್ ಕ್ಲಾಸ್ ರಿಸರ್ವ್ಡ್ ಕೋಚ್‌ನಲ್ಲಿ RAC ಸೀಟ್‌ಗಳ ಸ್ಟೇಟಸ್ ಬದಲಾಗದೆ ಇದ್ದ ಕಾರಣ ಓರ್ವ ಯುವತಿ ಮತ್ತೊಬ್ಬ ಯುವಕ ಎದುರು ಬದರು ಕೂತು ಪ್ರಯಾಣ ಮಾಡುತ್ತಿದ್ದ ದೃಶ್ಯ.

***

ಏನೆಂದು ತಲೆಕೆಡಿಸಿಕೊಳ್ಳುತ್ತಿರುವಾಗಲೇ ಪಕ್ಕದವನನ್ನು ನೋಡಿದೆ. ಆಗಲೇ ತಿಳಿದದ್ದು ನಾನು ಅಕಸ್ಮಾತ್ ಆಗಿ ಬೇರೆ ಆಡಿ (Auditorium)ಯೊಳಗೆ ಬಂದು ಕೂತಿರುವುದು. ಈ ಮಾಲ್‌ಗಳಲ್ಲಿ ಇಂಟರ್ವೆಲ್ ಹೋಗಿ ಬರುವಾಗ ನನಗೆ ಅನೇಕ ಬಾರಿ ಹೀಗಾಗಿದ್ದಿದೆ. ಸರತಿ ಸಾಲಿನಲ್ಲಿ ನಿಂತು ಏನಾದರೂ ಸ್ನ್ಯಾಕ್ಸ್ ತಗೊಂಡು ತಡವಾಗಿ ಒಳಹೋಗುವಾಗ ಆಡಿ ನಂಬರ್‌ಗಳನ್ನು ನೋಡಲು ತಡವರಿಸಿದ್ದೇನೆ. ಆದರೆ ಯಾವತ್ತೂ ಹೀಗೆ ಬೇರೆ ಆಡಿಟೋರಿಯಂಗೆ ಹೋಗಿ ಕೂತಿರಲಿಲ್ಲ. ಪಕ್ಕದವನು ನನ್ನ ಅಸ್ತಿತ್ವಕ್ಕೆ ಯಾವುದೇ ಕಿಮ್ಮತ್ತು ಕೊಡದೆ ಸಿನಿಮಾ ನೋಡೋದರಲ್ಲಿ ತಲ್ಲೀನನಾಗಿದ್ದ. ಕೇವಲ ಐದು ನಿಮಿಷ ಆ ಸಿನಿಮಾ ನೋಡಿದ ನನಗೆ ಇದೆಂಥ ಬೋರಿಂಗ್ ಕತೆಯಿರಬಹುದು ಎಂದೆನ್ನಿಸಿತು. ಕತ್ತಲೆ ಆವರಿಸಿರುವ ಸ್ಕ್ರೀನ್‌ನ ಮೇಲೆ ಅವರಿಬ್ಬರ ಮುಖಗಳು ಮತ್ತು ರೈಲಿನ ಅರುಚುವ ಶಬ್ಧ ಬಿಟ್ಟು ಬೇರೇನೂ ಇರಲಿಲ್ಲ. ಅದನ್ನೇ ಇವನು ಅಷ್ಟೊಂದು ಗಹನವಾಗಿ ನೋಡುತ್ತಿದ್ದಾನಲ್ಲ ಅನ್ನಿಸಿತು. ಎದ್ದು ವಾಪಸ್ಸು ಈ ಹಿಂದಿನ ಸಿನಿಮಾಕ್ಕೆ ಹೋಗಿ ಕೂರೋಣ ಎಂದುಕೊಂಡವನು ಹಾಗೆ ಮಾಡದೇ ಇದ್ದ ಕಾರಣ ಆ ಸಿನಿಮಾ ಪೂರ್ತಿ ನೋಡಿಂದಾಯಿತು.

***

RAC (Reservation Against Cancellation) ಸೀಟುಗಳನ್ನು ಸಾಮಾನ್ಯವಾಗಿ TTE (Train Ticket Examiner)ಗಳು ಖಾಲಿ ಉಳಿದಿರುವ ಸೀಟುಗಳಿಗೆ ಮರುಹಂಚಿಕೆ ಮಾಡುತ್ತಾರೆ. ಆದರೆ ಯಾವುದೇ ಸೀಟು, ಯಾವುದೇ ಬೋಗಿಯಲ್ಲಿಯೂ ಖಾಲಿ ಉಳಿದಿಲ್ಲವೆಂದಾದರೆ ಮಾತ್ರ ಹೀಗೆ ಇಬ್ಬರೂ ಎದುರುಬದುರಾಗಿ ಕೂತು ಪ್ರಯಾಣಿಸುವ ಅನಿವಾರ್ಯತೆ ಸೃಷ್ಟಿಯಾಗುತ್ತದೆ ಎಂಬುದು ಎಲ್ಲರಿಗೂ ತಿಳಿದಿರುವ ವಿಷಯ. ಅಂಥದ್ದೇ ಸ್ಥಿತಿಯಲ್ಲಿ ಈ ಇಬ್ಬರು ಇದ್ದಾರೆ. ಇದರ ಮೇಲೆ ಆ ನಿರ್ದೇಶಕ ಅದೇನು ಕತೆ ಕಟ್ಟಿರಬಹುದು ಅನ್ನೋದಾದರೆ ನಿಮ್ಮ ಕುತೂಹಲಕ್ಕೆ ಆ ಕತೆಯನ್ನೂ ಹೇಳಿಬಿಡುತ್ತೇನೆ.

***

'ಇತ್ತೀಚಿಗೆ ಟ್ರೈನ್‌ಗಳಲ್ಲಿ ಓಡಾಡೋರ ಸಂಖ್ಯೆ ತುಂಬಾ ಜಾಸ್ತಿ ಆಗಿದೆ' ಎಂದ ಆ ಯುವತಿ ತನ್ನ ಬ್ಯಾಗ್‌ನಲ್ಲಿದ್ದ ಹೊದಿಕೆ ಮತ್ತು ತಲೆದಿಂಬನ್ನು ನಿಧಾನಕ್ಕೆ ಹೊರ ತಗೆದಳು. ಎದುರಿಗೆ ಅವನಿದ್ದಾನೆ ಮಲಗುವುದು ಸಾಧ್ಯವಿಲ್ಲ ಎಂದು ತಿಳಿದೂ ಆಕೆ ಅವುಗಳನ್ನು ಹೊರಗೆ ತಗೆದದ್ದು ಪಾಪ ಹುಡುಗಿ ಮಲಗಲಿ ತಾನು ಎಲ್ಲಾದರೂ ಕೆಳಗೆ ಮಲಗಿದರಾಯ್ತು ಎಂದು ಅವನು ಇವಳಗೇ ಪೂರ್ತಿ ಸೀಟು

ಬಿಟ್ಟುಕೊಡಬಹುದೇನೋ ಎಂಬುದು ಅವಳ ಯೋಚನೆ. ಆದರೆ ಅವನು ಆ ರೀತಿಯ ಯಾವ ಸೂಚನೆಯನ್ನೂ ಕೊಡದೆ, 'ಹೌದು ನಾನು ಕಳೆದ ನಾಲ್ಕು ಬಾರಿ RACನಲ್ಲೇ ರಾತ್ರಿಯಿಡೀ ಕೂತು ಪ್ರಯಾಣ ಮಾಡಿದ್ದೀನಿ. ಇದೊಂಥರ ಶಿಕ್ಷೆ. ಮಲಕ್ಕೊಂಡ್ ಹೋಗೋಷ್ಟು ದುಡ್ಡು ಕೊಟ್ಟು ಕೂತ್ಕೊಂಡು ಹೋಗೋದು ನೋಡಿ' ಎಂದು ಮುಖ ಸಿಂಡರಿಸಿದ. ಇವಳಿಗದು ಬೇಕಾಗಿರಲಿಲ್ಲ.

'ಒಂದೇ ಸೀಟಲ್ಲಿ ಇಬ್ರೂ ಅಡ್ಜೆಸ್ಟ್ ಮಾಡ್ಕೊಂಡ್ ಮಲಗೋಣ್ವ?' ಎಂದು ಆಕೆ ಕೇಳಿದ್ದಕ್ಕೆ ಇವನಿಗೆ ಕೋಪ ಬಂದು, 'ಅದ್ಹೇಗ್ರಿ ಸಾಧ್ಯ? ನೀವ್ಯಾರು ಅಂತಾನೆ ನನ್ಗೆ ಗೊತ್ತಿಲ್ಲ. ಒಬ್ಬ ಅಪರಿಚಿತ ಹುಡುಗ, ಹುಡುಗಿ ಅದ್ಹೇಗ್ರಿ ಈ ಥರ ಇಕ್ಕಟ್ಟಿನಲ್ಲಿ ಜೊತೆಯಲ್ಲಿ ಮಲ್ಕೊಂಡ್ ಪ್ರಯಾಣ ಮಾಡೋದು? ನಿಮ್ಗೆ ಕಾಮನ್ ಸೆನ್ಸ್ ಇಲ್ವ? ಬೇರೆ ಯಾರಾದರೂ ಆದ್ರೆ ಇಂತಹ ಅವಕಾಶವನ್ನ ದುರುಪಯೋಗ ಪಡಿಸಿಕೊಳ್ತಿದ್ರೇನೋ. ನಾನು ಅಂಥವನಲ್ಲ' ಎಂದು ತನ್ನ ಸಾಚಾತನಕ್ಕೆ ವಾಚಾಳಿತನವನನು ಸಾಕ್ಷೀಕರಿಸಿದ.

ಅವಳಿಗೋ ಅವಮಾನವಾದಂತಾಯಿತು.

ಕೆಲ ಹೊತ್ತು ಇಬ್ಬರೂ ಮಾತಾಡಲಿಲ್ಲ. ರಾತ್ರಿಯ ನಿಶ್ಯಬ್ದವನ್ನು ಸೀಳುತ್ತಾ ರೈಲು ಸಾಗುತ್ತಿತ್ತು. ಬೋಗಿಯೊಳಗಿನ ಜನ ಮನೆಯಲ್ಲಿದ್ದಷ್ಟೇ ಆರಾಮವಾಗಿ ನಿದ್ರಿಸುತ್ತಿದ್ದರು.

'ಯಾವ ಊರು ನಿಮ್ಮದು?'

'ಎಲ್ಲಿಗೆ ಹೋಗಿದ್ದಿರಿ ಅಥವಾ ಎಲ್ಲಿಂದ ಬರುತ್ತಿದ್ದೀರಿ?'

'ಎಲ್ಲಿ ಕೆಲಸ ಮಾಡ್ತೀರಿ?'

'ಮದುವೆಯಾಗಿದೆಯಾ?'

'ಆಗಿದ್ದರೆ ಯಾಕೆ ಒಬ್ಬರೇ ಪ್ರಯಾಣಿಸುತ್ತಿದ್ದೀರಿ?'

'ಮಕ್ಕಳಿದ್ದಾರಾ?'

'ಅವರುಗಳ ಹೆಸರೇನು?'

'ಗಂಡೆಷ್ಟು? ಹೆಣ್ಣುಗಳೆಷ್ಟು?'

'ಹೆಂಗಸರ ವಿಷ್ಯದಲ್ಲಿ ನೀವ್ಯಾಕೆ ಇಷ್ಟು ರಿಸರ್ವ್ ಆಗಿದ್ದೀರಾ?'

'ಯಾರಾದರೂ ಹುಡುಗಿ ಮೋಸ ಮಾಡಿ ಹೋಗಿದ್ದಾಳೆಯೇ?'

'ಜೊತೆಗೆ ಮಲಗಿದಾಕ್ಷಣ (ಅದರಲ್ಲೂ ನಾವು ಎದುರುಬದುರಾಗಿಯೇ ಮಲಗಬೇಕು ತಾನೆ?) ಬ್ರೇಕಿಂಗ್ ನ್ಯೂಸ್ ಆಗಿಬಿಡುತ್ತದೆಯೇ?'

'ಈ ಅತೀ ಒಳ್ಳೆಯವರು ಒಂಥರಾ ಇರಿಟೇಷನ್ ಮಾಡ್ತಾರೆ. ಒಂದು ರಾತ್ರಿಯ ಪ್ರಯಾಣಕ್ಕೆ ಇಷ್ಟೆಲ್ಲ ತಕರಾರು ಮಾಡುವವನ ಜೊತೆ ಜೀವನ ಪೂರ್ತಿ ಪ್ರಯಾಣ ಮಾಡಬೇಕಾಗಿ ಬಂದರೆ ಹೇಗಪ್ಪ?'

ಹೀಗೇ, ಅವಳು ಇನ್ನೂ ಏನೇನೋ ಪ್ರಶ್ನೆಗಳನ್ನು ಐದು ನಿಮಿಷಕ್ಕೊಮ್ಮೆ ತನ್ನಲ್ಲಿ ತಾನೇ ಕೇಳಿಕೊಳ್ಳುವ ಹಾಗೆ ಮೈಂಡ್ ವಾಯ್ಸ್ ಬಳಸಿದ್ದ ನಿರ್ದೇಶಕ. ಸಿನಿಮಾ ಎಷ್ಟೇ ಸ್ಲೋ ಇದ್ದರೂ ಅದರ ಕಂಟೆಂಟ್ ಹಿಡಿದು ಕೂರಿಸ್ತಿತ್ತು ಎಂದು ಹೊರಬರುವಾಗ ಯಾರೋ ಒಬ್ಬ ಷರಾ ಬರೆದಂಗೆ ಹೇಳ್ತಿದ್ದ.

ಹೀಗೆ ರಾತ್ರಿಯಿಡೀ ರೈಲಿನಲ್ಲಿಯೇ ಶೂಟ್ ಮಾಡಿರೋ ಸಿನಿಮಾದ ಕ್ಲೈಮಾಕ್ಸ್ ತೀರ ವಿಶೇಷವೇನೂ ಆಗಿರಲಿಲ್ಲ. ನಾನು, ನೀವು ಮತ್ತೆ ಎಲ್ಲರೂ ಊಹಿಸಬಹುದಾದದ್ದೇ.

***

ಕೆಲ ಗಂಟೆಗಳ ಕಾಲ ಅವಳ ಮೈಂಡ್ ವಾಯ್ಸನ್ನೇ ತೋರಿಸುವ ನಿರ್ದೇಶಕ ಆನಂತರ ವಿಪರೀತ ನಿದ್ದೆ ಬಂದಕಾರಣ ಅವಳೇ ಸೀಟಿನ ಕೆಳಗಿರುವ ಜಾಗದಲ್ಲಿ ಮಲಗುತ್ತಾಳೆ. ಆತ ಕೂತಲ್ಲಿಯೇ ಒರಗಿಕೊಂಡು ನಿದ್ದೆ ಮಾಡುತ್ತಿರುತ್ತಾನೆ. ಅಲ್ಲಿಗೆ ಬ್ಲಾಕ್ ಔಟ್ ಆಗಿ, ರೈಲಿನ ಇಂಜಿನ್ ಜೋರಾಗಿ ಕಿರುಚಿದ ಶಬ್ದದೊಂದಿಗೆ ಕೊನೆಗಂಡ ದೃಶ್ಯ ಬೆಳಗ್ಗಿನ ಟಿವಿ ನ್ಯೂಸ್‌ನಲ್ಲಿ 'ರೈಲಿನಲ್ಲಿ ಪ್ರಯಾಣಿಸುತ್ತಿದ್ದ ಪ್ರೇಮಿಗಳಿಬ್ಬರ ಬರ್ಬರ ಹತ್ಯೆ. ಮೇಲ್ನೋಟಕ್ಕೆ ಇದು ಮರ್ಯಾದಾ ಹತ್ಯೆ ಎಂದು ಸಾಬೀತು. ಮನೆಯವರಿಗೆ ಹೇಳದೇ ಓಡಿಹೋಗುವ ಪ್ರಯತ್ನದಲ್ಲಿದ್ದ ಈ ಪ್ರೇಮಿಗಳನ್ನು ಚಾಲಾಕಿನಿಂದ ಹಿಂಬಾಲಿಸಿದ, ಅದೇ ರೈಲಿನಲ್ಲಿ ಪ್ರಯಾಣಿಸುತ್ತಿದ್ದ ಅವರ ಪೋಷಕರು ಕೊಂದಿದ್ದು ಸರೀನಾ? ಪ್ರೀತಿಯ ನಿರಾಕರಣೆ ಕೊಲೆಯಲ್ಲೇ ಅಂತ್ಯ ಆಗಬೇಕಾ?' ಎಂಬ ಸಾಲುಗಳು ಟಿವಿ ಪರದೆಯ ಮೇಲೆ ಮೂಡುತ್ತಲೇ ಟೈಟಲ್ ಕಾರ್ಡ್ ಓಡಲಾರಂಭಿಸುವುದರ ಮೂಲಕ ಕೊನೆಗೊಳ್ಳುತ್ತದೆ.

***

ಆಡಿಟೋರಿಯಂನ ಲೈಟ್ಸ್ ಆನ್ ಆಗುತ್ತದೆ. ಪಕ್ಕದಲ್ಲಿ ಕೂತವನು ನನ್ನನ್ನೊಮ್ಮೆ ದಿಟ್ಟಿಸಿ ನೋಡುತ್ತಾನೆ. ಬೇರೆ ಯಾರೋ ಬಂದಿಲ್ಲಿ ಕೂತಿದ್ದಾನಲ್ಲ ಎಂಬುದು ಅವನ ಅನುಮಾನ. ನನಗಾಗ ಒಂದು ಪ್ರಶ್ನೆ ಕಾಡತೊಡಗಿತು. ಇಂಟರ್‌ವೆಲ್ ತನಕ ನಾನು ನೋಡುತ್ತಿದ್ದ ಸಿನಿಮಾದಲ್ಲಿ ಆಗಲೇ ಕ್ರೈಂ ನಡೆದು ಹೋಗಿತ್ತು. ಅವನನ್ನು ಹುಡುಕುವ ಮತ್ತು ಅದನ್ನು ಜಗಜ್ಜಾಹೀರು ಮಾಡುವ ಪ್ರಯತ್ನ ಸೆಕೆಂಡ್ ಹಾಫ್‌ನಲ್ಲಿ ಇರುವುದು ಖಚಿತವಿತ್ತು. ಅಂಥ ರೋಚಕತೆಯಿರುವ ಸಿನಿಮಾಕ್ಕೆ ವಾಪಸ್ ಹೋಗಿ ಕೂರುವ ಬದಲು ನಾನು ಈ ಬೋರಿಂಗ್ ಆದ, ಕೇವಲ

ಎರಡೇ ಪಾತ್ರಗಳಿದ್ದ ಕತ್ತಲು ಕತ್ತಲು ಇದ್ದ ಸಿನಿಮಾವನ್ನೇ ನೋಡುತ್ತಾ ಕೂರಲು ಕಾರಣವೇನಿರಬಹುದು? ಕ್ರೈಂ ಇನ್ ವೆಸ್ಟಿಗೇಷನ್‌ಗಿಂತ ಕ್ರೈಂ ನಡೆಯುತ್ತದೆ ಎಂಬ ಕುತೂಹಲ ನನ್ನನ್ನಿಲ್ಲಿ ಕೂರಿಸಿತ್ತೆ? ಎಂಬುದು ನನ್ನ ಅನುಮಾನ.

ಆದರೆ ನಾನು ಊಹಿಸಿದ್ದ ಕ್ರೈಂ ಪ್ರಕಾರ ಅವನೇ ಅವಳನ್ನು ರೇಪ್ ಮಾಡಿಯೋ, ಇಲ್ಲವೇ ಹಾಗೆಯೇ ಕೊಲೆ ಮಾಡಿರಬೇಕಿತ್ತು. ಅದು ನನ್ನ ಸಿನಿಮಾ ನೋಡುವ ತಂತ್ರವೋ ಅಥವಾ ನನ್ನೊಳಗೇ ಸುಪ್ತವಾಗಿರುವ ಕ್ರೈಂ ನೇಚರ್ರೋ ಎಂಬುದು ನನಗಿನ್ನೂ ಸ್ಪಷ್ಟವಾಗಬೇಕಿದೆ.

***

ಇಷ್ಟಾದ ಮೇಲೆ ನನಗಿರುವ ದೊಡ್ಡ ಅನುಮಾನ ಒಂದೇ. ಇಂಟರ್‌ವೆಲ್‌ಗೂ ಮೊದಲು ಈ ಸಿನಿಮಾ ನೋಡುತ್ತಿದ್ದವ ಆ ನಂತರ ಎಲ್ಲಿ ಹೋದ? ಆ ಸೀಟು ಆಕ್ಯುಪೈ ಆಗಿದ್ದಂತೂ ಪಕ್ಕದಲ್ಲಿ ಕೂತವನ ನೋಟದಿಂದ ನನಗೆ ಖಾತರಿಯಾಯ್ತು. ಹಾಗಾದರೆ ಅವನೂ ಏನಾದರೂ ನಾನು ಈ ಹಿಂದೆ ನೋಡುತ್ತಿದ್ದ ಸಿನಿಮಾಕ್ಕೆ ಹೋಗಿ ನನ್ನ ಜಾಗದಲ್ಲಿ ಕೂರುವಂಥ ಕಾಕತಾಳೀಯ ನಡೆದು ಹೋಯಿತಾ? ಅಥವಾ ಅವನು ಈ ಟ್ರೈನ್ ಟೇಲ್ ನೋಡಲಾಗದೆ ಮನೆಗೆ ವಾಪಸ್ಸಾದನಾ? ಇಲ್ಲವೆ ಥೇಟ್ ನನ್ನ ಹಾಗೆಯೇ ಅವನೂ ಕೂಡ ಗೊಂದಲದಲ್ಲಿ ಬೇರ್ಯಾವುದೋ ಆಡಿಟೋರಿಯಂಗೆ ಹೋಗಿ ಕೂತಿರಬಹುದಾ? ಅಲ್ಲಿ ಇನ್ನಾವ ಇಂಟರೆಸ್ಟಿಂಗ್ ಕತೆ ನಡೆಯುತ್ತಿರಬಹುದು? ಅವನೂ ವಾಪಸ್ಸು ಬರಲಿಲ್ಲ ತಾನೆ? ಅಥವಾ ಅವನಿಗೇನೋ ಅರ್ಜೆಂಟ್ ಕರೆ ಬಂದು ನಿರ್ಭಾವುಕನಾಗಿ ಎದ್ದು ಹೋಗಿರಬಹುದೆ? ಎಂದೆಲ್ಲಾ ಯೋಚಿಸುತ್ತಾ ಪಾರ್ಕಿಂಗ್ ಲಾಟ್‌ಗೆ ಬಂದೆ.

***

ಸಿನಿಮಾಗಳನ್ನು ಥಿಯೇಟರ್‌ಗೆ ಹೋಗಿ ನೋಡುವ ಹವ್ಯಾಸವಿರುವ ಯಾರಿಗಾದರೂ ಇಂತಹ ಅನುಭವ ಅವಕಾಶ ಒದಗಿ ಬಂದಿರಬಹುದು. ಆಗ ಅವರೇನು ಮಾಡಿರಬಹುದು? ಅಷ್ಟಕ್ಕೂ ಇಂಟರ್‌ವೆಲ್‌ನ ನಂತರ ನಾನು ನೋಡಿದ ಸಿನಿಮಾ ಸಂಪೂರ್ಣವಾಗಿ ಆ ಮೊದಲು ನೋಡಿದ ಸಿನಿಮಾಕ್ಕಿಂತ ಬೇರೆಯದೇ ಆಗಿರಲು ಸಾಧ್ಯವೇ?

ಎಲ್ಲಾ ಸಿನಿಮಾಗಳೂ ಒಂದೇ. ಕತೆ ಕಟ್ಟುತ್ತವೆ ಅಷ್ಟೇ. ನಮ್ಮೊಳಗಿನ ಕತೆಗೆ ಅವು ಜೊತೆಗೂಡಿದರೆ ಆಗ ಆ ಕತೆ ನಮಗೆ ಇಷ್ಟವಾಗುತ್ತದೆ. ಎಲ್ಲ ಸಿನಿಮಾಗಳ ಮಧ್ಯೆಯೂ ಒಂದು ಕಾಮನ್ ಲಿಂಕ್ ಇರುತ್ತದೆ. ನಾವದನ್ನು ಗುರುತಿಸಬೇಕಷ್ಟೇ.

ಮುಂದಿನ ಬಾರಿ ಮಾಲ್‌ಗೆ ಹೋದಾಗ Can you try this?

15

ಸಾಕ್ಷಿ ನಾಶ ಮಾಡುವ ಸಮುದ್ರ

ಏನೇನೋ ಕೆಲಸಗಳ ಮಧ್ಯೆ, ಯಾವುದಾದರೂ ಬೀಚ್‌ಗೆ ಹೋಗಬೇಕೆಂಬ ಬಹುದಿನಗಳ ಬಯಕೆ ಹಾಗೇ ಉಳಿದಿತ್ತು. ಆದರೆ ತಡವಾಗಿ ಬಂದ ಈ ಪ್ರವಾಸ ತಂದುಕೊಟ್ಟ ತನ್ಮಯತೆ ಇದೆಯಲ್ಲ, ಅದನ್ನು ನೆನೆದರೆ ಇಷ್ಟುದಿನ ವಿಳಂಬವಾದುದ್ದರ ಬಗ್ಗೆ ಬೇಸರ ಮೂಡುವುದೇ ಇಲ್ಲ.

ಉಡುಪಿಯಲ್ಲಿ ಸೇರಿಕೊಳ್ಳುತ್ತೇನೆ ಎಂದಿದ್ದ ಗೆಳೆಯ ಗಂಭೀರ ನೆಪವೊಡ್ಡಿ ತಪ್ಪಿಸಿಕೊಂಡದ್ದರಿಂದ ಕಾಪು ಬೀಚಿಗೆ ಒಬ್ಬನೇ ಹೋಗಿದ್ದೆ.

ಸಮುದ್ರದ ಅಲೆಗಳೊಂದಿಗೆ ಚಿನ್ನಾಟ ಆಡುವ ಮೋಜು ಅನುಭವಿಸಿಯೇ ತೀರಬೇಕು. ಅಂಥ ಅನುಭವಕ್ಕಾಗಿಯೇ ಇರಬೇಕು ಮನಸ್ಸು ಬೀಚಿನೂರಿಗೆ ಹಪಹಪಿಸುತ್ತಿದ್ದುದು. ಹೀಗೆ ಅಲೆಗಳೊಂದಿಗೆ ಆಡುವ ಸಮಯದಲ್ಲಿ ಎರಡು ದೂರದ ಬಂಡೆಗಳಡಿಯಲ್ಲಿ ಪ್ರತ್ಯೇಕವಾದ ಎರಡು ಡೈರಿಗಳು ಸಿಕ್ಕವು. ಅವುಗಳ ವಾರಸುದಾರರು ಯಾರೂ ಬರಲಿಲ್ಲವಾದ್ದರಿಂದ ಅನಾಥವಾಗಿ ಬಿದ್ದಿದ್ದ ಆ ಶಿಥಿಲಾವಸ್ಥೆಯ ಡೈರಿಗಳನ್ನು ನಾನು ಬ್ಯಾಗಿನೊಳಗೆ ಇಟ್ಟುಕೊಂಡೆ.

ಎಲ್ಲಿಗಾದರೂ ಹೋಗಿ ಬಂದ ತಕ್ಷಣ ಬ್ಯಾಗಿನಲ್ಲಿನ ಸರಂಜಾಮುಗಳನ್ನು ವಿಲೇವಾರಿ ಮಾಡುವ ಜಾಯಮಾನ ನನ್ನದಲ್ಲ. ಹಾಗಾಗಿ ಬೆಂಗಳೂರಿಗೆ ಬಂದು ಒಂದು ವಾರದ ನಂತರ ಆ ಬ್ಯಾಗ್‌ನಲ್ಲಿರುವ ಎರಡು ಡೈರಿಗಳನ್ನು ತೆಗೆದು ನೋಡಿದೆ. ಎರಡೂ ಡೈರಿಗಳೂ ಬೇರೆಬೇರೆಯವರಿಗೆ ಸೇರಿದ್ದವು ಎಂಬುದು ಮತ್ತಷ್ಟು ಮನದಟ್ಟಾಯಿತು. ಆದರೆ ಎರಡೂ ಡೈರಿಗಳಲ್ಲಿ ಕೇವಲ ಒಂದು ಪುಟದ ಬರಹಗಳಿದ್ದವೇ ಹೊರತು ಮತ್ತೇನೂ ಇರಲಿಲ್ಲ. ಎರಡೂ ಬರಹಗಳನ್ನು ಓದಿದ ಮೇಲೆ ಅವುಗಳಲ್ಲಿನ ರೊಮ್ಯಾಂಟಿಕ್ ನರೇಷನ್ ನೋಡಿ ನಾನೇ ಅವುಗಳಿಗೆ ಒಂದೊಂದು ಶೀರ್ಷಿಕೆ ಕೊಟ್ಟೆ.

***

ಡೈರಿ 1

ಕಾಪು ಬೀಚಿನಲ್ಲಿ ಸಿಕ್ಕ ಖಾಲಿ ಕಾಗದ

'ಹೋದ ಜಾಗದಲ್ಲಿ ಏನಾದರೂ ಒಂದು ನೆನಪು ಬಿಟ್ಟು ಬರಬೇಕು' ಎಂದು ಫಿಲಾಸಫಿ ಹೇಳಿದ ಗೆಳೆಯ ಕೀರ್ತಿಯನ್ನು ಯಾರೂ ಸೀರಿಯಸ್ಸಾಗಿ ತೆಗೆದುಕೊಂಡಂತೆ ಕಾಣಿಸಿರಲಿಲ್ಲ.

ಆಗ ತಾನೆ ಪ್ರೇಮಿಸಲು ಆರಂಭಿಸಿದ ದಿನಗಳಾದ್ದರಿಂದ ಇಂತಹ ಫಿಲಾಸಫಿಗಳು ನನ್ನನ್ನು ಒಂದೇ ಕ್ಷಣಕ್ಕೆ ನಾಟಿಬಿಡುತ್ತಿದ್ದವು. ಎಲ್ಲರೂ ಅತ್ತಿತ್ತ ಸರಿದ ಸಮಯ ನೋಡಿ, ಹಾಳೆಯೊಂದರಲ್ಲಿ 'ಸಮುದ್ರವೆಂದರೆ ತನ್ನನ್ನು ಪ್ರೇಮಿಸುತ್ತ ಓಡೋಡಿ ಬರುವ ಅದೆಷ್ಟೋ ನದಿಗಳ ಏಕೈಕ 'ಸಖ'ನಂತೆ. ಮುಂದಿನ ಬಾರಿ ಬಂದಾಗ ನನ್ನದೊಂದು ನದಿಯನ್ನೂ ನಿನ್ನ ಬಳಿ ಕರೆತರುತ್ತೇನೆ' ಎಂದು ಬರೆದು ಒಂದು ಖಾಲಿ ಸೀಸೆಯೊಳಗೆ ಹಾಕಿ, ಸಮುದ್ರಕ್ಕೆ ಎಸೆದಿದ್ದೆ.

ಇಂತಹ ಕ್ಷುದ್ರ ಕೆಲಸಗಳನ್ನು ದಿನಕ್ಕೊಂದರಂತೆ ಮಾಡುವುದರಿಂದ, ಆಮೇಲೆ ಅದನ್ನು ಯಾವಾಗ ಮರೆತದ್ದು ಎಂಬದೂ ಮರೆತುಹೋಯಿತು.

***

ಈಗ,

ಸುಮಾರು ಹತ್ತು ವರ್ಷಗಳ ನಂತರ ಮತ್ತಿಲ್ಲಿಗೆ, ಕಾಪು ಬೀಚಿಗೆ ಬಂದಿದ್ದೆ. ಸಮುದ್ರ ತನ್ನೊಳಗೆ ಯಾವ ರಹಸ್ಯಗಳನ್ನೂ ಬಂಧಿಸಿಟ್ಟುಕೊಳ್ಳುವುದಿಲ್ಲ ಎಂಬುದು ನಿಮಗೂ ಗೊತ್ತಲ್ಲವೆ? ಅದು ಹಾಗೇ ಆಯಿತು. ತುಸು ಜೋರಾಗಿ ಅಪ್ಪಳಿಸಿದ ಅಲೆ ನಾಟಕೀಯವಾಗಿ ಸೀಸೆಯೊಂದನ್ನು ನನ್ನತ್ತ ತಂದೆರೆಚಿತು. ಅದರೊಳಗೊಂದು ಮಡಚಿಟ್ಟಿದ್ದ ಕಾಗದ ಇತ್ತು. ಮರೆವನ್ನು ಮರೆಸುವ ಯಾವುದೋ ನೆನಪು ಮನದಲ್ಲಿ ಸುಳಿದಂತಾಯಿತು. ಸೀಸೆಯಿಂದ ಕಾಗದ ಹೊರಗೆ ತೆಗೆದೆ. ಪಾಪಿ ಸಮುದ್ರ ಅಕ್ಷರಗಳನ್ನೆಲ್ಲ ಅಳಿಸಿ ಹಾಕಿತ್ತು. ಖಾಲಿ ಹಾಳೆಯೊಂದು ಹತ್ತು ವರ್ಷಗಳ ನೆನಪನ್ನು ಕೆಣಕಿತ್ತು.

ಒಬ್ಬ ಬಡಪಾಯಿ ಹುಡುಗನ 'ಪ್ರೇಮವಾಕ್ಯ'ವನ್ನು ಈ ದೈತ್ಯ ಸಮುದ್ರ ನಶಿಸಿಬಿಟ್ಟಿತೆ? ಅಥವಾ ಅದು ಅಕ್ಷರಗಳನ್ನು ಅಳಿಸಿದ್ದರಿಂದಲೇ ನನಗಿನ್ನೂ ಅದರಲ್ಲಿ ಬರೆದಿದ್ದು ಏನೆಂದು ನೆನಪಿರುವುದೆ?

ಅಂದು ನಾನು ಹೇಳಿದ್ದ 'ನದಿ'ಯನ್ನೇ ಇಂದು ನನ್ನ ಜೊತೆ ಕರೆತಂದಿದ್ದೇನೆಂದು ಈ ಸಮುದ್ರಕ್ಕೆ ಹೇಗೆ ಅರ್ಥಮಾಡಿಸುವುದು ?

ಅಥವಾ ಈಗೀಗ ಪ್ರೀತಿಯ ಭಾಷೆಯೇ ಖಾಲಿ ಹಾಳೆಯಾಗಿ ಬದಲಾಗಿದ್ದು ನನ್ನ ಅರಿವಿಗೆ ಬಾರಲೇ ಇಲ್ಲವೆ?

ಅಕ್ಷರಗಳು ಇಲ್ಲದಿರುವುದೇ ಒಳ್ಳೆಯದಾಯಿತು ಎಂದುಕೊಳ್ಳುತ್ತ ನಿರಾಳನಾದೆ. ಖಾಲಿ ಹಾಳೆಯಲ್ಲಿದ್ದ 'ಆ ನದಿ' ಯಾರೆಂದು ನಾನೀಗ ಹೇಳಬೇಕಾಗಿಲ್ಲ. ಇಲ್ಲವಾದಲ್ಲಿ ನನ್ನವಳಿಗೆ, ಹಾಳೆಯಲ್ಲಿದ್ದ 'ಆ ನದಿ' 'ನೀನೇ' ಎಂದು ನಂಬಿಸಲಾಗುತ್ತಿತ್ತೆ?

ಈಗೀಗ ಪ್ರೀತಿ ಎಂದರೆ ನಂಬಿಸುವುದು ಮತ್ತು ನಂಬಿಸುತ್ತಲೇ ಇರುವುದು. ನಂಬಿದ್ದನ್ನೇ! ನಂಬದ್ದನ್ನೇ! ಅಂದ ಹಾಗಾಯಿತು.

ಇದು ಕಾಪು ಬೀಚಿನ ಕೆತೆಯಾಯ್ತು. ಮತ್ತೆ ಅಲ್ಲಿ ಮಲ್ಪೆ ಬೀಚಿನ ಸೀಸೆಯೊಳಗೆ ಇನ್ನೆಂಥ ಆಶ್ಚರ್ಯ ಕಾದಿದೆಯೋ?

ಇಲ್ಲಿಂದಲ್ಲಿಗೆ ಇಪ್ಪತ್ತು ನಿಮಿಷ ಪ್ರಯಾಣ ಅಷ್ಟೇ.

***

ಡೈರಿ 2

ಕರುಣೆಯಿಲ್ಲದ ಕಾಪು ಬೀಚು...

'ಅಂದು ಗೆಳತಿಯರೆಲ್ಲರ ಜೊತೆ ಕಾಪು ಬೀಚಿಗೆ ಬಂದಾಗ' ಅವನ 'ನೆನಪು ತುಂಬಾ ಕಾಡಿತು. ಯಾರ ಬಳಿಯೂ ಹೇಳಿಕೊಳ್ಳಲಾಗದಂಥ ನೆನಪದು. ಬೀಚಿನಲ್ಲಿ ಕೆಲಹೊತ್ತು ಮೋಜಿನಾಟ ಆಡಿದಮೇಲೆ ಎಲ್ಲರೂ ನಮ್ಮ ಬಸ್ ಏರಿ ಕೂತಿದ್ದರೂ ನಾನು ಮಾತ್ರ ಮತ್ತೆ ಬೀಚಿಗೆ ಹಿಂತಿರುಗಿ ಅಲೆಗಳ ಹೊಡೆತಕ್ಕೆ ಸಿಗದ ಜಾಗವೊಂದನ್ನು ಹುಡುಕಿ 'ಅವನ' ಹೆಸರನ್ನು ಮರಳಿನ ಮೇಲೆ ಬರೆದೆ. ಅವನಿಗೆ ಕೊಡಬೇಕೆಂದು ಬಹಳ ಹಿಂದೆಯೇ ಬರೆದಿಟ್ಟುಕೊಂಡಿದ್ದ ಪತ್ರವನ್ನೂ ಅವನ ಹೆಸರಿನ ಪಕ್ಕದಲ್ಲಿಯೇ ಮರಳಿನಲ್ಲಿ ಹೂತಿಡುವ ಮೊದಲು

'ಓ ಕಡಲೇ, ಕರಗಿಸು ನನ್ನವನ ಮನಸನು.
ಎಲ್ಲ ನದಿಗಳನ್ನೂ ನೀನೇ ತಬ್ಬಬೇಡ.
'ನನ್ನವನಿಗೆ ನನ್ನಿ ತಿಳಿಸುವುದ ಮರೆಯಬೇಡ'
...ಎಂಬ ಸಾಲುಗಳನ್ನು ಆ ಪತ್ರಕ್ಕೆ ಹೊಸದಾಗಿ ಸೇರಿಸಿದ್ದೆ.

***

ವರ್ಷಗಳ ಹಿಂದಿನ ನೆನಪು ಈ ದಿನ ಮತ್ತೆ ಕಾಪು ಬೀಚಿನ ಅದೇ ಜಾಗಕ್ಕೆ ಬಂದಾಗ ಮರುಕಳಿಸಿತು. ಈ ದಿನ ಅವನು ಬಂದಿದ್ದರ ಬಗ್ಗೆ ಸಮುದ್ರವನ್ನು ಕೇಳಬೇಕೆಂದುಕೊಂಡೆ. ಆದರೆ ಅಲೆಗಳ ಹೊಡೆತಕ್ಕೆ ಸಿಗಲಾರವು ಎಂಬಂತಿದ್ದ ಎಲ್ಲ ಬಂಡೆಗಳ ಪಕ್ಕದಲ್ಲೂ ಮರಳಿನ ಮೇಲೆ ಆಗ ತಾನೆ ಬರೆದಿದ್ದ ತರಹೇವಾರಿ ಹೆಸರುಗಳು, ಹೂತಿಟ್ಟಿದ್ದ ಪತ್ರಗಳೂ ಅಸ್ತವ್ಯಸ್ತವಾಗಿ ಹರಡಿಕೊಂಡಿರುವುದನ್ನು ಗಮನಿಸಿದಾಗ ಅದೆಂಥ ಅಪ್ರಸ್ತುತ ಪ್ರಶ್ನೆಯಾಗಬಲ್ಲದು ಎಂಬುದು ತಿಳಿಯಿತು.

ಎಂದೋ ಬರೆದಿಟ್ಟ ಅವನ ಹೆಸರನ್ನು ಅಳಿಸಿಹಾಕಿದ್ದ ಅದರ ಅಲೆಗಳಿಗೆ ನೆನಪಿನ ಹಂಗಿರುವುದಿಲ್ಲ. ಅವುಗಳನ್ನು ನಿಂದಿಸಿ ಪ್ರಯೋಜನವೂ ಇಲ್ಲ ಎಂಬುದನ್ನು ಅರಿತು ವಾಪಸ್ಸಾದೆ. ಸಮುದ್ರದ ದಡದಲ್ಲಿ ಕೇವಲ ಕಸ ಮಾತ್ರ ಇರುವುದಿಲ್ಲ ಇಂತಹ ಅದೆಷ್ಟೋ ಸಾಕ್ಷಿಗಳಿರುತ್ತವೆ. ಆದರೆ ಒಬ್ಬರ ಸಾಕ್ಷಿ ಇನ್ಯಾರಿಗೋ ಕಸವಾಗಿ ಕಾಣುತ್ತದೆ.

ಕಾಪು ಬೀಚಿನಲ್ಲಿ ಆದದ್ದೇ ಮಲ್ಪೆಯಲ್ಲೂ ಆಗುತ್ತದೆಂಬ ಖಾತರಿ ಇರುವುದರಿಂದ ಮತ್ತೆ ಅಲ್ಲಿಗೆ ಹೋಗಲಾರೆ. ನಿರಾಕರಣೆಯನ್ನು ಪದೇ ಪದೇ ಆಹ್ವಾನಿಸುವುದೂ ಅಪರಾಧವೇ.

***

ಎರಡೂ ಡೈರಿಗಳನ್ನು ಓದಿದ ಮೇಲೆ ನನ್ನಲ್ಲಿ ಉಂಟಾದ ತಲ್ಲಣ ಏನೆಂದು ಹೇಳಲಿ? ಇವೆರೆಡೂ ಪ್ರತ್ಯೇಕ ಡೈರಿಗಳೇನೋ ಹೌದು ಆದರೆ ಎರಡರ ಬರಹಗಳೂ ಪರಸ್ಪರರ ನೆರಳಿನಂತಿವೆ.

ಎಷ್ಟು ದಿನಗಳಾಗಿರಬಹುದು ಆ ಡೈರಿಗಳಿಗೆ? ತಿಂಗಳುಗಳಾಗಿರಬಹುದೆ? ಹಲವು ವರ್ಷಗಳು? ದಶಕಗಳು? ಊಹಿಸುವುದು ಕಷ್ಟವೇ. ಸಮುದ್ರದ ದಡದಲ್ಲಿ ಅಡಗಿರಬಹುದಾದ ಕಥಾನಕಗಳಿಗೆ ಕೊನೆಯಿದೆಯೆ? ಅಷ್ಟಕ್ಕೂ ಆ ಸಮುದ್ರವೇಕೆ ಹೀಗೆ ಸಾಕ್ಷಿನಾಶ ಮಾಡುತ್ತದೆ? ಎಲ್ಲ ನದಿಗಳೂ ನನ್ನನ್ನೇ ಸೇರಬೇಕೆಂಬ ಸ್ವಾರ್ಥವಿದೆಯೇ ಸಮುದ್ರಕ್ಕೆ?

ಮುಂದಿನ ಬಾರಿ ಕಾಪು ಬೀಚಿಗೆ ಹೋದಾಗ ಆ ಡೈರಿಗಳನ್ನು ಅಲ್ಲೇ ಇಟ್ಟು, ಸಮುದ್ರಕ್ಕೆ ಈ ಎಲ್ಲಾ ಪ್ರಶ್ನೆಗಳನ್ನು ಎಸೆಯುತ್ತೇನೆ. ಅದಲ್ಲದೆ ಸಾಕ್ಷಿ ನಾಶದ ಕೇಸಿನಲ್ಲಿ ಸಮುದ್ರವನ್ನು ಬಂಧಿಸಲಾದೀತೆ?

16

ಬಾಗಿಲು ಹಾಕದ ಮನೆ ...

ರಾತ್ರಿ ಮಲಗುವ ಮುನ್ನ ಮನೆಯ ಮುಂಬಾಗಿಲನ್ನು ಭದ್ರವಾಗಿ ಹಾಕಿಕೊಂಡು ಮಲಗಬೇಕೆಂಬುದು ಎಲ್ಲ ಮನೆಗಳಲ್ಲೂ ಸಾಮಾನ್ಯವಾಗಿ ಜಾರಿಯಲ್ಲಿರುವ ಅಲಿಖಿತ ನಿಯಮ. ಇದನ್ನು ದೊಡ್ಡ ದೊಡ್ಡ ಬಂಗಲೆಗಳಿಂದ ಹಿಡಿದು ಚಿಕ್ಕ ಗುಡಿಸಲುಗಳಲ್ಲೂ ಚಾಚೂ ತಪ್ಪದೆ ಪಾಲಿಸಲಾಗುತ್ತದೆ. ಇದೊಂದು ಕಂಡೀಷನ್ ಲರ್ನಿಂಗ್. ಎಷ್ಟೋ ವರ್ಷಗಳಿಂದ ಎಲ್ಲರೂ ಹೀಗೆ ಮಾಡುತ್ತಲೇ ಬಂದಿದ್ದಾರೆ. ಹಾಗಾಗಿಯೇ ಇದೊಂದು ಪ್ರಶ್ನಾತೀತ ಸಂಗತಿಯಾಗಿ ಪಾಲಿಸಲ್ಪಡುತ್ತದೆ.

ಪ್ರಶ್ನಿಸದೇ, ಪರೀಕ್ಷಿಸದೇ ಏನನ್ನೂ ಒಪ್ಪಿಕೊಳ್ಳಬಾರದು ಎಂಬುದನ್ನು ನಿಷ್ಠುರವಾಗಿ ಚಾಲ್ತಿಯಲ್ಲಿಟ್ಟಿದ್ದ ರಾಜಾರಾಂ ಅವರಿಗೆ ಅರವತ್ತು ಆಗುತ್ತಿದ್ದಂತೆ ಈ ಬಾಗಿಲು ಹಾಕಿಕೊಂಡು ನಿದ್ರಿಸುವ ವಿಷಯಕ್ಕೆ ಸಂಬಂಧಿಸಿದಂತೆ ಜಿಜ್ಞಾಸೆ ಶುರುವಾಯಿತು. ಒಂದು ದಿನ ರಾತ್ರಿ ಮನೆಮಂದಿಯೆಲ್ಲ ಊಟ ಮುಗಿಸಿ ಮಲಗುವ ಸಮಯದಲ್ಲಿ ಎಂದಿನಂತೆ ಮನೆಯ ಮುಂಬಾಗಿಲು ಹಾಕಿಕೊಂಡು ಬರಲೆಂದು ಬಂದವರು 'ಏತಕ್ಕೆ ಬಾಗಿಲು ಹಾಕಬೇಕು? ಹಾಗೆಯೇ ಬಿಟ್ಟರೆ ಏನಾಗುತ್ತದೆ?' ಎಂದುಕೊಂಡು ಹೆಚ್ಚು ಯೋಚಿಸದೆ

ಬಾಗಿಲನ್ನು ಹಾಗೆಯೇ ತೆರೆದಿಟ್ಟು ಬಂದು ಮಲಗಿದರು. ಕೆಲ ಸಮಯ ಚಿಂತೆಗೊಳಗಾದರೂ ನಂತರದಲ್ಲಿ ನಿದ್ದೆಗೆ ಜಾರಿದರು.

***

ಬೆಳಗ್ಗೆ ಎಲ್ಲರಿಗಿಂತ ಬೇಗ ಏಳುವವರೂ ಅವರೇ. ಆ ದಿನ ಕೊಂಚ ತಡವಾಗಿ ಎದ್ದು ಜಗುಲಿ ದಾಟಿ ಬಂದು ಬಾಗಿಲ ಕಡೆ ಗಮನಹರಿಸುವಷ್ಟರಲ್ಲಿ ಅವರ ಸೊಸೆ ಆಗಲೇ ಬಾಗಿಲಿಗೆ ನೀರು ಹಾಕಿ, ರಂಗೋಲಿಯನ್ನೂ ಬಿಡಿಸಿ ಬಂದಿದ್ದಳು. ಕೆಲವೊಮ್ಮೆ ಮಾವನವರೇ ಹೀಗೆ. ಬೇಗ ಎದ್ದು ಬಾಗಿಲು ತೆಗೆದು ಒಂದು ಸಣ್ಣ ವಾಕ್ ಮಾಡಿಕೊಂಡು ಬಂದು ಮಲಗುವುದೂ ಉಂಟು.ಆದ್ದರಿಂದ ಅವರ ಸೊಸೆ ತಾನು ಬಂದಾಗ ಬಾಗಿಲು ತೆರೆದೇ ಇದ್ದುದ್ದರ ಬಗ್ಗೆ ಯಾವುದೇ ಗೊಂದಲಕ್ಕೀಡಾಗಲಿಲ್ಲ. ಆದರೆ ರಾಜಾರಾಂಗೆ ಮಾತ್ರ ಒಳಗೊಳಗೇ ಭಯ. ಇಡೀ ಮನೆಯನ್ನು, ಮನೆಯಲ್ಲಿನ ಎಲ್ಲಾ ವಸ್ತುಗಳನ್ನು ಒಮ್ಮೆ ನೋಡಿಕೊಂಡು ಬಂದರು. ಯಾವುದೂ ಕಳುವಾಗದೆ, ಎಲ್ಲವೂ ಇದ್ದಲ್ಲೇ ಇದ್ದವು. ರಾತ್ರಿ ಮಲಗುವಾಗ ಬಾಗಿಲು ಹಾಕದೇ ಇದ್ದ ತಮ್ಮ ನಿರ್ಧಾರದ ಬಗ್ಗೆ ಮನದೊಳಗೇ ಹೆಮ್ಮೆ ಪಟ್ಟು, ತಮ್ಮ ಜಿಜ್ಞಾಸೆ ಸರಿಯಾಗಿದೆ ಎಂದು ತಿಳಿದರು.

***

ಮರುದಿನವೂ ಹಾಗೇ ಮಾಡಿದರು. ಅವರ ಸೊಸೆಯೂ ಈ ಹಿಂದಿನಂತೆಯೇ ಯೋಚಿಸಿ, ಹಾಗೆಯೇ ನಡೆದುಕೊಂಡರು. ಹೀಗೆ ರಾಜಾರಾಂ ಅವರು ಪ್ರತಿ ರಾತ್ರಿ ಮನೆಯ ಬಾಗಿಲನ್ನು ತೆಗೆದಿಟ್ಟು ಮಲಗಲು ಪ್ರಾರಂಭ ಮಾಡಿದರು. ಈ ಸುದ್ದಿ ಊರಲ್ಲಿ ಯಾರಿಗೂ ತಿಳಿದಿರಲಿಲ್ಲ. ಅಷ್ಟೇ ಯಾಕೆ ಸ್ವತಃ ಅವರ ಮನೆಯಲ್ಲಿಯೇ ಯಾರಿಗೂ ಅದರ ಸುಳಿವಿರಲಿಲ್ಲ.

ಹೀಗಿರುವಾಗ ಒಂದು ದಿನ ಶೇವಿಂಗ್ ಮಾಡಿಸಲೆಂದು ಊರ ಹೊರಗಿನ ಕಟಿಂಗ್ ಶಾಪ್‌ಗೆ ಬಂದ ರಾಜಾರಾಂರಿಗೆ ಅಲ್ಲಿದ್ದ ದಿನಪತ್ರಿಕೆಯೊಂದರ ಸುದ್ದಿ ತಕ್ಷಣಕ್ಕೆ ಗಮನ ಸೆಳೆಯಿತು.

'ಶನಿ ಸಿಂಗನಾಪುರದಲ್ಲೂ ಕಳ್ಳತನ ಆಗಿತ್ತು ಎಂಬುದು ತಡವಾಗಿ ಬೆಳಕಿಗೆ ಬಂದಿದೆ' ಎಂಬ ತಲೆಬರಹವಿದ್ದ ಸುದ್ದಿಯ ಕಡೆ ಗಮನ ಹರಿದು ಅದನ್ನು ಪೂರ್ತಿಯಾಗಿ ಓದಿದರು: 'ಊರಿನ ಯಾವ ಮನೆಗಳಿಗೂ ಬಾಗಿಲೇ ಇಲ್ಲದಿದ್ದರೂ ಯಾವುದೇ ಕಳ್ಳತನ ಆಗದಿರುವ ಕಾರಣಕ್ಕಾಗಿ ದೇಶಾದ್ಯಂತ ಪ್ರಸಿದ್ಧಿ ಪಡೆದಿರುವ ಮಹಾರಾಷ್ಟ್ರದ ಶನಿ ಸಿಂಗನಾಪುರದ ಬಗ್ಗೆ ಎಲ್ಲರಿಗೂ ತಿಳಿದಿದೆ. ಈ ಊರು ಶನಿ ದೇವಸ್ಥಾನಕ್ಕೆ ಎಷ್ಟು ಪ್ರಸಿದ್ಧವಾಗಿದೆಯೋ ಅದಕ್ಕಿಂತ ಹೆಚ್ಚು ಸುದ್ದಿಯಾಗಿರುವುದು ಈ ಊರಿನಲ್ಲಿರುವ ಯಾವ ಮನೆಗಳಿಗೂ ಬಾಗಿಲುಗಳಿಲ್ಲ ಎಂಬ ಕಾರಣಕ್ಕೆ.

ಬಾಗಿಲುಗಳೇ ಇಲ್ಲದ ಊರಲ್ಲಿ ಕಳ್ಳತನಗಳೇ ಆಗಿಲ್ಲ ಎಂಬ ಹಿರಿಮೆಯಿಂದ ಇಡೀ ರಾಷ್ಟ್ರಕ್ಕೆ ಪರಿಚಿತವಾಗಿರುವ ಈ ಊರಿನಲ್ಲಿ ಅಧಿಕೃತವಾಗಿ ಯಾವುದೇ ಕಳ್ಳತನದ ದೂರುಗಳು ದಾಖಲಾಗಿಲ್ಲ ಎಂದೇ ನಂಬಲಾಗಿತ್ತು. ಆದರೆ ಇತ್ತೀಚಿನ ಕೆಲವು ಮಾಹಿತಿಗಳ ಪ್ರಕಾರ 2010 ಮತ್ತು 2011ರಲ್ಲಿ ಇಲ್ಲಿಯ ಮನೆಗಳಲ್ಲಿ ಕಳ್ಳತನವಾಗಿದ್ದು, ಅದು ಎಲ್ಲೂ ವರದಿಯಾಗಿಲ್ಲ ಮತ್ತು ಬಹಿರಂಗವಾಗಿಲ್ಲ. ಈಗ ಇಂತಹ ಸುದ್ದಿಗಳನ್ನು ಹರಿಬಿಡುತ್ತಿರುವವರಾದರೂ ಯಾರು ಮತ್ತು ಇದರ ಉದ್ದೇಶವಾದರೂ ಏನು ಎಂಬುದು ಇನ್ನಷ್ಟೇ ಖಾತರಿಯಾಗಬೇಕಿದೆ.'

***

ಈ ಸುದ್ದಿ ಓದಿ ಬಂದ ರಾಜಾರಾಂ ಅವರು ಆ ದಿನವಿಡೀ ಗಲಿಬಿಲಿಯಲ್ಲಿರುವಂತೆ ಕಂಡರು. ರಾತ್ರಿ ಊಟ ಆದಮೇಲೆ ಮಲಗಲು ಅಣಿಯಾದವರು ಮುಂಬಾಗಲಿ ಬಳಿ ಬಂದು ಬಾಗಿಲನ್ನು ಭದ್ರವಾಗಿ ಹಾಕಿ ಮಲಗಿದರು. ಹತ್ತು ನಿಮಿಷಗಳ ನಂತರ ಅವರಿಗೆ ಮತ್ತೇನನ್ನಿಸಿತೋ ಏನೋ ಎದ್ದು ಬಂದು ಮುಂಬಾಗಿಲಿಗೆ ಮನೆಯೊಳಗಿನಿಂದ ಬೀಗ ಹಾಕಿಕೊಂಡು ಬಂದು ಹಾಸಿಗೆಗೆ ಒರಗಿದರು. ಮನೆ ಬಾಗಿಲ ತೆರೆದಿಟ್ಟು ಮಲಗುತ್ತಿದ್ದಾಗಲಾದರೂ ಎಷ್ಟೋ ನಿರಾಳವಾಗಿ ಮಲಗುತ್ತಿದ್ದರು ಆದರೆ ಇವತ್ಯಾಕೋ ಹಾಗೆ ನೆಮ್ಮದಿಯಾಗಿ ಮಲಗಲು ಅವರಿಗೆ ಸಾಧ್ಯವಾಗಲಿಲ್ಲ.

ಮತ್ತು ಬೆಳಗ್ಗೆ ಅವರ ಸೊಸೆ ಏಳುವ ಮುನ್ನವೇ ಬಾಗಿಲು ತೆಗೆದಿಟ್ಟಿದ್ದರಿಂದ ಯಾರಿಗೂ ಈ ಬಗ್ಗೆ ಏನೂ ತಿಳಿಯಲಿಲ್ಲ.

ಯಾವ ಮನೆಯಲ್ಲಿ ಯಾರ್ಯಾರು ಇಂಥ ನಿಗೂಢ ಕತೆಗಳನ್ನು ಬಚ್ಚಿಟ್ಟುಕೊಂಡಿರುತ್ತಾರೋ ಯಾರಿಗೆ ಗೊತ್ತು?

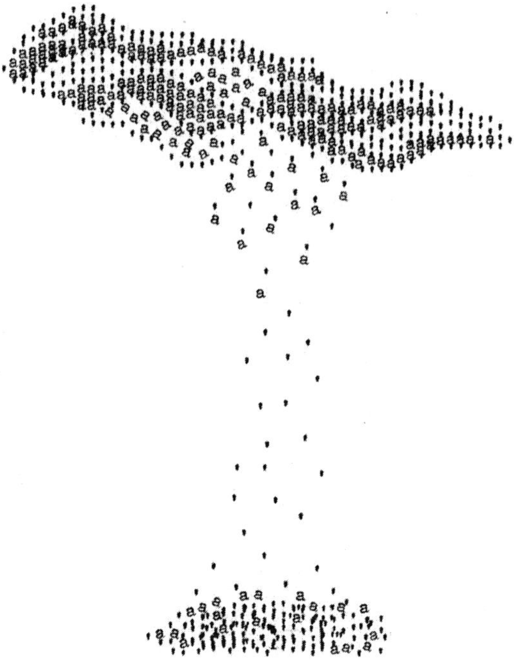

17

ಪ್ರೇಮ ಶಿಕ್ಷಿಸಿ ಹೋದವನನ್ನು, ಪದ್ಯವೂ ಶಿಕ್ಷಿಸುವುದೆಂದರೆ...

ಮದ್ದೂರು ಕಾಫಿಡೇಯಿಂದ ಕಾರ್‌ನಲ್ಲಿ ಹೊರಬಿದ್ದ 'ಮೋನಿಕಾ' ಳನ್ನು ಅವಳ ಗೆಳತಿ ಕೇಳಿದಳು 'ಯಾಕೆ ಮನೋಜ್‌ನಿಂದ ದೂರವಾಗಿಬಿಟ್ಟೆ? ಆತ ತುಂಬಾ ಒಳ್ಳೆಯವನಂತೆಯೇ ಕಾಣಿಸ್ತಿದ್ನಲ್ಲ?' ಮೋನಿಕ ಹೇಳಿದಳು: 'ಆತ ಪರ್ವತದಷ್ಟು ಪ್ರೀತಿಸುತ್ತಾನೆ ಆದರೆ ಪುಡಿಗಾಸು ಸಂಪಾದಿಸುತ್ತಾನೆ'

ಇತ್ತ ಮಂಡ್ಯದ ಕಡೆ ಹೋಗುತ್ತಿದ್ದ ಕೆಎಸ್ಸಾರ್ಟಿಸಿ ಬಸ್ ನಲ್ಲಿ ಕಿಟಕಿಯ ಪಕ್ಕ ಕೂತಿದ್ದ ಮನೋಜ್ ಅದೊಂದು ಪತ್ರ ಮಾತ್ರ ಅವಳಿಗೆ ಹಿಂತಿರುಗಿಸದೆ ತಂದಿದ್ದ.

ಅದರಲ್ಲಿನ ಈ ಎರಡು ಸಾಲುಗಳು ಅವನನ್ನು ಮತ್ತಷ್ಟು ಹಿಂಡಲಾರಂಭಿಸಿದವು: 'ಪ್ರೀತಿಯಿಂದ ಪ್ರಾಣ ತಿನ್ನುವ ಈಡಿಯಟ್, ನಿನ್ನ ಕಣ್ಣ ಈಜುವ ಮೀನು ನಾನು...'

ಇನ್ನು ಈ ಪತ್ರಗಳು ಅವಶ್ಯವಿಲ್ಲ ಎಂದುಕೊಂಡವನೇ ಮೆಲ್ಲಗೆ ಆ ಪ್ರೇಮ ಪತ್ರವನ್ನು ಕಿಟಕಿಯಿಂದ ಹೊರಗೆಸೆದ. ಹಾಗೆಯೇ ತನ್ನ ಮನಸ್ಸಿನಿಂದ ಆ ಮೋನಿಕಾಳನ್ನೂ...?

ಅತ್ತ ಕಾಫಿ ಡೇಯಲ್ಲಿ `A lot can happen over a coffee ' ಎಂಬ ಟ್ಯಾಗ್‌ಲೈನ್ ಹೊತ್ತ ಬೋರ್ಡ್ ಕಳಚಿಬಿತ್ತು...!

ಶಿಥಿಲವಾದದ್ದು ಬೋರ್ಡ್ ಆದರೇನು ಬಾಂಡಿಂಗ್ (Bonding) ಆದರೇನು ಕಳಚಿ ಬಿದ್ದೇ ಬೀಳುತ್ತದೆ !

ಹೀಗೆ ಕಳಚಿಬೀಳುವ ಮುನ್ನ ಕಾಫಿ ಡೇಯಲ್ಲಿ ಏನು ನಡೆದಿತ್ತು ಎಂಬುದೂ ನಿಮಗೆ ಗೊತ್ತಿರಲಿ.

***

ಈ ಮೊದಲೇ ಇದು ತಮ್ಮಿಬ್ಬರ ಕೊನೆಯ ಭೇಟಿ ಎಂಬುದು ನಿರ್ಧಾರವಾಗಿದ್ದರೂ, ತನ್ನನ್ನು ಇನ್ನಿಲ್ಲದಂತೆ ಪ್ರೀತಿಸಿದ ಮೋನಿಕಾ ತನ್ನೊಂದಿಗೆ ಒಂದಿಷ್ಟಾದರೂ ಸಮಯ ಕಳೆಯದೇ ಹೋಗಲಾರಳು ಎಂಬ ಅಚಲ ನಂಬಿಕೆಯಿಂದಲೇ ಪ್ರತಿ ಬಾರಿಯಂತೆ ಈ ಬಾರಿಯೂ ಅವಳಿಗೆ ಕೊಡಲೆಂದು ಪತ್ರ ತಂದಿದ್ದ ಮನೋಜ್, ವಾಡಿಕೆಯಂತೆ ತಾವು ಯಾವಾಗಲೂ ಕೂರುತ್ತಿದ್ದ ಟೇಬಲ್ ಬಳಿ ಕೂತು ಅವಳಿಗಾಗಿ ಕಾಯುತ್ತಿದ್ದ. ತನ್ನ ಗೆಳತಿಯೊಂದಿಗೆ ಕಾರ್‌ನಲ್ಲಿ ಬಂದಿದ್ದ ಮೋನಿಕಾ ಆಕೆಯನ್ನು ಕಾರ್ ನಲ್ಲೇ ಕೂತಿರುವಂತೆ ಸನ್ನೆ ಮಾಡಿ ಬಂದಾಗಲೇ ಇವನಿಗೆ ಅರ್ಥವಾಯಿತು ಅವಳಿಲ್ಲಿ ಕೂತು ಗಂಟೆಗಟ್ಟಲೆ ಹರಟುವುದಿಲ್ಲ ಎಂಬುದು. ಆದರೂ ಅವಳು ಬಂದು ಕೂರುವ ಮುನ್ನವೇ ಒಂದು ಪತ್ರವನ್ನು ಮತ್ತು ಇದುವರೆಗೂ ಆಕೆ ಕೊಟ್ಟಿದ್ದ ಗಿಫ್ಟ್ ಗಳನ್ನೆಲ್ಲ ತುಂಬಿಕೊಂಡು ಬಂದಿದ್ದ ಬ್ಯಾಗ್‌ನ್ನೂ ಟೇಬಲ್ ಮೇಲಿಟ್ಟು ಕೂತಿದ್ದ. ಉದ್ದೇಶಪೂರ್ವಕವಾಗಿ ಆ ಪತ್ರ ಅರ್ಧಬಂರ್ಧ ಕಾಣುವಂತೆಯೇ ಇಟ್ಟಿದ್ದ.

ಅದರಲ್ಲಿ ಈ ಸಾಲುಗಳು ಮಾತ್ರ ಕಂಡವು ;

***

ಮತ್ತೆಂದೂ 'ಮೋನಿ' ಎಂದು ಕರೆಯಲಾಗದವಳಿಗೆ,

'ನನ್ನ ನಿನ್ನ ಮೊದಲ ಭೇಟಿಯಲ್ಲಿ
ಶಿಶಿರಕ್ಕೆ ಸಿಕ್ಕ ಆ ಮರದ
ರಂಬೆಯ ತುದಿಯಲ್ಲಿ
ತಣ್ಣನೆ ಕಂಪನವೊಂದು ಉಂಟಾಗಿತ್ತಲ್ಲ,
ನನಗದನ್ನು ವಾಪಾಸ್ಸು ಕೊಟ್ಟು
ನೀ ಹೋಗುವುದಾದರೆ
ನಿನ್ನೆಲ್ಲ ನೆನಪುಗಳನ್ನು
ತೆಗೆದುಕೊಂಡು ಹೋಗು'

– ಕವಿ ಗುಲ್ಜಾರ್

ಇಂತಿ,
ಮನೋಜ್.

***

"Don't attack me again with your poetry . Poetry earns a pittance" ಎಂದು ಅವನ ಮುಖವನ್ನೂ ನೋಡ ಬಯಸದಂತೆ ಮೋನಿಕ ಹೇಳುತ್ತಿದ್ದರೆ, ಅವಳು ತನ್ನ ಪದ್ಯಪ್ರೇಮವನ್ನು ಇಷ್ಟೊಂದು ದ್ವೇಷಿಸುವಂತೆ ಆದದ್ದು ಯಾವಾಗ ಎಂಬುದೇ ಮನೋಜ್‌ಗೆ ಅರ್ಥವಾಗಲಿಲ್ಲ. ಹಾಗೆ ನೋಡಿದರೆ ಅವರಿಬ್ಬರೂ ಮೊದಲು ಭೇಟಿಯಾದದ್ದೇ ಕಾವ್ಯದ ಕಾರ್ಯಕ್ರಮವೊಂದರಲ್ಲಿ. ಸ್ವತಃ ಪದ್ಯ ಬರೆಯಲು ಬಾರದ ಮೋನಿಕಾಗೆ ಮನೋಜ್‌ನ ಕಾವ್ಯವೆಂದರೆ ಅಚ್ಚುಮೆಚ್ಚು. ಅವರಿಬ್ಬರ ಸ್ನೇಹವದು ಪ್ರೇಮವಾಗಲು ಸಿಂಗಲ್ ಪಾಯಿಂಟ್ ಮೋಟಿವ್ ಕೂಡ ಅದೇ ಆಗಿತ್ತು.

ಬಿ ಎ ನಲ್ಲಿ ಸಾಹಿತ್ಯ ಓದಿದ ಮೋನಿಕ, ಆ ನಂತರ ಮ್ಯಾನೇಜ್‌ಮೆಂಟ್‌ನಲ್ಲಿ ಪೋಸ್ಟ್ ಗ್ರಾಜ್ಯುಯೇಟ್ ಆಗಿದ್ದರೂ ಕಾವ್ಯವನ್ನು ಅಷ್ಟಾಗಿ ತಿರಸ್ಕಾರ ಮಾಡಿದಂತೆ ಕಂಡಿರಲಿಲ್ಲ. ಬೆಂಗಳೂರು–ಮೈಸೂರುಗಳ ನಡುವಿನ ಪ್ರೇಮಿಗಳಿಬ್ಬರ rendezvous (ಸಂಗಮಸ್ಥಳ) ನಂತಿರುವ ಮದ್ದೂರು ಕಾಫಿ ಡೇನೇ ಅವರ ಖಾಯಂ ಕೂಡುತಾಣವಾಗಿತ್ತು. ಎಮ್ ಎನ್ ಸಿ ಯೊಂದರಲ್ಲಿ ಬ್ಯುಸಿನೆಸ್ ಅನಲಿಸ್ಟ್ ಆಗಿದ್ದ ಮೋನಿಕಾ ಇನ್ನೇನು ಆರಂಕಿಯ ಸಂಬಳ ತಲುಪುವುದರಲ್ಲಿದ್ದರೆ, ಮನೋಜ್ ತನ್ನ ಊರಲ್ಲಿಯೇ ಇದ್ದು ಒಂದೆರೆಡು ಸರ್ಕಾರಿ ಕಾಲೇಜುಗಳಲ್ಲಿ ಪಾರ್ಟ್ ಟೈಮ್ ಫ್ಯಾಕಲ್ಟಿಯಾಗಿ ಕೆಲಸ ಮಾಡುತ್ತಲೇ ಅಪ್ಪನಿಗೆ ವಯಸ್ಸಾದ ಕಾರಣ ಅಲ್ಪ ಪ್ರಮಾಣದಲ್ಲಿದ್ದ ಜಮೀನನ್ನೂ ತಾನೇ ನೋಡಿಕೊಳ್ಳುತ್ತಿದ್ದ. ಇದೇನು ಮೋನಿಕಾಳಿಗೆ ಗೊತ್ತಿಲ್ಲದ ವಿಷಯವಲ್ಲ. ಆದರೆ ಈಗೀಗ ಅವಳು ತುಂಬಾ

ಪ್ರಾಕ್ಟಿಕಲ್ ಆಗಿ ಯೋಚಿಸತೊಡಗಿದ್ದಳು. ಎಷ್ಟರ ಮಟ್ಟಿಗೆ ಎಂದರೆ ಹಿಂದಿನ ದಿನ ಕಾಲ್ ಮಾಡಿ;

"Manoj, I think we must put an end to this. ಕೇವಲ ಕಾಂಪ್ರಮೈಸ್‌ಗಳಲ್ಲೇ ಕೊನೇ ತನ್ಕ ಬದುಕೋದಕ್ಕೆ ನನಗೆ ಆಗಲ್ಲ. ಪ್ರೀತಿ ಕೇವಲ ಮನಸ್ಸಲ್ಲೋ, ಕಾವ್ಯದಲ್ಲೋ, ಕಾಗದದಲ್ಲೋ ಇರುತ್ತೆ. ಆದ್ರೆ ಜೀವನ ಇನ್ನೇನನ್ನೋ ಬಯಸುತ್ತೆ. ದುರಾಸೆ ಅಲ್ಲದಿದ್ದರೂ ಲೈಫ್‌ಸ್ಟೈಲ್ ಅಂತಾ ಒಂದಿರುತ್ತಲ್ವ. ಅದನ್ನೆಲ್ಲ ಯೋಚನೆ ಮಾಡಿದಾಗ ನಾವಿಬ್ಬರೂ ಬ್ರೇಕ್ ಅಪ್ ಆಗೋದೆ ಓಳ್ಳೇದು ಅನ್ಸುತ್ತೆ. ನಾಳೆ ಕೊನೇ ಬಾರಿ ಭೇಟಿಯಾಗೋಣ. ಅಲ್ಲಿ ಮತ್ತಿನ್ನೇನೋ ಸೀನ್ ಕ್ರಿಯೇಟ್ ಮಾಡ್ಬೇಡ. ನಿನ್ನ ಪತ್ರಗಳು, ಗಿಫ್ಟ್‌ಗಳನ್ನ ನನ್ನ ಹತ್ರ ಇಟ್ಟುಕೊಂಡರೆ ಮತ್ತೆ ಅವು ಭಾವನಾತ್ಮಕವಾಗಿ ಹಾಂಟ್ ಮಾಡ್ತವೆ. ಹಾಗಂತ ಅವುಗಳನ್ನೆಲ್ಲ ಬಿಸಾಕುವಷ್ಟು ಕಟುಕಳು ನಾನಲ್ಲ. ನಾಳೆಯ ನಮ್ಮ ಭೇಟಿಯಲ್ಲಿ ಅವೆಲ್ಲ ನಿನಗೆ ವಾಪಾಸ್ ಕೊಡ್ತೇನೆ. ಮಿಸ್ ಮಾಡದೇ ನಾಳೆ ಬಾ' ಎಂದು ಒಂದೇ ಉಸಿರಿಗೆ ಹೇಳಿ ಉತ್ತರಕ್ಕೂ ಕಾಯದೇ ಕಾಲ್ ಕಟ್ ಮಾಡಿದ್ದಳು ಮೋನಿಕಾ.

ಈಗ, ಇಲ್ಲಿ ಅವಳ ಮುಂದೆ ಗುಲ್ಜಾರ್ ಬರೆದ ಈ ಸಾಲುಗಳ ಪತ್ರವನ್ನಿಟ್ಟು ಕೂತಿದ್ದ ಮನೋಜ್. ಆ ಕಡೆಯಿಂದ ಇವನು ಅದುವರೆಗೂ ಕೊಟ್ಟ ಪತ್ರಗಳು, ಗಿಫ್ಟ್‌ಗಳನ್ನು ಒಂದೊಂದಾಗಿ ಇವನ ಕಡೆ ಟೇಬಲ್ ಮೇಲಿಂದಲೇ ತಳ್ಳುತ್ತಿದ್ದ ಮೋನಿಕಾಗೆ ಯಾವುದೋ ಒಂದು ಸಮಸ್ಯೆಯಿಂದ ಆದಷ್ಟು ಬೇಗ ಹೊರಗೆ ಬಂದರೆ ಸಾಕಪ್ಪಾ ಎನ್ನುವಂಥ ಅವಸರ. ಅವನು ಇಟ್ಟಿದ್ದ ಬ್ಯಾಗ್ ತೆಗೆದುಕೊಳ್ಳುವಾಗ ಆ ಪತ್ರವನ್ನೂ ನಿಧಾನಕ್ಕೆ ತೆಗೆದುಕೊಂಡಳಾದರೂ ಅವಳ ನಿರ್ಧಾರದಲ್ಲೇನೂ ಬದಲಾವಣೆ ಇರಲಿಲ್ಲ.

'ನಾನು ನಿನ್ನೆ ಕಾಲ್‌ನಲ್ಲೇ ಹೇಳಿದ್ದೀನಿ ಮತ್ತೆ ಮತ್ತೆ ಹೇಳೋದು ಸರಿ ಇರಲ್ಲ. Be practical rather than being too poetic. ನಿನ್ನಷ್ಟು ಪ್ರೀತ್ಸೋಕೆ ಯಾರ್ಗೂ ಬರ್ದೇ ಇರ್ಬೋದು. ಆದರೆ ಮುಂದೊಂದಿನ ಈ ನಿನ್ನ ಪುಡಿಗಾಸು ನಮ್ಮನ್ನ ಬೇರೆ ಮಾಡ್ಬಿಡುತ್ತೆ. ಅದಕ್ಕಿಂತ ಈಗಲೇ ಬೇರೆ ಆಗೋದು ಒಳ್ಳೇದು.'

ಎಂದು ಅಡ್ವೈಸ್ ಮಾಡುತ್ತಿದ್ದ ಮೋನಿಕಾ ವೈಟರ್‌ನ ಬಳಿ ಬಿಲ್ ಅಮೌಂಟ್ ಕೊಟ್ಟು ಎದ್ದೇ ಹೋದಳು. ಅದಾದ ಮೇಲೆಯೇ ಈ ಕಾರು ಮತ್ತು ಆ ಬಸ್ಸಿನಲ್ಲಿ ಹೀಗಾಗಿದ್ದು.

***

ಮದ್ದೂರು ಕಾಫಿ ಡೇಯಲ್ಲಿ ಒಬ್ಬನೇ ಕೂತಿದ್ದ ಆ ವ್ಯಕ್ತಿ ಯಾವುದೋ ಮರದ ರಂಬೆಗಳನ್ನೇ ಎವೆಯಿಕ್ಕದೆ ನೋಡುತ್ತಾ ಇದ್ದ. ಕುತೂಹಲಕ್ಕೆ ಹತ್ತಿರ ಹೋಗಿ ಹೆಸರು

ಕೇಳಿದೆ. ಮನೋಜ್ ಎಂದ. ಆ ಮರದಲ್ಲಿ ಅಂಥಾದ್ದೇನಿದೆ ವಿಶೇಷ ಅಂದೆ. ಆಗ ಆತ, ಮರದ ರಂಬೆಗಳಲ್ಲಿ ಮತ್ತೆ ಉಂಟಾಗಬಹುದಾದ 'ಆ ತಣ್ಣನೆಯ ಕಂಪನ'ದ ಹುಡುಕಾಟದಲ್ಲಿ ತಾನಲ್ಲಿಗೆ ಮತ್ತೆ ಮತ್ತೆ ಬರುತ್ತೇನೆ ಎಂದು ಹೇಳಿದ.

ಅವನೊಡನೆ ಮಾತಾಡಲು ನನ್ನ ಬಳಿ ಏನೂ ಇರಲಿಲ್ಲ. ಆ ದಿನ ಕಳಚಿ ಬಿದ್ದ `A lot can happen over a coffee' ಎಂಬ ಬೋರ್ಡು ಹೊಸದಾಗಿ ಮತ್ತೆ ತನ್ನ ಜಾಗವನ್ನು ಅಲಂಕರಿಸಿತ್ತು. ಆದರೆ ಮನೋಜ್ ಮಾತ್ರ ಆ ಮರದ ರಂಬೆಗಳಲ್ಲಿ ಉಂಟಾದ 'ಆ ಕಂಪನ'ಕ್ಕಾಗಿ ಕಾಯುತ್ತಲೇ ಇರುವುದು ಸ್ಪಷ್ಟವಾಯಿತು.

ನನಗೆ ತಕ್ಷಣ ಕವಿ ಗುಲ್ಜಾರ್ ನೆನಪಾದರು. ಅಂಥ ಪದ್ಯ ಬರೆದ ಅವರನ್ನು ಕೋರ್ಟಿಗೆ ಎಳೆಯಬೇಕೆಂದೆನ್ನಿಸಿತು. ಪ್ರೇಮ ಶಿಕ್ಷಿಸಿ ಹೋದವನನ್ನು, ಪದ್ಯವೂ ಶಿಕ್ಷಿಸುವುದು ಅಕ್ಷಮ್ಯವಲ್ಲದೆ ಮತ್ತಿನ್ನೇನು?

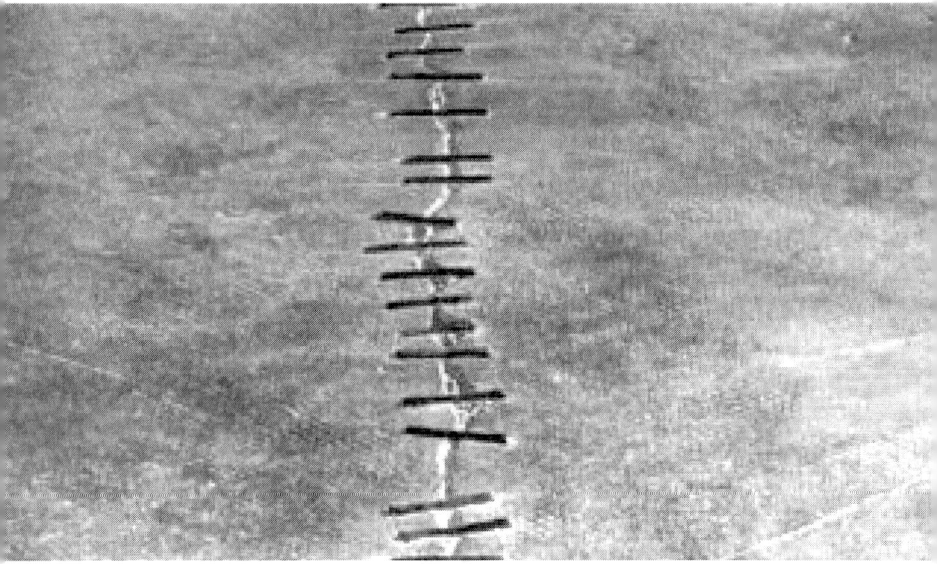

18

ಸೇತುವೆ - ಸಂಬಂಧ

ಸುಮಾರು ಆರು ತಿಂಗಳ ಹಿಂದೆ ಮುರಿದು ಬಿದ್ದ ಆ ಸೇತುವೆಯ ದುರಸ್ತಿ ಬಗ್ಗೆ ಎರಡೂ ಊರುಗಳ ಮುಖ್ಯಸ್ಥರೂ ಸಾಕಷ್ಟು ಬಾರಿ ಪ್ರಯತ್ನಿಸಿ ಕೈಚೆಲ್ಲಿ ಕೂತಿದ್ದರು. ಮಲೆನಾಡಿನ ಭಾರೀ ಮಳೆಗೆ ಆಗಾಗ, ಅಲ್ಲಲ್ಲಿ ಸೇತುವೆಗಳು ಹೀಗೆ ಮುರಿದು ಬೀಳುವುದು ಸರ್ವೇಸಾಮಾನ್ಯವಾದ್ದರಿಂದ ಅಧಿಕಾರಿಗಳು ಇಂತಹ ಸಮಸ್ಯೆಗಳನ್ನು ಬಗೆಹರಿಸುವಲ್ಲಿ ಅನಗತ್ಯ ವಿಳಂಬ ನೀತಿಯನ್ನು ಅನುಸರಿಸುತ್ತಾರೆ.

ಅಲ್ಲದೆ ಈ ಹಳ್ಳಿಗಳ ಬಣ ರಾಜಕೀಯವೂ ಒಂದು ಕಾರಣವಾಗಿ ಇಂತಹ ವಿಚಾರಗಳು ಉಲ್ಬಣಗೊಂಡು

ಸಮಸ್ಯೆಗಳೇ ಆಗುತ್ತವೆ. ಈ ಪ್ರಕರಣದಲ್ಲೂ ಹಾಗೆಯೇ ಆಯಿತು. ಎರಡು ರಾಜಕೀಯ ಪಕ್ಷಕ್ಕೆ ಸೇರಿದ ಮುಖಂಡರು ತಂತಮ್ಮ ಪ್ರತಿಷ್ಠೆಗಾಗಿ ಹೋರಾಡಿದರೇ ಹೊರತು ಸೇತುವೆ ಸರಿಪಡಿಸುವ ಬಗ್ಗೆ ಯಾರಲ್ಲೂ ಪ್ರಮಾಣಿಕ ಕಾಳಜಿ ಇರಲಿಲ್ಲ.

ಎರಡೂ ಊರುಗಳ ಸಂಪರ್ಕದ ಹಾದಿಯಾಗಿದ್ದುದು ಆ ಸೇತುವೆ ಮಾರ್ಗ ಮಾತ್ರವಾಗಿತ್ತು. ಅನೇಕ ದಿನನಿತ್ಯದ ಅಗತ್ಯಗಳಿಗಾಗಿ ಪರಸ್ಪರನ್ನು ಅವಲಂಬಿಸಿದ್ದರೂ ಆರು ತಿಂಗಳುಗಳ ಕಾಲ ಈ ಸಂಪರ್ಕವೇ ಇಲ್ಲದೆ ಅವುಗಳನ್ನೆಲ್ಲ ಹೇಗೋ ನಿಭಾಯಿಸಿಕೊಂಡರು. ಇನ್ನೇನು ಸೇತುವೆ ದುರಸ್ತಿ ಕಾರ್ಯ ಪ್ರಾರಂಭವಾಗಬೇಕೆನ್ನುವಷ್ಟರಲ್ಲಿ ಪಕ್ಷಪಾತಿ ರಾಜಕೀಯ ನಾಯಕರು ಏನಾದರೊಂದು ಕ್ಯಾತೆ ತೆಗೆಯುತ್ತಿದ್ದ ಕಾರಣ ಅಧಿಕಾರಿಗಳೂ ಈ ಬಗ್ಗೆ ಆಸಕ್ತಿ ತೋರುತ್ತಿರಲಿಲ್ಲ. ಹೀಗಿರುವಾಗಲೇ ಒಂದು ದಿನ ಜಿಲ್ಲಾಧಿಕಾರಿಗಳ ನೇತೃತ್ವದಲ್ಲಿ ಬಂದ ತಂಡ ಸೇತುವೆಯ ದುರಸ್ತಿ ಕಾರ್ಯವನ್ನು ಪ್ರಾರಂಭಿಸಿಯೇಬಿಟ್ಟಿತು. ಖುದ್ದು ಜಿಲ್ಲಾಧಿಕಾರಿಯೇ ಮೇಲುಸ್ತುವಾರಿ ವಹಿಸಿದ್ದ ಕಾರಣಕ್ಕೆ ಯಾವ ಬಣದವರೂ ಅದನ್ನು ತಡೆಯುವ ಪ್ರಯತ್ನ ಮಾಡಿರಲಿಲ್ಲ. ಆದರೆ ಪೂರ್ತಿ ಕೆಲಸ ಮುಗಿದು ಸೇತುವೆ ಸಿದ್ಧಗೊಂಡ ಮೇಲೆ ಮಾತ್ರ ಎರಡೂ ಹಳ್ಳಿಯ, ಎರಡೂ ಬಣದವರು ತಮ್ಮಿಂದಲೇ ಈ ಕೆಲಸ ಆಗಿದ್ದು ಎಂದು, ನಮ್ಮ ಪಕ್ಷದ ನಾಯಕರ ಒತ್ತಡವಿಲ್ಲದಿದ್ದರೆ ಈ ಮಹಾನ್ ಕಾರ್ಯ ಆಗುತ್ತಲೇ ಇರಲಿಲ್ಲ – ಎಂದೂ ಹೇಳಿಕೊಂಡು ತಿರುಗಾಡಿದರು.

ಆದರೆ ತಿಂಗಳುಗಳ ಕಾಲ ನನೆಗುದಿಗೆ ಬಿದ್ದಿದ್ದ ಈ ಕಾಮಗಾರಿಯನ್ನು ಜಿಲ್ಲಾಧಿಕಾರಿಗಳು ಸ್ವತಃ ಮುತುವರ್ಜಿಯಿಂದ ಮಾಡಿಸಲು ಕಾರಣವೇನು ಎಂಬುದು ಯಾರಿಗೂ ತಿಳಿದಿರಲಿಲ್ಲ. ಹಾಗಾಗಿಯೇ ಎರಡೂ ಊರುಗಳಲ್ಲಿ ತಂತಮ್ಮ ಪಕ್ಷದವರ ಪರವಾಗಿ ತೌಡುಕುಟ್ಟುವ ಕೆಲಸ ನಡೆದೇ ಇತ್ತು. ಹೀಗಿರುವಾಗ ಜಿಲ್ಲಾಧಿಕಾರಿಗಳ ಕಛೇರಿಗೆ ಓರ್ವ ಯುವತಿ ಅವರನ್ನು ಭೇಟಿ ಆಗಲು ಬಂದಳು. ಅದೇ ಆಫೀಸಿನಲ್ಲಿ ಅಟೆಂಡರ್ ಆಗಿ ಕರ್ತವ್ಯ ನಿರ್ವಹಿಸುತ್ತಿದ್ದವನೊಬ್ಬ ಆಕೆಯನ್ನು ನೋಡಿ ಸೇತುವೆಯ ಆ ಕಡೆ ಊರಿನವಳು ಎಂಬುದನ್ನು ಪತ್ತೆ ಹಚ್ಚಿದ. ಜಿಲ್ಲಾಧಿಕಾರಿಗಳ ಕಛೇರಿಯೊಳಗೆ ಹೋದ ಆಕೆ ಕೆಲಕಾಲ ನಗುನಗುತ್ತ ಅವರೊಂದಿಗೆ ಮಾತಾಡಿ ಸಣ್ಣದೊಂದು ಉಡುಗೊರೆ ಕೊಟ್ಟು ತನ್ನನ್ನು ಯಾರೂ ಗುರುತಿಸಲಿಲ್ಲ ಎಂಬ ಖಾತರಿಯೊಂದಿಗೆ ಅಲ್ಲಿಂದ ಸರಸರನೆ ಹೊರಟಳು.

ಇದನ್ನೆಲ್ಲ ನೋಡುತ್ತಿದ್ದ ಆ ಅಟೆಂಡರ್, ಅವಳು ಹೋದಮೇಲೆ ಸೀದಾ ಜಿಲ್ಲಾಧಿಕಾರಿಗಳ ಕ್ಯಾಬೀನ್ ಒಳಗೆ ಹೋಗಿ, 'ಸರ್, ಅವಳು ಯಾಕೆ ಬಂದಿದ್ದಳು?' ಎಂದ. 'ನನ್ನನ್ನು ಅಭಿನಂದಿಸಲು ಬಂದಿದ್ದಾಳಾಕೆ' ಎಂದರು ಡಿ.ಸಿ.

ಅವಳೇಕೆ ನಿಮ್ಮನ್ನು ಅಭಿನಂದಿಸಬೇಕು ಸರ್? ನಮ್ಮೂರಿನ ಹಿರಿಯ ನಾಯಕರೇ ಸೇತುವೆ ದುರಸ್ತಿಗೆ ಕಾರಣರಾದವರು. ಅವರೇ ಬಂದಿಲ್ಲ. ಇವಳದ್ದೇನು

ಹೆಮ್ಮೆ ತೋರಿಸಲು ಬಂದಿದ್ದಳು?' ಎಂದು ಆ ಅಟೆಂಡರ್ ದೂರಿದರು. ಅದಕ್ಕೆ ಜಿಲ್ಲಾಧಿಕಾರಿಯವರು, 'ಇಲ್ಲಾ ರೀ, ಆ ಸೇತುವೆ ದುರಸ್ತಿಯಾದ ಕಾರಣದ ಅರ್ಜಿದಾರರೇ ಅವರು. ಬೇಕಿದ್ದರೆ ಆ ಅರ್ಜಿ ಇಲ್ಲಿದೆ ನೋಡಿ' ಎಂದು ಫೈಲ್ ಮುಂದಿಟ್ಟರು. ಆ ಅಟೆಂಡರ್ ಆ ಫೈಲ್‌ನಲ್ಲಿದ್ದ ಹಾಳೆಯೊಂದನ್ನು ನೋಡಿದ. ಅದುವರೆಗೂ ಅಂತ ವಿಶೇಷ ಅರ್ಜಿಯನ್ನು ಅವನೆಂದೂ ನೋಡಿರಲಿಲ್ಲ. ಆ ಅರ್ಜಿಯನ್ನು ಪರಿಶೀಲಿಸತೊಡಗಿದ.

***

ಮಾನ್ಯ ಜಿಲ್ಲಾಧಿಕಾರಿಯವರಿಗೆ,
'ಏನಿಲ್ಲವೆಂದರೂ ಅವನನ್ನು
ನೋಡಲಾಗುತ್ತಿತ್ತು
ಈ ಬಾರಿ ಮಳೆಗೆ
'ಆ ಸೇತುವೆಯೂ ಮುರಿದುಬಿತ್ತು'

'ಕೂಡೂರು' ಮತ್ತು 'ಬೇರೂರು' ಎಂಬ ಹಳ್ಳಿಗಳ ನಡುವಿನ ಏಕೈಕ ಸಂಪರ್ಕ ಕೊಂಡಿಯಾಗಿದ್ದ ಸೇತುವೆ ಮುರಿದುಬಿದ್ದಿರುವುದು ಮತ್ತು ಅದನ್ನು ಸರಿಪಡಿಸಲು ನಡೆಯುತ್ತಿರುವ ರಾಜಕಾರಣದ ಬಗ್ಗೆ ತಮಗೆ ತಿಳಿದೇ ಇದೆಯೆಂದು ಭಾವಿಸುತ್ತೇನೆ. ಈ ವಿಚಾರವಾಗಿ ರಾಜಕೀಯ ನಿಲುವು, ಸರ್ಕಾರದ ನಿಲುವು ಅದೇನಿದೆಯೋ ನನಗೆ ತಿಳಿದಿಲ್ಲ. ಆದರೆ ಈ ಸೇತುವೆ ಮುರಿದು ಬಿದ್ದಾಗಿನಿಂದ ಬೇರೂರಿನಲ್ಲಿರುವ ನನ್ನ 'ಗೆಳೆಯ'ನನ್ನು ನೋಡಲಾಗಿಲ್ಲ. ಅವನೊಡನೆ ಮಾತನಾಡಲು ಸಾಧ್ಯವಾಗಿಲ್ಲ. ತೋಟದ ನಡುವಿನಲ್ಲಿ ಆಗುತ್ತಿದ್ದ ನಮ್ಮ ರಹಸ್ಯ ಭೇಟಿಗಳು, ಪತ್ರ ವಿನಿಮಯಗಳು ನಡೆದಿಲ್ಲ. ನನ್ನನ್ನು ನೋಡದೆ ಅವನೆಷ್ಟು ಕೊರಗುತ್ತಿರಬಹುದು ಎಂಬುದರ ಕಿಂಚಿತ್ ಅಂದಾಜು ಕೂಡ ಈ ರಾಜಕಾರಣಕ್ಕಾಗಲೀ, ಅಧಿಕಾರಕ್ಕಾಗಲೀ ಅರ್ಥವಾಗುವುದಿಲ್ಲ ಎಂದೇ ನನ್ನ ನಂಬಿಕೆ. ಅವನ ಬಗ್ಗೆ ತಿಳಿಯಲು ಮನಸ್ಸು ಹೇಗೆ ಕಾತರಿಸುತ್ತಿದೆ ಎಂಬುದನ್ನು ಹೇಳಿದರೆ ನಿಮಗದು ತಮಾಷೆ ಅನ್ನಿಸಬಹುದು. ಆದರೆ ನಮ್ಮ ಸಖ್ಯವನ್ನು ಹೀಗೆ ಬೇರ್ಪಡಿಸಿ ನೋವು ನೀಡುವ ಹಕ್ಕು ಸೇತುವೆಯನ್ನು ಕೆಡವಿದ ಮಳೆಗಾಗಲೀ, ನೀವು ಪ್ರತಿನಿಧಿಸುವ ಸರ್ಕಾರಕ್ಕಾಗಲೀ, ಸ್ವಾರ್ಥ ರಾಜಕಾರಣಕ್ಕಾಗಲೀ ಇಲ್ಲ. ನಾವು ನಮ್ಮ ಸಲುಗೆಯನ್ನು ಹೆಚ್ಚಿಸಿಕೊಂಡಿದ್ದೇ ಆ ಸೇತುವೆಯಿದೆ ಎಂಬ ನಂಬಿಕೆಯ ಮೇಲೆ. ಹೀಗೇ ನಂಬಿಕೆಯೇ ಮುರಿದುಬಿದ್ದರೆ ಏನು ಮಾಡುವುದು ಸರ್? ನನಗೆ ಗೊತ್ತು ಅವನಿಗೂ ಹೀಗೆಯೇ ಅನ್ನಿಸಿರುತ್ತೆ. ಆದರೆ ಪುಕ್ಕಲ ಅವನು, ಹೆದರುತ್ತಾನೆ. ಹಾಗಾಗಿಯೇ ನಾನು ತಮ್ಮಲ್ಲಿ ಈ ಮನವಿಯನ್ನು ಅತ್ಯಂತ ವಿನಯಪೂರ್ವಕವಾಗಿ ಮಾಡಿಕೊಳ್ಳುತ್ತಿದ್ದೇನೆ. ಆ ಸೇತುವೆಯ ದುರಸ್ತಿಯಾಗದಿದ್ದರೆ ನಮ್ಮಿಬ್ಬರ ಬದುಕು ದುಸ್ತರವಾಗಿಬಿಡಬಹುದು. ಹಾಗಾಗಲು ನೀವು ಬಿಡಬಾರದು. ಏನೆಲ್ಲಾ ವಾಣಿಜ್ಯ

ವ್ಯಾಪಾರಗಳ ನಡುವೆ ಆ ಸೇತುವೆ ನಮ್ಮ ಸಂಬಂಧದ ಸಂಕೇತವೂ ಹೌದು. ಅದನ್ನು ಕಟ್ಟಿಕೊಡಿ. ಇನ್ನೊಂದು ಅರ್ಜಿ (ಪತ್ರ) ಬರೆಯುವ ಪ್ರಮೇಯ ಬಂದರೆ ನಾನು ಆ ಸೇತುವೆಯ ಬಳಿ ಸಮಾಧಿಯಾಗಿರುತ್ತೇನೆ. ಇದು ಬ್ಲಾಕ್ ಮೇಲ್ ಮಾಡುವ ತಂತ್ರವಲ್ಲ ಬದಲಿಗೆ ಪ್ರೀತಿಯ ಕೋರಿಕೆ. ಜಿಲ್ಲೆಯ ಜವಾಬ್ದಾರಿ ಹೊತ್ತವರಿಗೆ ನಮ್ಮ ಪ್ರೀತಿಯ ಜವಾಬ್ದಾರಿಯನ್ನೂ ಹೊರಿಸುತ್ತಿದ್ದೇನೆ ಕ್ಷಮೆಯಿರಲಿ.

ಅರ್ಜಿದಾರರು,
(ಸಹಿ ಮಾತ್ರ)

***

ಜಿಲ್ಲಾಧಿಕಾರಿ ದೂರವಾಣಿ ಕರೆಯಲ್ಲಿ ಮಾತು ಮುಗಿಸುವಷ್ಟರಲ್ಲಿ ಅಟೆಂಡರ್ ಅರ್ಜಿ ಓದಿ ಅವಕ್ಕಾಗಿ ನಿಂತಿದ್ದು.

'ಆ ಹುಡುಗಿ ಇವಳೇ ಅಂತ ನನಗೂ ಇವತ್ತೇ ತಿಳಿದಿದ್ದು. ನೀವು ಹೋಗಿ ಹಳ್ಳಿಯಲ್ಲಿ ಈ ವಿಷ್ಯ ಹೇಳಿ ಗದ್ದಲ ಎಬ್ಬಿಸಬೇಡಿ. ಆಕೆಯ ಅರ್ಜಿಯ ಗೌಪ್ಯತೆ ಕಾಪಾಡೋದು ನಮ್ಮ ಧರ್ಮ' ಎಂದು ಜಿಲ್ಲಾಧಿಕಾರಿ ಎದ್ದು ಹೋದರು. ತನ್ನೂರಿನ ಆ ಪುಣ್ಯವಂತ ಹುಡುಗ ಯಾರೆಂದು ಆ ಅಟೆಂಡರ್ ದೀರ್ಘವಾಗಿ ಆಲೋಚಿಸತೊಡಗಿದ...

***

ಅಂದಹಾಗೆ ಆಕೆಯೀಗ ಬಿ ಆರ್ ಲಕ್ಷ್ಮಣರಾವ್ ಅವರ ಹಾಡನ್ನು ಕೊಂಚ ಬದಲಿಸಿ ಹಾಡುತ್ತಿದ್ದಾಳೆ;

'ಬಾ ಮಳೆಯೇ ಬಾ
ಅಷ್ಟು ಬಿರುಸಾಗಿ ಬಾರದಿರು
ನನ್ನಿನಿಯ ಬಾರದಂತೆ
ಅವನಿಲ್ಲಿ ಬಂದೊಡನೆ
ಬಿರುಸಾಗಿ ಸುರಿ
ಸೇತುವೆಯು ಬೀಳದಂತೆ'

***

ಇಂಥದ್ದೊಂದು ರಿಪೋರ್ಟ್ (ಸ್ಟೋರಿ) ಯಾವುದಾದರೂ ಪತ್ರಿಕೆಯಲ್ಲಿ ಪ್ರಕಟವಾಗುವಂತಾದರೆ ಅಧಿಕಾರಿಯಾದವನ ಅಃತಕರಣ ಜನರಿಗೂ, ಮುರಿದುಬಿದ್ದ ಸೇತುವೆಯ ಮಹತ್ವ ಸರ್ಕಾರಗಳಿಗೂ ಅರ್ಥವಾದೀತೇನೋ!

19

ಅಂಗಡಿ ಅಜ್ಜಿಯ ಶುಂಠಿ ಕಾಫಿ ವೃತ್ತಾಂತ...

'ಆ ಗಾದೆನಾ ಯಾರೋ ಹಳ್ಳಿಯಿಂದ ಪಟ್ಟಣಕ್ಕೆ ಬರಲು ಸಾಧ್ಯವಾಗದವನೇ ಮಾಡಿರ್ಬೇಕು ತಮ್ಮ' ಎಂದು ಅಂಗಡಿಯ ಅಜ್ಜಿ ಖಡಕ್ ಆಗಿ ಹೇಳಿದ್ದು, 'ಪೇಟೆ ನೋಡೋಕ್ ಚೆಂದ, ಹಳ್ಳಿ ಬದುಕೋಕ್ ಚೆಂದ' ಅನ್ನೋ ಗಾದೆಯನ್ನು ನಾನು ಮಾತಿನ ಮಧ್ಯೆ ಉದ್ಧರಿಸಿದ್ದರಿಂದ. ಬ್ಯಾಚುಲರ್ ಬೆಂಗಳೂರು ಲೈಫ್ ನಲ್ಲಿ ಇಂತಹ ಅಂಗಡಿಗಳು ಕೇವಲ ವ್ಯಾಪಾರದ ಸ್ಥಳಗಳಷ್ಟೇ ಆಗಿರೋಲ್ಲ. ನಾವು ಪ್ರತಿನಿತ್ಯ ಹೋಗುವ ತರಕಾರಿ ಅಂಗಡಿ, ಕಿರಾಣಿ ಸಾಮಾನು ತರುವ ಅಂಗಡಿ, ಹಾಲಿನ ಬೂತು, ಸಂಜೆ ಹೊತ್ತು ಟೀ ಕುಡಿಯುವ ಬೇಕರಿ, ಆಗಾಗ ತಿಂಡಿ-ಊಟಕ್ಕೆಂದು ಹೋಗುವ ಕ್ಯಾಂಟೀನ್-ಇವು ಕೇವಲ ಕೊಡು ಕೊಳ್ಳುವಿಕೆಯ ತಾಣಗಳಾಗಿರದೆ ಅವುಗಳ ಮಾಲೀಕರ ಜೊತೆ ಆತ್ಮೀಯ ಸಂಬಂಧವನ್ನೇ ಸೃಷ್ಟಿಸಿಬಿಟ್ಟಿರುತ್ತವೆ. ಹಾಗೆ ಏರ್ಪಡುವ ಲಾಭರಹಿತ ಸಂಬಂಧದಿಂದಾಗಿಯೋ ಏನೋ ಬೇಕಾದಷ್ಟು ಆಯ್ಕೆಗಳಿದ್ದರೂ ನಾವು ಮತ್ತೆ ಮತ್ತೆ ಆ ಜಾಗಗಳಿಗೇ ಹೋಗುತ್ತೇವೆ.

ನಾನೂ ಮತ್ತೆ ಮತ್ತೆ ಆ ಅಂಗಡಿಗೆ ಹೋಗುತ್ತಿದ್ದುದು ಅದು ನಮ್ಮ ಮನೆಗೇ ಅಂಟಿಕೊಂಡಂತಿದ್ದ ಕಾರಣಕ್ಕೆ. ಇಬ್ಬರು ವೃದ್ಧ ದಂಪತಿಗಳು ಆ ಅಂಗಡಿಯನ್ನು ನಡೆಸುತ್ತಿದ್ದರು. ಪೂರ್ತಿಯಾಗಿ ಕಿರಾಣಿ ಸಾಮಾನುಗಳು ಇರದ ಟೀ, ಕಾಫಿ, ಬಾದಾಮ್ ಹಾಲು, ಬ್ರೆಡ್ಡು, ಚಕ್ಕುಲಿ ಮತ್ತು ನಿಪ್ಪಟ್ಟು ಮಾತ್ರ ಸಿಗುತ್ತಿದ್ದುದರಿಂದ ಅದು ಇತ್ತ ಬೇಕರಿಯೂ ಅಲ್ಲದ ಅತ್ತ ಕ್ಯಾಂಟೀನ್ ಕೂಡ ಅಲ್ಲದ ಅಂಗಡಿಯಾಗಿತ್ತು. ಲಿಮಿಟೆಡ್ ವಸ್ತುಗಳನ್ನಷ್ಟೇ ಇಟ್ಟು ಮಾರುತ್ತಿದ್ದ ಆ ವೃದ್ಧ ದಂಪತಿಗಳದು ಬಹಳ ಶಿಸ್ತಿನ ಜೀವನ. ಅಂಗಡಿ ಓಪನ್ ಇದೆ ಎಂದಾದರೆ ಅಜ್ಜ ಅಜ್ಜಿ ಇಬ್ಬರೂ ಒಳಗೆ ಇದ್ದೇ ಇರುತ್ತಾರೆ. ಇಲ್ಲಿಗೆ ಬರುವ ಗಿರಾಕಿಗಳ ಸಂಖ್ಯೆ ಅಷ್ಟಕ್ಕಷ್ಟೇ ಇದ್ದರೂ ಅವರಿಬ್ಬರ ಮಾತು ನಿಲ್ಲುವುದಿಲ್ಲ. ಶಾಪಿಂಗ್ ಮಾಲ್‌ಗಳ ಭರಾಟೆ, ಬಿಗ್ ಬಜಾರ್, ಡಿ ಮಾರ್ಟ್‌ಗಳ ಆಫರ್‌ಗಳ ನಡುವೆ ಇಂತಹ ಸಣ್ಣ ಸಣ್ಣ ಅಂಗಡಿಗಳ ವ್ಯಾಪಾರ ಶೋಚನೀಯವಾಗಿ ಬಹಳ ವರ್ಷಗಳೇ ಆಯ್ತು. ಆದರೂ ಇಂತಹ ವ್ಯಾಪಾರಗಳು ನಿಲ್ಲುವುದಿಲ್ಲ. ಅಜ್ಜಿ ಮಾಡಿಕೊಡುತ್ತಿದ್ದ ಶುಂಠಿ ಕಾಫಿ ಕೂಡ ನನಗೆ ಅಚ್ಚುಮೆಚ್ಚು. ಸಂಜೆ ಹೊತ್ತು ಒಂದು ಕಾಫಿ ಕುಡಿದು ಅಜ್ಜಿಯೊಂದಿಗೆ ತರಹೇವಾರಿ ಮಾತಾಡಿ ಬರುವುದು ನನ್ನ ರೂಢಿ. ಇಂತಹದ್ದೇ ಒಂದು ಮಾತಿನ ಮಧ್ಯೆ ಅವರ ಹಿನ್ನೆಲೆ ತಿಳಿಯಲು ಹೋದಾಗ ಅವರು ಹಳ್ಳಿಯಿಂದ ಬಂದವರು ಎಂದು ತಿಳಿದು ಅವರಿಗೆ ಹಳ್ಳಿನೇ ಚೆಂದ ಅಲ್ವಾ ಅನ್ನುವ ಉಪದೇಶ ಮಾಡಲು ನಾನು ಪ್ರಯತ್ನಿಸಿದಾಗ ಅಜ್ಜಿ ಈ ಗಾದೆಯೇ ತಪ್ಪು ಎಂದಿದ್ದು. ಆರು ತಿಂಗಳ ಹಿಂದೆ ನಮ್ಮ ನಡುವೆ ನಡೆದ ಈ ಸಂಭಾಷಣೆ ಅವರ ಬಗ್ಗೆ ಮತ್ತು ಬದುಕಿನ ಬಗ್ಗೆ ಹೊಸತೊಂದು ಆಯಾಮ ತೋರಿಸಿತ್ತು.

'ನೀವು ಬೆಂಗಳೂರಿನವರೆನಾ ಅಜ್ಜಿ? ನಿಮ್ಮ ಮಕ್ಕಳೆಲ್ಲಿದ್ದಾರೆ?' ಎಂಬ ಪ್ರಶ್ನೆ ತೀರ ಸಾಮಾನ್ಯವೆಂಬಂತೆ ಕೇಳಿದ್ದ ನನಗೆ ಆ ಅಜ್ಜಿ ಹೇಳಿದ ವೃತ್ತಾಂತ ದಿಗಿಲು ಹುಟ್ಟಿಸಿತ್ತು.

'ಇಲ್ಲ ಕಣಪ್ಪ. ನಾವು ಮೂಲತಃ ಕಾರವಾರ ಜಿಲ್ಲೆಯ ಕುಮಟಾದ ಹತ್ತಿರ ಒಂದು ಹಳ್ಳಿಯವರು. ನಮ್ಮ ಒಬ್ಬನೇ ಮಗನನ್ನು ಇಂಜಿನಿಯರಿಂಗ್ ಓದಿಸಿದ್ವಿ. ಚೆನ್ನಾಗಿ ಓದಿ ಬೆಂಗಳೂರಿನಲ್ಲಿ ಒಳ್ಳೆಯ ಕಂಪನೀಲಿ ಕೆಲಸಾನು ತಗೊಂಡ. ಅವನೇ ಇಷ್ಟಪಟ್ಟ ಹುಡುಗಿ ಜೊತೆಗೆ ಮದ್ವೆನೂ ಮಾಡಿದ್ವಿ. ನನ್ನ ಸೊಸಿನೂ ಭಾಳ ಒಳ್ಳೆಯವಳೇ. ಅವನ ಮದ್ವೆ ಆಗಿ ಎರಡು ವರ್ಷಕ್ಕೆ, ನಾವು ಈ ಹಳ್ಳಿ ಸಾಕು, ಹುಟ್ಟಿದಾಗಿನಿಂದ ಇಲ್ಲೇ ಇದಿವಿ. ಇರೋದು ಎರಡು ಎಕರೆ ತೋಟ ಮತ್ತು ಎರಡು ಎಕರೆ ಗದ್ದೆ. ಇವನ್ನು ಮಾರಿ ಮಗನಿಗೂ ಸ್ವಲ್ಪ ದುಡ್ಡು ಕೊಟ್ಟಂಗೆ ಆಗುತ್ತೆ. ಹೇಗೂ ಅವನು ಸ್ವಂತ ಮನೆ ತಗೋಂಡಿದಾನೆ. ನಾವು ಹೋಗಿ ಅವರ ಜೊತೆನೇ ಇರೋಣ ಅಂತ ತೀರ್ಮಾನ ಮಾಡಿ ಒಂದು ದಿನ ಅವನಿಗೆ ಇದ್ನ

ಹೇಳಿದ್ವಿ. ಆದರೆ ಅವನ ಯೋಚನೆ ಬೇರೇನೇ ಇತ್ತು. ಅದೇನೋ ರಿಸೆಷನ್ ಅಂತ. ಅವ್ನ ಕೆಲಸದಿಂದ ತಗದಿದ್ದರಂತೆ. ಮನೆ, ಕಾರು, ಸೈಟು ಎಲ್ಲರದ್ದೂ ಕಂತು ಕಟ್ಟೋಕೆ ದುಡ್ಡು ಇಲ್ಲದಂಗಾಗಿ ಅವನೇ ತೋಟ ಮತ್ತೆ ಗದ್ದೆ ಮಾರಿ ಅಂತ ನಮಗೆ ಹೇಳ್ಬೇಕು ಅಂತಿದ್ನಂತೆ. ನಾವು ಬೇಸರದಲ್ಲೇ ಒಪ್ಕೊಂಡ್ವಿ. ಸ್ವಲ್ಪ ದುಡ್ಡು ನಮ್ ಹತ್ರ ಇಟ್ಕೊಂಡು ಉಳಿದದ್ದನ್ನೆಲ್ಲ ಅವನಿಗೆ ಸಹಾಯ ಆಗುತ್ತೆ ಅಂತ ಕೊಟ್ವಿ. ಮೂರು ತಿಂಗಳಾದ್ಮೇಲೆ ವಿದೇಶದಲ್ಲಿ ಅವನಿಗೆ ಕೆಲಸ ಸಿಕ್ತು. ಅಲ್ಲಿಗೆ ಹೋಗೋಕೆ, ಮತ್ತೆ ಹೋದ್ಮೇಲೆ ತಕ್ಷಣಕ್ಕೆ ಖರ್ಚು ಇರುತ್ತೆ ಅಂತ ಅವ್ನು ಆ ಮನೆ, ಕಾರು ಎಲ್ಲವನ್ನೂ ಮಾರಿ ನಮಗೆ ಈ ಬಾಡಿಗೆ ಮನೆ ಮಾಡಿಕೊಟ್ಟು ವಿದೇಶಕ್ಕೆ ಹೋಗಿದಾನೆ. ಹತ್ತು ವರ್ಷ ಅಲ್ಲಿದ್ದು ಆಮೇಲೆ ಇಲ್ಲಿ ಬಂದು ಹೊಸ ಮನೆ ತಗೋತಾನಂತೆ. ನಾವು ಮತ್ತೆ ಊರಿಗೆ ಹೋದರೆ ನಾಚಿಗೆಗೇಡಿನ ವಿಷ್ಯ ಅಲ್ವ ಅದಕ್ಕೆ ಇಲ್ಲೇ ಇದೀವಿ. ಹೇಗೂ ಅಂಗಡಿ ವ್ಯಾಪಾರ ಅಲ್ಪ ಸ್ವಲ್ಪ ಆಗುತ್ತೆ. ಸಾಕಾಗಲಿಲ್ಲ ಅಂದ್ರೆ ಮಗನಿಗೆ ಹೇಳಿದ್ರೆ ದುಡ್ಡು ಕಳಿಸಿಕೊಡ್ತಾನೆ. ನಾವು ಆರಾಮಾಗಿದಿವಪ್ಪ'

***

ಈ ಕಥೆ ಕೇಳುವಾಗಲೇ ನಾನವರಿಗೆ ಆ ಗಾದೆ ಹೇಳಲು ಹೋಗಿದ್ದು, ಅದಕ್ಕವರು ಸಿಟ್ಟಾದದ್ದು. ಹಳ್ಳಿಯಲ್ಲೇ ಹುಟ್ಟಿ, ಅದಕ್ಕೆ ಅಂಟಿಕೊಂಡಂತೆ ಬದುಕಿದವರಿಗೆ ಅದು ಬೇಜಾರಾಗಿರಲ್ವೇನು? ಬೆಂಗಳೂರಲ್ಲಿ ಓದಿ ಬೆಳೆದವನೊಬ್ಬನಿಗೆ ಅಮೇರಿಕವೋ, ಆಸ್ಟ್ರೇಲಿಯಾವೋ ಪ್ರಿಯವಾಗುವಂತೆ ಯಾವುದೋ ಹಳ್ಳಿಯಲ್ಲಿ ಬೆಳೆದವನಿಗೆ ಮಹಾನಗರ ಫ್ಯಾನ್ಸಿಯಾಗಿ ಕಾಣಬಾರದೇನು ಎಂಬುದು ಅವರ ಈ ವಾದದ ತಾತ್ಪರ್ಯ. ನನಗೋ ಹಳ್ಳಿ ಬಿಟ್ಟು ನಗರ ಸೇರಿದ ಅಸಂಖ್ಯಾತ ಜನರ ಜೀವನದ ವೈವಿಧ್ಯ ನೆನೆದು ಅಂದಿನಿಂದಲೂ ಆಶ್ಚರ್ಯ ಮತ್ತು ಕೌತುಕ ಒಟ್ಟಿಗೇ ಆಗುತ್ತದೆ. ಈ ಕೊಳ್ಳುವ ಮತ್ತು ಮಾರುವ ಪ್ರಕ್ರಿಯೆ ಯಾರಿಗೆ ನಿಜವಾದ ಸಂತೋಷವನ್ನು ತಂದುಕೊಟ್ಟೀತು ಎಂಬ ಗೊಂದಲದಲ್ಲೇ ಇದ್ದೇನೆ. ಒಬ್ಬ ತನ್ನ ಸಂತೋಷವೆಲ್ಲ ಈ ನಗರದಲ್ಲೊಂದು ಮನೆ ಕಟ್ಟಿ ಕೊಳ್ಳುವುದರಲ್ಲಿದೆ ಎಂದು ಭಾವಿಸಿ ಅದಕ್ಕೆ ಬೇಕಾದ ಎಲ್ಲಾ ಸರ್ಕಸ್‌ಗಳನ್ನೂ ಮಾಡುತ್ತಾನೆ. ಇನ್ನೊಬ್ಬ ಅದೇ ಮನೆಯನ್ನು ಮಾರಿ ಮತ್ತೇನೋ ಕೊಳ್ಳುವುದರಲ್ಲಿ ತನ್ನ ಸಂತೋಷ ಹುಡುಕಲು ಪ್ರಯತ್ನಿಸುತ್ತಾನೆ ಹಾಗೂ ಈ ರೀತಿಯ ಪ್ರಯತ್ನಗಳಲ್ಲಿ ಇಂತಹ 'ಅಂಗಡಿಯ ಅಜ್ಜ-ಅಜ್ಜಿ' ಯಂಥವರು ಹುಟ್ಟಿಕೊಳ್ಳುತ್ತಾರೆ. ಈ ದಯಾಶೀಲ ನಗರ ಅವರನ್ನೂ ತನ್ನ ಶಕ್ತ್ಯಾನುಸಾರ ಸಾಕಿ ಸಲುಹುತ್ತದೆ.

ಅಂದಿನಿಂದ ಆ ಅಜ್ಜ ಅಜ್ಜಿಯರೊಂದಿಗೆ ಅದೇನೋ ಆಪ್ತತೆ ಬೆಳೆದಿತ್ತು. ಕಳೆದ ಕೆಲವು ದಿನಗಳ ಹಿಂದೆ ಬಿಡುವಿದ್ದಾಗ ಶುಂಠಿ ಕಾಫಿ ಕುಡಿಯೋಣವೆಂದು ಆ ಅಂಗಡಿಗೆ ಹೋದೆ. ಅಜ್ಜ ಶುಂಠಿ ಕಾಫಿ ಕೊಟ್ಟರು. ಅವರು ಮಹಾಮೌನಿ. ಅಂಗಡಿಯೊಳಗೆ

ಅಜ್ಜಿ ಕಾಣಿಸಲಿಲ್ಲ. ಮನೆಯೊಳಗಿರಬೇಕು ಎಂದುಕೊಂಡೆ. ಯಾಕೋ ಅವರೊಡನೆ ಮಾತಾಡಿಯೇ ಹೋಗಬೇಕೆನ್ನಿಸಿತು. ಬಹಳ ಸಮಯ ಕಾದರೂ ಅಜ್ಜಿ ಬರಲಿಲ್ಲ. ಅಜ್ಜನನ್ನು ಕೇಳುವುದೂ ನನಗೆ ತರವೆನಿಸಲಿಲ್ಲ. ಕುಡಿಯಲು ಇಟ್ಟಿದ್ದ ಜಗ್ಗಿನಲ್ಲಿ ನೀರು ಖಾಲಿ ಆಗಿದ್ದರಿಂದ ನೀರು ತರಲು ಅಜ್ಜ ತನ್ನ ಖುರ್ಚಿ ಬಿಟ್ಟು ಎದ್ದು ಹೋದರು. ಸರಿಯಾಗಿ ಅವರ ಖುರ್ಚಿಯ ಹಿಂಭಾಗದಲ್ಲಿ ಅಜ್ಜಿಯ ಫೋಟೋಗೆ ಹಾರ ಹಾಕಲಾಗಿತ್ತು. ಅದನ್ನು ನೋಡಿದವನ ಮೈ 'ಜುಂ' ಎಂದಿತು. ಅಷ್ಟರಲ್ಲಿ ಅಜ್ಜ, ಜಗ್ಗು ತೆಗೆದುಕೊಂಡು ವಾಪಸ್ ಬಂದು ತಮ್ಮ ಖುರ್ಚಿಯಲ್ಲಿ ಯಾವತ್ತಿನ ಭಂಗಿಯಲ್ಲಿ ಕೂತರು.

ಆ ಅಜ್ಜಿಯಾದರೂ ಯಾರ ಬಳಿಯಾದರೂ ಮಾತಾಡುತ್ತ ಕಾಲ ಕಳೆಯುತ್ತಿದ್ದರು ಆದರೆ ಈ ಅಜ್ಜನೆಂಬ ಮಹಾಮೌನಿಯಲ್ಲಿ ಮಡುಗಟ್ಟಿರಬಹುದಾದ ಮಾತುಗಳು ಹೊರಬರುವುದಾದರೂ ಹೇಗೆ?

'ಅಜ್ಜ, ಸುಮ್ನೆ ವಾಪಾಸ್ ಹಳ್ಳಿಗೆ ಹೋಗಿ. ನಿಮ್ಮವರು ಅಂತಾನಾದ್ರೂ ಕೆಲವರು ಇರ್ತಾರೆ ಅಥವಾ ಮಗನ ಜೊತೆ ವಿದೇಶಕ್ಕಾದರೂ ಹೋಗಿ' ಎಂದು ಹೇಳಿ ಜೀವನಮಾರ್ಗಿಯಾಗೋಣ ಅಂದುಕೊಂಡೆ.

ಯಾಕೋ ಧೈರ್ಯ ಸಾಲಲಿಲ್ಲ. ಮಾತನ್ನು ಎದುರಿಸುವುದು ಸುಲಭ. ಮೌನವನ್ನು ಭೇದಿಸುವ ಮಾರ್ಗ ತೋಚದೆ ನಾನೂ ಮೌನಿಯಾದೆ.

***

ಕಳೆದ ಹತ್ತು ವರ್ಷಗಳಿಂದ ಇದ್ದ ಮನೆಯನ್ನು ತೊರೆದು ಅದೇ ಮಹಾ ನಗರದ ಬೇರೊಂದು ಬಡಾವಣೆಗೆ ಶಿಫ್ಟ್ ಆಗುವ ಸಂದರ್ಭದಲ್ಲಿ ಒಬ್ಬ ಚಿತ್ರನಟ ಎದುರಿಸಿದ ಈ ಸಂದಿಗ್ಧವನ್ನು ಕಥಾ ರೂಪದಲ್ಲಿ ಕಟ್ಟಿದ್ದೇನೆ ಅಷ್ಟೇ

20

ನಗ್ನ ಸಂದೇಶ

ದೃಶ್ಯ 1

ಫುಟ್ಪಾತ್ ಮೇಲೆ ಮಲಗಿ ಒದ್ದಾಡುತ್ತಿದ್ದ ವ್ಯಕ್ತಿಯ ಸುತ್ತ ಜನರ ಗುಂಪು ಸೇರಿತ್ತು. ಮನಸೋಯಿಚ್ಛೆ ಮಾತನಾಡುತ್ತಿದ್ದವರ ಪೈಕಿ, ದಿನಾಲು ಆ ಹಾದಿಯಲ್ಲಿ ನಡೆದು ಹೋಗುವ ವಿವಿಧ ಶಾಲಾ-ಕಾಲೇಜುಗಳ ವಿದ್ಯಾರ್ಥಿಗಳು, ಕೂಲಿ ಕಾರ್ಮಿಕರು, ಸರ್ಕಾರಿ ಕಛೇರಿಗಳ ನೌಕರರು, ಆ ರಸ್ತೆಯ ತುದಿಯಲ್ಲಿರುವ ದೇವಸ್ಥಾನಕ್ಕೆ ಬರುವ ಭಕ್ತರು ಹಾಗು ಇನ್ನು ಕೆಲವರಿದ್ದಿರಬಹುದು. ಅವರೆಲ್ಲರಿಗೂ ಆ ಇಳಿವಯಸ್ಕನ ಪರಿಚಯ ಇದ್ದೇ ಇತ್ತು. ಅದೆಷ್ಟೋ ವರ್ಷಗಳಿಂದ ಆ ಫುಟ್ಪಾತ್ ಮೇಲೆ ಅರೆನಗ್ನಾವಸ್ಥೆಯಲ್ಲಿ ಕೂತಿರುತ್ತಿದ್ದ ಅವನ ಬಗ್ಗೆ ಅವರೆಷ್ಟು ಬಾರಿ ಕನಿಕರ ತೋರಿಲ್ಲ? ತಮ್ಮ ಕಿಸೆಯಲ್ಲಿದ್ದ ಚಿಲ್ಲರೆ ನಾಣ್ಯಗಳನ್ನು ಅವನತ್ತ ಎಸೆದು ತಮ್ಮ ಕಾರುಣ್ಯದ ತುಣುಕು ಪ್ರದರ್ಶನ ಮಾಡಿಕೊಂಡಿಲ್ಲ? ಅಥವಾ ನಿದ್ರಾವಸ್ಥೆಯಲ್ಲಿದ್ದ ಅವನ ಬಳಿ ಕಲ್ಲೆಸೆದು ಅವನು ಎಚ್ಚರಗೊಂಡು ಬೆನ್ನಟ್ಟಿ ಬಂದಾಗ ಅಲ್ಲಿಂದ ಕಾಲ್ಕಿತ್ತಿಲ್ಲ? ಹಾಗಾಗಿ ಅಲ್ಲಿ ನೆರೆದಿದ್ದವರಿಗೆಲ್ಲ ಅವನ ಪರಿಚಯ ಚೆನ್ನಾಗಿಯೇ ಇತ್ತು.

ಆದರೆ ಆ ದಿನದ ಪ್ರಸಂಗ ಅತಿರೇಕಕ್ಕೆ ಹೋಗಿತ್ತು ಎನ್ನಬಹುದು. ಒಂದು ಶಿಷ್ಟ ಸಮಾಜ ಇಂಥದ್ದನ್ನೆಲ್ಲ ಸಹಿಸುವುದಾದರೂ ಹೇಗೆ? ಫುಟ್‌ಪಾತ್‌ನಲ್ಲಿ ಮಲಗಿದ್ದ ಆ ವೃದ್ಧನನ್ನು ಪಡ್ಡೆ ಹುಡುಗರು ಎಂದು ಕರೆಯಬಹುದಾದ ಗುಂಪೊಂದು ಕೆಣಕಿತ್ತು. ಗೇಲಿ ಮಾಡಿತ್ತು. ಅವನ ಮೈಮೇಲಿದ್ದ ತಲತಲಾಂತರದ ಆ ಬಟ್ಟೆಯು 'ವಿಕಾಸ'ದ ಕೊನೆಯ ಹಂತ ತಲುಪಿಯಾಗಿತ್ತು. ಮುಚ್ಚಲೆತ್ನಿಸಿದಷ್ಟೂ ಬಿಚ್ಚಿಡುತ್ತಿದ್ದುದೇ ಹೆಚ್ಚು. ತಿರಿದು ತಿಂದರೂ ಮರ್ಯಾದೆಗೆ ಬದುಕುತ್ತಿದ್ದೇನೇನೋ ಎಂಬಂತಿದ್ದವನ ಗುಪ್ತಾಂಗಗಳು ಇಣುಕಲಾರಂಭಿಸಿದವು. ಇದನ್ನು ನೋಡಿ ಮಕ್ಕಳು ಗೇಲಿ ಮಾಡತೊಡಗಿದರು. ಮುಸುಮುಸು ನಗತೊಡಗಿದ್ದರು. ಬೀದಿ ನಾಯಿಗಳು ಅವನ ಮೈಮೇಲೆರಗತೊಡಗಿದ್ದವು ಕೂಡ. ಇಂತಹ ಸಮಯದಲ್ಲಿ ಅವನನ್ನು ಕಿಚಾಯಿಸಿದ ಆ ಪಡ್ಡೆ ಹುಡುಗರ ಗುಂಪಿಗೆ ಪ್ರತಿಕ್ರಿಯೆಯಾಗಿ ಆ ವೃದ್ಧ ನಡೆದುಕೊಂಡ ರೀತಿಯಿಂದಾಗಿ ಅಲ್ಲಿ ಜನ ಜಂಗುಳಿಯೇ ಸೇರಿತ್ತು. ಸಾವಿರಾರು ಜನ ಓಡಾಡುವ ರಸ್ತೆಯ ಫುಟ್ ಪಾತ್ ಮೇಲೆ ಆ ವೃದ್ಧ ಮಾಡಿದ್ದೇನೆಂದರೆ: ತನ್ನನ್ನು ಆ ಹುಡುಗರ ಗುಂಪೊಂದು ಅರೆಬಟ್ಟೆಯಲ್ಲಿ ನೋಡಿ ನಕ್ಕು, ಗೇಲಿ ಮಾಡಿದ್ದಕ್ಕೆ ಕೃದ್ಧನಾಗಿ ತನ್ನ ಮೈಮೇಲಿದ್ದ ಅರೆಬಟ್ಟೆಯನ್ನೂ ಬಿಚ್ಚಿ ಬಿಸಾಕಿದ್ದಾನೆ. ತನ್ನನ್ನು ನೋಡಿ ಅಣಕಿಸುವ ಬಣ್ಣಬಣ್ಣದ ಸಮಾಜದ ಮುಂದೆ ಬೆತ್ತಲಾಗಿ ನಿಂತಿದ್ದಾನೆ. ಅವನ ಈ ಸ್ಥಿತಿಯನ್ನು ನೋಡಿ ಮೊದಮೊದಲು ನಕ್ಕು, ಕೂಗಾಡಿದವರೆಲ್ಲ ಕ್ರಮೇಣ ಅಸಹ್ಯಪಟ್ಟುಕೊಳ್ಳತೊಡಗಿದರು. 'ಹೇ ನೊಡ್ರೋ ಶ್ರವಣಬೆಳಗೊಳಕ್ಕೆ ಹೋಗ್ದಿರೋರೆಲ್ಲ ಇಲ್ಲೇ ದರ್ಶನ ಮಾಡ್ಕೋಬೋದು' ಎಂದವನನ್ನು ಅಲ್ಯಾರೋ 'ಮ್ಯಾನರ್ಸ್ ಇಲ್ದಿರೋ ನಾನ್ಸೆನ್ಸ್‌ಗಳು' ಎಂದು ಬೈದುಕೊಂಡರು.

ಅದೇ ಮಾರ್ಗವಾಗಿ ಹೋಗುತ್ತಿದ್ದ ಜಿಲ್ಲಾಧಿಕಾರಿಯ ಕಾರು ಅವರ ಸೂಚನೆಯ ಮೇರೆಗೆ ಆ ಸ್ಥಳದಲ್ಲಿ ನಿಂತಿತು. ಕಾರಿಳಿದು ಬಂದ ಜಿಲ್ಲಾಧಿಕಾರಿ ಜನರನ್ನು ಬದಿಗೆ ಸರಿಸುತ್ತ ಆ ವೃದ್ಧನ ಬಳಿ ಬಂದರು. ಬೆತ್ತಲಾಗಿ ನಿಂತಿದ್ದ ಅವನನ್ನು ನೋಡಿ ಆಶ್ಚರ್ಯ ಮತ್ತು ಅಸಹ್ಯದ ಮುಖಭಾವ ತಾಳಿದರು. ಆದರೆ ತಾವೊಬ್ಬ ಉನ್ನತ ಅಧಿಕಾರಿ ಎಂಬುದನ್ನು ಮರೆಯದೇ ಯಾವ ಭಾವನೆಗಳನ್ನೂ ವ್ಯಕ್ತಪಡಿಸದ ಅವರು, ಆ ನಿಕೃಷ್ಠ ವರ್ತನೆಯ ವ್ಯಕ್ತಿಯೊಂದಿಗೆ ಮಾತಾಡುವುದೇ ತಪ್ಪು ಎಂಬಂತೆ ಅತ್ತಿತ್ತ ನೋಡುತ್ತಿದ್ದರು. ಅಷ್ಟರಲ್ಲಿ ಅವರು ಅಲ್ಲಿಗೆ ಬಂದ ಸುದ್ದಿ ತಿಳಿದು ಸ್ಥಳೀಯ ಪೊಲೀಸ್ ಸ್ಟೇಷನ್‌ನ ಇನ್ಸ್‌ಪೆಕ್ಟರ್ ಅಲ್ಲಿಗೆ ದೌಡಾಯಿಸಿದರು. ಓಡಿ ಬಂದವರೇ, 'ಸರ್, ನೀವು ಹೊರಡಿ. ಈ ಭಿಕ್ಷುಕನಿಗೆ ಸಾಕಷ್ಟು ಸರಿ ವಾರ್ನ್ ಮಾಡಿದ್ವಿ, ಆದ್ರೂ ಇಲ್ಲಿಂದ ಹೋಗಿಲ್ಲ. I will address this issue' ಎಂದು ಅನಗತ್ಯ ವಿನಯದಿಂದ ನುಡಿದರು. ಅದಕ್ಕೆ ಜಿಲ್ಲಾಧಿಕಾರಿ, 'ಹೌದಲ್ಲವೇನ್ರಿ? ಶಾಲಾ-ಕಾಲೇಜುಗಳ ಮಕ್ಕಳು ಓಡಾಡೋ ಜಾಗ. ಮೇಲಾಗಿ ಈ ರಸ್ತೆಯ ತುದಿಗೆ ಒಂದು ದೇವಸ್ಥಾನ ಕೂಡ

ಇದೆ. ಇಂತಹ ಸ್ಥಳದಲ್ಲಿ ಹೀಗೆ ಅಸಹ್ಯವಾಗಿ ವರ್ತಿಸೋದು ಅಂದರೆ ಏನು ? ಇವರೆಲ್ಲ ಒಂದು ನಾಗರಿಕ ಸಮಾಜದ ಸ್ವಾಸ್ಥ್ಯವನ್ನು ಕುಲಗೆಡಿಸುವಂಥವರು. Take some legal action' ಎಂದು ಸಬ್ ಇನ್ಸ್‌ಪೆಕ್ಟರ್‌ರನ್ನು ನೋಡಿದರು. ಅದಕ್ಕವರು 'ಯೆಸ್ ಸರ್. ಇವನ ಮೇಲೆ suo motto ಕೇಸ್ ಹಾಕ್ತೀನಿ. ಸಾರ್ವಜನಿಕ ಸ್ಥಳದಲ್ಲಿ ಅಸಭ್ಯ ವರ್ತನೆ ಆಧಾರದಲ್ಲಿ ಕೇಸ್ ಹಾಕಿ ಜೈಲಿಗೆ ತಳ್ತೀನಿ' ಎಂದು ಭರವಸೆ ಕೊಟ್ಟಮೇಲೆಯೇ ಜಿಲ್ಲಾಧಿಕಾರಿ ಅಲ್ಲಿಂದ ಹೊರಟಿದ್ದು.

ಇತ್ತ ಬಟ್ಟೆಗಾಗಿ ದೇವರಲ್ಲಿ ಮೊರೆದು ಮೊರೆದು ಬೇಸತ್ತಿದ್ದವ ಬಟ್ಟೆ ಕಳಚಿ ಬೆತ್ತಲಾಗಿದ್ದ ಮತ್ತು ಆ ಮೂಲಕ ನಾನೇ ದೇವರಾದೆ ಎಂಬ ಭ್ರಮೆಯಲ್ಲಿದ್ದ... ಅಲ್ಲಿ ನೆರೆದಿದ್ದ ಜನರೆಲ್ಲ ನಿರ್ಭಾವುಕರಾಗಿ, ನಿರ್ವಿಣ್ಣರಾಗಿ ತಮ್ಮ ಕೆಲಸಕಾರ್ಯಗಳಿಗೆ ಹಿಂತಿರುಗಿದರು ಹಾಗೂ ಆತ ನಗ್ನನಾಗಿ ಅಸಭ್ಯ ವರ್ತನೆ ತೋರಿದ್ದರ ಬಗ್ಗೆ ವಿಚಾರಣೆಗಾಗಿ ಸಬ್ ಇನ್ಸ್‌ಪೆಕ್ಟರ್ ಅವನನ್ನು ಲಾಕಪ್‌ನಲ್ಲಿ ಹಾಕಲು ಎಳೆದೊಯ್ದರು...

***

ದೃಶ್ಯ – 2

ಮನೆಯೊಳಗೆ ಕಾಲಿಡುತ್ತಿದ್ದಂತೆಯೇ ತಮ್ಮ ಹೆಂಡತಿ ಚಿಂತಾಕ್ರಾಂತಳಾಗಿ ಕೂತಿದ್ದನ್ನು ಕಂಡ ಜಿಲ್ಲಾಧಿಕಾರಿ ಕೊಂಚ ಗಲಿಬಿಲಿಗೊಂಡರು. ಸಾವಧಾನವಾಗಿ ವಿವರಣೆ ಪಡೆದಾಗ ತಿಳಿದದ್ದೇನೆಂದರೆ ಅವರ ಹೆಂಡತಿಯ ಮೊಬೈಲ್‌ಗೆ ಕಳೆದ ಕೆಲ ದಿನಗಳಿಂದ ಯಾರೋ ಒಬ್ಬ ನಗ್ನ ಚಿತ್ರಗಳನ್ನು ವಾಟ್ಸಪ್‌ನಲ್ಲಿ ಸಂದೇಶಗಳಾಗಿ ಕಳುಹಿಸುತ್ತಿದ್ದು, ಅದರ ಬಗ್ಗೆ ಅವರು ಪ್ರಾರಂಭದಲ್ಲಿ ತಲೆಕೆಡಿಸಿಕೊಂಡಿರಲಿಲ್ಲವಂತೆ. ಇದು ನಿಲ್ಲಬಹುದು, ಒಬ್ಬ ಅಧಿಕಾರಿಯ ಪತ್ನಿಯಾಗಿ ಜವಾಬ್ದಾರಿಯಿಂದ ವರ್ತಿಸಬೇಕು. ಅನಾವಶ್ಯಕವಾಗಿ ಸುದ್ದಿಗೀಡಾಗುವುದು ಬೇಡ ಎಂದು ಅಸಡ್ಡೆ ಮಾಡಿದ್ದಾರೆ. ಆದರೆ ಅದು ನಿಲ್ಲದೆ ಆತ ದಿನದಿಂದ ದಿನಕ್ಕೆ ಹೆಚ್ಚು ನಗ್ನ ಚಿತ್ರಗಳನ್ನು ಕಳಿಸಲಾರಂಭಿಸಿದ್ದಾನೆ. ಇವರು ತಾನು ಜಿಲ್ಲಾಧಿಕಾರಿಗಳ ಪತ್ನಿ ಎಂದು ತಿಳಿಸಿದಾಗ್ಯೂ ಆತ ನಗ್ನ ಸಂದೇಶಗಳನ್ನು ಕಳುಹಿಸುವುದನ್ನು ನಿಲ್ಲಿಸದೇ ಇದ್ದಾಗ ಇವರು ಚಿಂತಿತರಾಗಿ ತಮ್ಮ ಪತಿಗೆ ತಿಳಿಸುವ ನಿರ್ಧಾರ ಮಾಡಿ ಕಾಯುತ್ತಾ ಕೂತಿದ್ದರು.

ಈ ವಿಷಯ ತಿಳಿದ ಜಿಲ್ಲಾಧಿಕಾರಿಗೆ ತಮ್ಮ ಸಂದರ್ಶನ ವೇಳೆಯಲ್ಲಿ ತಯಾರಾದ ಎಥಿಕ್ಸ್ ಅಂಡ್ ಇಂಟೆಗ್ರಿಟಿ ಪ್ರಶ್ನೆ ಪತ್ರಿಕೆಯ ಯಾವ ವಿಷಯಗಳೂ ಉಪಯೋಗಕ್ಕೆ ಬಾರದೆ ಕೇವಲ ಓರ್ವ ಸಭ್ಯ ಪತಿಯಾಗಿ ಮಾತ್ರ ಯೋಚಿಸಲು ಸಾಧ್ಯವಾಗಿದೆ. ಇಂತಹ ಸಂದರ್ಭದಲ್ಲಿ ಯಾವುದೇ ಪತಿಗೆ ಬರಬಹುದಾದ ರೋಷ ಮತ್ತು ಆವೇಶ ಅವರಿಗೂ ಬಂದಿದೆ. ಇದರ ಜೊತೆಯಲ್ಲಿ ಅವರ ಬಳಿ ಅಧಿಕಾರವೂ ಇತ್ತಲ್ಲವೆ?

ಅದನ್ನು ಬಳಸಿ ತಕ್ಷಣ ಸೈಬರ್ ಕ್ರೈಮ್ ಪೋಲೀಸರ ಮೂಲಕ ಆ ಕಿಡಿಗೇಡಿಯ ಪತ್ತೆ ಮಾಡಲಾಗಿದೆ. 'ಸರ್, ಅವನನ್ನು ಬಂಧಿಸಿಯಾಗಿದೆ. ನೀವು ಬಯಸಿದರೆ ನಿಮ್ಮ ಮನೆಗೆ ಕರೆದುಕೊಂಡು ಬರ್ತೀವಿ' ಎಂದು ಕಾಲ್ ಮಾಡಿದ ಪೋಲೀಸ್ ಅಧಿಕಾರಿಗೆ ಜಿಲ್ಲಾಧಿಕಾರಿಯವರು, 'ಬೇಡ, ಅವನನ್ನು ಕರೆದುಕೊಂಡು ಬರುವುದು ಬೇಡ. ನಾನೇ ಸ್ಟೇಷನ್ನಿಗೆ ಬರುತ್ತೇನೆ' ಎಂದು ಹೇಳಿ ಸ್ಟೇಷನ್ನಿಗೆ ಹೋಗಿದ್ದಾರೆ.

ಸ್ಟೇಷನ್ನಿನಲ್ಲಿ ಅವರಿಗೆ ಎದುರಾದ ವಿಚಿತ್ರ ಸನ್ನಿವೇಶ ಹೀಗಿತ್ತು:

ಆ ದಿನ ರಸ್ತೆಯ ಮೇಲೆ ಬೆತ್ತಲಾಗಿ ಮಲಗಿದ್ದವನನ್ನು ಅರೆಸ್ಟ್ ಮಾಡಿಸಿ ತಂದು ಹಾಕಿದ್ದ ಲಾಕಪ್‌ನ ಪಕ್ಕದಲ್ಲೇ ಈ ನಗ್ನ ಸಂದೇಶ ಕಳಿಸಿದ ವ್ಯಕ್ತಿಯನ್ನು ಇರಿಸಲಾಗಿತ್ತು. ಇಬ್ಬರನ್ನೂ ಅಕ್ಕಪಕ್ಕದ ಸೆಲ್‌ಗಳಲ್ಲಿ ನೋಡಿದ ಜಿಲ್ಲಾಧಿಕಾರಿಗಳಿಗೆ ಅದೇನೆನ್ನಿಸಿತೋ ಏನೋ ಠಾಣೆಯಲ್ಲಿದ್ದ ಎಲ್ಲರನ್ನೂ ಕೆಲ ನಿಮಿಷ ಹೊರ ಹೋಗುವಂತೆ ಸೂಚಿಸಿದರು. ಆನಂತರ ಆ ಯುವಕನನ್ನು ವೃದ್ಧನ ಸೆಲ್‌ನೊಳಗೆ ಕರೆದೊಯ್ದರು. ಬೆತ್ತಲನ್ನು ದಿಟ್ಟಿಸುವಂತೆ ತಾಕೀತು ಮಾಡಿದರು. ಆ ವೃದ್ಧನ ಬಳಿ ಆತ ಬೆತ್ತಲಾಗುವುದರ ಹಿಂದಿನ ಕಾರಣವನ್ನು ಕೇಳಿದರು. ಆ ಯುವಕನ ಬಳಿ 'ಬೆತ್ತಲಿನ ಬಗ್ಗೆ' 'ನಗ್ನತೆಯ ಬಗ್ಗೆ' ಆತನಿಗೇಕೆ ಅಷ್ಟು ವ್ಯಾಮೋಹ ಎಂಬುದನ್ನೂ ಕೇಳಿದರು. ಒಬ್ಬನ ಮೈ ನಗ್ನವಾಗಿದ್ದರೆ ಮತ್ತೊಬ್ಬನ ಮನಸ್ಸು ನಗ್ನವಾಗಿತ್ತು.

ಅವರಿಬ್ಬರನ್ನೂ ಠಾಣೆಯಿಂದ ಹೊರಗೆ ಕರೆತಂದು ಅಲ್ಲಿರುವ ಅಧಿಕಾರಿಗಳನ್ನು ಕುರಿತು; 'ಈ ಯುವಕನ ಮೇಲಿನ ಕೇಸನ್ನು ನಾನು ಹಿಂಪಡೆಯುತ್ತೇನೆ. ಅವನಿಗೆ ಇಂದು ನಗ್ನತೆಯ ಪರಿಚಯವಾಗಿದೆ. ಹಾಗೆಯೇ ನೀವು ಆ ವೃದ್ಧನ ಮೇಲಿನ ಕೇಸನ್ನು ಖುಲಾಸೆಗೊಳಿಸುವುದು ಒಳ್ಳೆಯದು ಎಂದೆನ್ನಿಸುತ್ತೆ. ಆತ ಇನ್ನೂ ಸಾಕಷ್ಟು ಜನರಿಗೆ ನಗ್ನತೆಯನ್ನು ಪರಿಚಯಿಸಬೇಕಿದೆ' ಎನ್ನುತ್ತಾ ಕಾರು ಹತ್ತಿದರು...

***

ದೃಶ್ಯ 3

ಮರುದಿನ ಬೆಳಗ್ಗೆ ಜಿಲ್ಲಾಧಿಕಾರಿಗಳು ಸುದ್ದಿ ಪತ್ರಿಕೆ ಓದುತ್ತಾ ಕುಳಿತಿದ್ದರು. ಅದರಲ್ಲಿಯ ಒಂದು ಸುದ್ದಿ ಹೀಗಿತ್ತು;

'ಹೆಂಡತಿಗೆ ನಗ್ನ ಸಂದೇಶಗಳನ್ನು ಕಳಿಸುತ್ತಿದ್ದ ಆರೋಪಿಯನ್ನು ಮಾನವೀಯತೆಯ ಆಧಾರದಲ್ಲಿ ಕ್ಷಮಿಸಿದ ಜಿಲ್ಲಾಧಿಕಾರಿ; ಬೆತ್ತಲಾಗಿ ರಸ್ತೆಯಲ್ಲಿ ಬಿದ್ದಿರುತ್ತಿದ್ದ ಭಿಕ್ಷುಕನಿಗೂ ದೊರಕಿತು ಬಿಡುಗಡೆ ಭಾಗ್ಯ'

ಇದನ್ನು ಓದಿದ ಅವರು ಘಟನೆಯೊಂದು ಸುದ್ದಿಯಾಗುವಾಗ ಕಳೆದುಕೊಳ್ಳುವ ಸೂಕ್ಷ್ಮತೆಯ ಬಗ್ಗೆ ತಮ್ಮ ಹೆಂಡತಿಗೆ ವಿವರಿಸುತ್ತಾ ಮುಗುಳ್ನಕ್ಕರು...

21

ಕತೆಯಾದವರು...

'ಇನ್ನೇಲೆ ನನಗೆ ನೀವು ಯಾವುದೇ ಪುಸ್ತಕ ಓದಲು ಕೊಡಬೇಡಿ'

ಎಂದು ಬಿರುಸಾಗಿ ಹೇಳಿದ ಕವಿತಾ ಇದಕ್ಕೆ ನರಹರಿ ಏನಾದರೂ ಪ್ರತಿಕ್ರಿಯೆ ನೀಡುತ್ತಾನಾ ಎಂಬುದನ್ನೂ ಕೇಳಿಸಿಕೊಳ್ಳದೆ ಹೋಗಿ ತನ್ನ ಕ್ಯಾಬೀನ್‌ನಲ್ಲಿ ಕೂತಳು. ನರಹರಿಗೆ ಇಂತಹದ್ದೊಂದು ವರ್ತನೆಯ ಊಹೆ ಇತ್ತಾದರೂ ಅದನ್ನು ತೋರ್ಪಡಿಸಿಕೊಳ್ಳದೆ ಮುಗ್ದನಂತೆ ಪೆಚ್ಚಾಗಿ ನಿಂತ. ವೀಕೆಂಡ್ ಕಳೆದು ಸೋಮವಾರ ಬೆಳ್ಳಂಬೆಳಗ್ಗೆ ಲಾಗಿನ್ ಆಗುವ ಮೊದಲು ಪ್ಯಾಂಟ್ರಿಯಲ್ಲಿ ಕಾರ್ಡಮಮ್ ಟೀ ಕುಡಿಯಲಿಕ್ಕೆಂದು ನಿಂತಿದ್ದ ಅವನಿಗೆ ವಾರದ ಪ್ರಾರಂಭ ಹೀಗೆ ಆಗುತ್ತದೆಂಬ ಯೋಚನೆ ಇದ್ದಿರಲಿಲ್ಲ.

ನರಹರಿ ಮತ್ತು ಕವಿತಾ ಒಂದೇ ಟೀಮ್‌ನಲ್ಲಿ ಕೆಲಸ ಮಾಡುವವರು. ಅವರಿಬ್ಬರ ನಡುವೆ ಒಂದೊಳ್ಳೆಯ Rapport ಉಂಟಾಗಿದ್ದೇ ಇಬ್ಬರಲ್ಲೂ ಇದ್ದ ಪುಸ್ತಕ ಓದುವ ಹವ್ಯಾಸದಿಂದಾಗಿ. ತಮ್ಮ ಯಾಂತ್ರಿಕ ಮತ್ತು ಬಿಡುವಿರದ ಕೆಲಸದ ನಡುವೆ ಅವರಿಗಿದ್ದ ಏಕೈಕ solace ಎಂದರೆ ಓದು. ಅನೇಕ ವರ್ಷಗಳಿಂದ ತಾವು ಓದಿದ ಪುಸ್ತಕಗಳ ಬಗ್ಗೆ ಪರಸ್ಪರರು ಚರ್ಚಿಸುತ್ತಾರೆ. ತಮ್ಮ ಬಳಿ ಇದ್ದ ಪುಸ್ತಕಗಳನ್ನ ವಿನಿಮಯ ಮಾಡಿಕೊಂಡು ಓದಿದ್ದಾರೆ. ಅವನು ಹೊಸದಾಗಿ ಒಂದು ಪುಸ್ತಕ ತಂದರೆ ಅದನ್ನು ಮೊದಲೇ ಇವಳು ಓದುವ, ಇವಳೊಂದು ಪುಸ್ತಕ ಕೊಂಡರೆ ಇವಳಿಗಿಂತ ಮೊದಲು ಅದನ್ನು ಅವನೇ ಕಸಿದುಕೊಂಡು ಓದಿದ್ದೂ ಅನೇಕ ಬಾರಿ ಆಗಿತ್ತು. ಇಂಥದ್ದೊಂದು ಪುಸ್ತಕ ಪ್ರೀತಿ ಅವರ ನಡುವೆ ಹುಟ್ಟಿದ್ದು ಸೋಜಿಗವೇ. ನರಹರಿಯೋ ಸಂಸ್ಕೃತದ ವಿದ್ಯಾರ್ಥಿಯಾಗಿದ್ದವನು. ವಿದ್ಯಾಭ್ಯಾಸದ ದಿನಗಳಿಂದಲೂ ಪುಸ್ತಕ ಓದುವ ಗೀಳು ಅವನಿಗಿತ್ತು. ಆದರೆ ವಿಜ್ಞಾನದ ವಿದ್ಯಾರ್ಥಿಯಾಗಿದ್ದ ಕವಿತಾ ಸಿಲಬಸ್‌ಗೆಂದು ಇದ್ದ ಭಾಷಾ ಪುಸ್ತಕಗಳನ್ನು ಬಿಟ್ಟರೆ ಇತರೆ ಪುಸ್ತಕಗಳನ್ನು ಓದಿದವಳೇ ಅಲ್ಲ. ಆ ಅಭ್ಯಾಸ ಅವಳಲ್ಲಿ ಹುಟ್ಟು ಹಾಕಿದವನು ಮಾತ್ರ ನರಹರಿಯೇ. ಮೊದಮೊದಲು ತನ್ನೊಂದಿಗೆ ಕಂಪನಿ ಬಸ್‌ನಲ್ಲಿ ಬರುವ ಅನೇಕರು ಗಂಟೆಗಟ್ಟಲೆ ಹಿಡಿಯುವ ತಮ್ಮ ಕಮ್ಯೂಟಿಂಗ್ ಟೈಮ್‌ನ್ನು ಕಿಲ್ ಮಾಡಲು ಪುಸ್ತಕ ಕೈಯಲ್ಲಿ ಹಿಡಿದು ಕೂರುವುದನ್ನು ನೋಡಿ ತಾನೂ ಹಾಗೆ ಮಾಡಬಹುದೇನೋ ಎಂದು ಶುರು ಮಾಡಿದ್ದವಳು ನರಹರಿಯಿಂದಾಗಿ ಅದನ್ನೊಂದು ಬದ್ಧತೆ ಎಂಬಂತೆ ಪರಿಗಣಿಸಿದ್ದಳು. ಪುಸ್ತಕದ ನೆಪದಿಂದಲೇ ಗೆಳೆತನ ಬೆಸೆದಿದ್ದ ಇವರಿಬ್ಬರ ಬಗ್ಗೆ ಯಾರೂ ಅನ್ಯಥಾ ಭಾವಿಸಿರಲಿಲ್ಲ. ಹಾಗಿದ್ದಮೇಲೆ ಕವಿತಾ ಏಕೆ ಹೀಗೆ ವರ್ತಿಸಿದಳು ಎಂಬುದು ಅಲ್ಲಿದ್ದ ಕೆಲವರಿಗೆ ಆಶ್ಚರ್ಯ ತಂದಿತ್ತು. ಅವರ ಆಶ್ಚರ್ಯಕ್ಕಿದ್ದ ಬಹುಮುಖ್ಯ ಕಾರಣವೆಂದರೆ ಅಷ್ಟೊಂದು ಅನ್ಯೋನ್ಯತೆಯಿಂದ ಏಕವಚನದಲ್ಲಿ ಸಂಬೋಧಿಸುತ್ತಿದ್ದವನನ್ನು ಆಕೆ 'ನೀವು' ಎಂದು ಕರೆದದ್ದು.

***

'ಯಾಕೋ ಅವಳು ಹಾಗೆ ಹೇಳಿದ್ದು? ಅಂಥಾ ಪುಸ್ತಕ ಯಾವುದು ಕೊಟ್ಟಿದ್ದೆ? ಸೆಕ್ಸ್ ಬುಕ್ ಏನಾದರೂ ಕೊಟ್ಟಿದ್ದೇನೋ ಮಿಸ್ ಆಗಿ' ಎಂದು ನರಹರಿಯ ಗೆಳೆಯ ವಿನೋದ್ ಸ್ಮೋಕಿಂಗ್ ಝೋನ್‌ನಲ್ಲಿ ಕೇಳಿದ. 'ಡೋಂಟ್ ಬಿ ಚೀಪ್ ವಿನೋದ್' ಎಂದಷ್ಟೇ ಹೇಳಿ ತಪ್ಪಿಸಿಕೊಳ್ಳಲು ನೋಡಿದ ನರಹರಿಯನ್ನು ವಿನೋದ್ ಮತ್ತೆ ಕೆಣಕಿದ.' ಏನೂ ಚೀಪ್ ಆಗಿರೋ ಬುಕ್ ನೀನು ಕೊಟ್ಟಿಲ್ಲದೆ ಅವಳ್ಯಾಕೋ ಹೀಗೆ ಹೇಳ್ತಾಳೆ? ಇಷ್ಟು ದಿನ ನೀನು ಕೊಟ್ಟ ಎಲ್ಲ ಕತೆಗಳನ್ನು ಓದಿದವಳಿಗೆ ಈ ಪುಸ್ತಕ ಓದಿ ನಿನ್ನ ಮೇಲೆ ಕೋಪ ಬಂದಿದೆ ಎಂದಾದರೆ ನೀನೇ ಅರ್ಥ ಮಾಡಿಕೋ'

'ಹೌದು. ತಪ್ಪು ನನ್ನದೇ. ನಾನವಳಿಗೆ ಈ ಬಾರಿ ಕೊಟ್ಟ ಪುಸ್ತಕದಿಂದ ಇಂಥದ್ದೇನಾದರೂ ಆಗುತ್ತದೆ ಅಂತ ಊಹಿಸಿಯೂ ಕೊಟ್ಟಿದ್ದು ತಪ್ಪು'

'ಅಂದರೆ. ನಿನಗೆ ಅವಳು ಯಾಕೆ ಹಾಗೆ ಹೇಳಿದ್ದಾಳೆ ಅನ್ನೋದು ಸ್ಪಷ್ಟವಾಗಿ ಗೊತ್ತಿದೆ ಅಂತಾಯಿತು.'

'ಹೌದು. ಊಹಿಸಿದ್ದೆ. ಆದರೆ ಬೇರೆ ರೀತಿಯ ಪ್ರತಿಕ್ರಿಯೆ ನಿರೀಕ್ಷಿಸಿದ್ದೆ'

'ಯಾವ ಪುಸ್ತಕ ಕೊಟ್ಟಿದ್ದೆ?'

'ಸಮಾಗಮ'

'ಓಹ್. ಅದೇ ನಿನ್ನ ಫೇವರೇಟ್ ಕತೆಗಾರ ಶ್ರೀನಿವಾಸ ಅವರ ಹೊಸ ಪುಸ್ತಕ ತಾನೆ ?'

'ಹೌದು'

'ಅದರಲ್ಲಿ ಹಾಗೆ ಅವಳು ರಿಯಾಕ್ಟ್ ಮಾಡುವಂತದ್ದೇನಿತ್ತು?'

'ಶೀರ್ಷಿಕೆ ಕತೆಯಾದ 'ಸಮಾಗಮ' ವೇ ಇದಕ್ಕೆ ಕಾರಣ'

'ಅದ್ಹೇಗೆ?'

'ಹೋಗ್ಲಿ ಬಿಡು, ಅದೆಲ್ಲಾ ಈಗ್ಯಾಕೆ. ಎಲ್ಲ ಮುಗೀತು. ಸುಮ್ಮನೆ ಅದರ ಬಗ್ಗೆ ಮಾತು ಬೇಡ'

'ಇಲ್ಲ, ನನಗೆ ಗೊತ್ತಾಗ್ಲೇಬೇಕು. ಏನಿತ್ತು ಆ ಕತೆಯಲ್ಲಿ?'

'ಹೇಳಲೇಬೇಕಾ?'

'ಹೌದು. ಪೂರ್ತಿ ಅಲ್ಲದಿದ್ದರೆ ಕತೆಯ ಜಿಸ್ಟ್ ಆದರೂ ಹೇಳು ಮಾರಾಯ'

'ಏನು ಹೇಳಲಿ? ಅದು ನಮ್ಮದೇ ಕಥೆ'

'ಅಂದರೆ?'

'ಹೌದು ಅದರಲ್ಲಿಯ ಇಬ್ಬರು ಐಟಿ ಕಂಪೆನಿಯ ಉದ್ಯೋಗಿಗಳು ನಮ್ಮಂತೆಯೇ ಪುಸ್ತಕ ವಿನಿಮಯ ಮಾಡಿಕೊಂಡು ಓದುತ್ತಿರುತ್ತಾರೆ'

`So what ?'

'ಒಂದು ದಿನ ಅದರಲ್ಲಿಯ ಕಥಾನಾಯಕ ಅವಳಿಗೆ ಒಂದು ಪುಸ್ತಕ ಓದಲು ಕೊಟ್ಟು ಅದರಲ್ಲಿದ್ದ 'ಒಂದು ಆಸೆ' ಎಂಬ ಕತೆಯನ್ನು ಹೆಸರಿಸಿ ಅದನ್ನು ಅವಳು ಮೊದಲು ಓದಬೇಕು ಎಂದು ತಾಕೀತು ಮಾಡುತ್ತಾನೆ. ಪುಸ್ತಕ ಒಯ್ದವಳು ಅತಿ

ಕಾತರದಿಂದ ಅದನ್ನೋದುತ್ತಾಳೆ. ಆ ಕತೆಯಲ್ಲಿರುವ ಬರುವ ಹುಡುಗನೊಬ್ಬ ತನ್ನೊಂದಿಗೆ ಸಲುಗೆಯಿಂದಿದ್ದ ಗೆಳತಿಯೋರ್ವಳ ಬಳಿ ಇದ್ದಕ್ಕಿಂದಂತೆ ಬಂದು 'ಈ ಕ್ಷಣ ನಾನು ನಿನ್ನನ್ನು ಪ್ರೀತಿಸುತ್ತೇನೆ. ಇದು ಸತ್ಯ. ಅಲ್ಲದೆ ನಿನ್ನನ್ನು ಚುಂಬಿಸಬೇಕೆಂಬ ನನ್ನ ಬಹುದಿನಗಳ ಮನದಾಸೆಯನ್ನು ಈ ದಿನ ನೀನು ಈಡೇರಿಸಲೇಬೇಕು. ನಿನಗಾಗಿ ಈ ಸಂಜೆ ನಾನು ಪಾರ್ಕಿನ ಗೇಟ್ ಪಕ್ಕದಲ್ಲಿರುವ ಬೆಂಚಿನ ಮೇಲೆ ಕೂತು ಕಾಯುತ್ತಿರುತ್ತೇನೆ. ಇದನ್ನು ನೀನು ಕೇವಲ ನನ್ನ ದೈಹಿಕ ವಾಂಛೆ ಎಂದಷ್ಟೇ ಪರಿಗಣಿಸಬಾರದು. ನಮ್ಮ ನಡುವಿನ ಭಾವನಾತ್ಮಕ ಸಂದರ್ಭಗಳನ್ನು ನೀನು ಮರೆತಿಲ್ಲ ಎಂದು ನಾನು ಭಾವಿಸುತ್ತೇನೆ. ಈ ಸಂಜೆಯಿಂದ ನಾವು ಪ್ರೇಮಿಗಳಾಗುತ್ತೇವೆ ಎಂಬ ಭರವಸೆಯಿಂದಲೇ ನಾನು ಪಾರ್ಕಿಗೆ ಬರುತ್ತೇನೆ. ಎಂದು ಹೇಳಿ ಅವಳ ಉತ್ತರಕ್ಕೂ ಕಾಯದೆ ಹೊರಟು ಹೋಗುತ್ತಾನೆ.

'ಆಮೇಲೆ ಏನಾಯ್ತೋ? ಅವಳು ಪಾರ್ಕಿಗೆ ಹೋಗ್ತಾಳಾ?' ವಿನೋದ್‌ಗೆ ಕುತೂಹಲ ಹೆಚ್ಚಾಗಿತ್ತು.

'ಹೌದು. ಪಾರ್ಕಿಗೆ ಹೋಗ್ತಾಳೆ. ಒಂದು ಸುಂದರ ಸಂಜೆಯಲ್ಲಿ ಅವರಿಬ್ಬರ ಪ್ರೇಮ ನಿವೇದನೆಗೆ ಮನ್ನಣೆ ಸಿಗುತ್ತದೆ. ಕತ್ತಲಾವರಿಸುತ್ತಿದ್ದಂತೆ ಆತ ಅವಳನ್ನು ರಸ್ತೆಯಲ್ಲಿಯೇ ಚುಂಬಿಸುತ್ತಾನೆ. ಅದಕ್ಕವಳಿಂದ ಯಾವ ಪ್ರತಿರೋಧವೂ ಬರುವುದಿಲ್ಲ. ಎಲ್ಲವೂ ಸುಖಾಂತ್ಯವಾಗಿ ಅವರಿಬ್ಬರು ಸುಖವಾಗಿ ಬಾಳಿದರು ಎಂಬ ಜಾನಪದ ಕತೆಯ ಕೊನೆ ಸಾಲಿನಂತೆ ಕತೆ ಮುಗಿಯುತ್ತದೆ.'

'ಅಯ್ಯೋ ಒಳ್ಳೆಯದೇ ಆಯ್ತಲ್ಲ. ಆ ಕತೆ ಓದಿ ಅವಳ್ಯಾಕೋ ನಿನ್ನ ಮೇಲೆ ಸಿಟ್ಟು ಮಾಡ್ಕೋಬೇಕು? ಇಂತಹ ಲವ್ ಸ್ಟೋರಿಗಳನ್ನ ಕತೆಗಾರರು ಬೇಕಾದಷ್ಟು ಬರ್ದಿರ್ತಾರೆ. ಅದಕ್ಕೆ ಬುಕ್ ಕೊಟ್ಟ ನೀನ್ಹೇಗೋ ಹೊಣೆ ಆಗ್ತೀಯಾ?' ಎಂದ ವಿನೋದ್.

'ಅದಕ್ಕೂ ಒಂದು ಕಾರಣ ಇದೆ. ಆ ಕತೆಯಲ್ಲಿದ್ದ ಪಾತ್ರಗಳ ಹೆಸರು'

'ಹಾಗಾದರೆ ಆ ಪಾತ್ರಗಳ ಹೆಸರೇನು?'

'ನರಹರಿ ಮತ್ತು ಕವಿತಾ ...'

ಎಂದು ನರಹರಿ ಹೇಳುತ್ತಿದ್ದಂತೆಯೇ ವಿನೋದ್ ಸಿಗರೇಟ್‌ನ ಕೊನೆಯ ಪಫ್ ಎಳೆದು ಅಲರ್ಟ್ ಆದವನಂತೆ 'ಹೇ... ಅದ್ಹೇಗೋ ಸಾಧ್ಯ? ಯಾವುದಾದರೂ ಒಂದು ಹೆಸರು ಮ್ಯಾಚ್ ಆದ್ರೆ ಓಕೆ ಅನ್ನೋದಪ್ಪ. ಎರಡೂ ಹೆಸರುಗಳೂ ಅದೂ ಒಂದೇ ಕತೆಯಲ್ಲಿ. ಅದರಲ್ಲೂ ಬುಕ್ ಎಕ್ಸ್‌ಚೇಂಜ್ ಮಾಡಿಕೊಳ್ಳುವವರೇ ಕತೆಯ ಪಾತ್ರಗಳಾಗೋದು. ಅವರಿಬ್ಬರ ಹೆಸರುಗಳೂ ನಿಮ್ಮಿಬ್ಬರ ಹೆಸರುಗಳಿಗೆ

ಯಥಾವತ್ತಾಗಿ ಮ್ಯಾಚ್ ಆಗುವುದು ಎಂಥಾ ವಂಡರ್ ಅಲ್ವೇನೋ?' ಎಂದು ವಿನೋದ್ ನರಹರಿಯನ್ನು ಹುರಿದುಂಬಿಸಿದ.

'ವಂಡರ್ ಅಲ್ವೋ ಇದು ನಾನೇ ಮಾಡಿದ ಬ್ಲಂಡರ್' ಎಂದ ನರಹರಿ.

'ಯಾಕೆ? ಇದಕ್ಕೆಲ್ಲ ನೀನ್ಯಾಕೆ ಕಾರಣನಾಗುತ್ತೀಯಾ? ಯಾರೋ ಕತೆಗಾರ ತನ್ನ ಕತೆಯೊಳಗೆ ನಿನ್ನ ಹೆಸರಿನ ಪಾತ್ರ ಸೃಷ್ಟಿಸಿದ ಕಾರಣಕ್ಕೆ ಅದು ಇನ್ಯಾರದ್ದೋ ಹೆಸರಿನೊಂದಿಗೆ ಮ್ಯಾಚ್ ಆದ ಕಾರಣಕ್ಕೆ ಅದರಲ್ಲಿ ನಿನ್ನ ತಪ್ಪೇನಿದೆ?' ಎಂದು ವಿನೋದ್ ಮರುಪ್ರಶ್ನೆ ಹಾಕಿದ.

'ಆ ಹೆಸರುಗಳನ್ನೇ ಕೊಡಬೇಕೆಂದು ಸೂಚಿಸಿದವನು ನಾನೇ'

'ವಾಟ್? ಯಾರಿಗೆ ಸೂಚಿಸಿದ್ದು ನೀನ್?'

'ಕತೆಗಾರ ಶ್ರೀನಿವಾಸ ಅವರಿಗೆ. ವಿನೋದ್, ನಿನ್ನ ಹತ್ರ ಇನ್ನು ಮುಚ್ಚಿಡೋದರಲ್ಲಿ ಅರ್ಥ ಇಲ್ಲ. I love Kavitha. ಅವಳಿಗೆ ಹೇಳೋ ಧೈರ್ಯ ನನ್ನ ಬಳಿ ಇಲ್ಲ. ಪುಸ್ತಕಗಳ ಬಗ್ಗೆ ಅವಳ ಬಳಿ ಗಂಟೆಗಟ್ಟಲೆ ಮಾತನಾಡುವಾಗ ಇರುವ ಹುಮ್ಮಸ್ಸು ಪ್ರೀತಿಯ ಬಗ್ಗೆ ಮಾತನಾಡಲು ಬಂದರೆ ಠುಸ್ ಎನ್ನುತ್ತದೆ. ಹಾಗಾಗಿ ಅವಳ ಬಳಿ ಹೇಳಲು ಧೈರ್ಯ ಬಾರದೆ ನಾನೇ ಕತೆಗಾರ ಶ್ರೀನಿವಾಸ ಅವರ ಬಳಿ ಹೋಗಿ ನಮ್ಮಿಬ್ಬರ ಪುಸ್ತಕ ಪ್ರೀತಿಯ ಬಗ್ಗೆ ಹೇಳಿ, ತಾನು ಅವಳಲ್ಲಿ ಪ್ರೀತಿ ಹೇಳಿಕೊಳ್ಳಲು ಪೇಚಾಡುತ್ತಿರುವುದನ್ನೂ ಹೇಳಿ, ತಮ್ಮ ಮುಂದಿನ ಪುಸ್ತಕದ ಕತೆಯೊಂದರಲ್ಲಿ ನಮ್ಮ ಹೆಸರುಗಳನ್ನು ಬಳಸುವಂತೆ, ಅದೊಂದು ಸಾರ್ಥಕ ಪ್ರೇಮಕತೆಯಾಗಿದ್ದರೆ ಖುಷಿಯೆಂತಲೂ ಹೇಳಿ, ಅವರಿಗೆ ತಾನೆಂಥ ಕಟ್ಟಾ ಓದುಗ ಅಭಿಮಾನಿ ಎಂಬುದನ್ನು ಮನವರಿಕೆ ಮಾಡಿಸಿ ಈ ವಿನಂತಿಯಿಟ್ಟು ಬಂದಿದ್ದೆ. ಪಾಪ, ಅವರು ನನ್ನ ಕೋರಿಕೆಯನ್ನು ಈ ಪುಸ್ತಕದಲ್ಲಿಯೇ ಈಡೇರಿಸಿದರು. ಅದರಲ್ಲೂ ಪುಸ್ತಕದ ಶೀರ್ಷಿಕೆಯ ಕತೆಯಾದ 'ಸಮಾಗಮ'ದ ಪಾತ್ರಗಳಿಗೇ ನಮ್ಮ ಹೆಸರು ಇಟ್ಟರು. ಆದರೆ ನಮ್ಮ ಸಮಾಗಮವಾಗುವುದರ ಬದಲು ಅವಳು ನನ್ನಿಂದ ಶಾಶ್ವತವಾಗಿ ನಿರ್ಗಮನ ಆಗುವ ಹಾಗಾಯಿತು ನೋಡು' ಎನ್ನುತ್ತಾ ಬಿಕ್ಕಿಬಿಕ್ಕಿ ಅಳತೊಡಗಿದ ನರಹರಿಯನ್ನು ನೋಡಿ ವಿನೋದ್ ಕೂಡ ಭಾವುಕನಾದ.

ಯಾರಾದರೂ ಜಗತ್ತಲ್ಲಿ ಇಂತಹದ್ದೊಂದು ವಿನೂತನ ರೀತಿಯ ಪ್ರಪೋಸ್ ಮಾಡಿರಬಹುದಾ ಎಂದು ಯೋಚಿಸುತ್ತಲೇ ವಿನೋದ್ ತನ್ನ ಕ್ಯಾಬಿನ್‌ಗೆ ಮರಳಿದ. ನರಹರಿ ಮತ್ತೊಂದು ಸಿಗರೇಟ್ ಸೇದುತ್ತ ಸ್ಮೋಕಿಂಗ್ ಝೋನ್‌ನಲ್ಲೇ ಉಳಿದ...

***

"Why were you so harsh on Narahari ? You both are good friends. Was it really required to shout at him like that ?" ಫುಡ್ ಟರ್ಮಿನಲ್‌ನಲ್ಲಿ ಮಧ್ಯಾಹ್ನ ಊಟ ಮಾಡುತ್ತಿರುವಾಗ ಸ್ನೇಹ ಎರಡು ಬಾರಿ ಹೀಗೆ ಕೇಳಿದ ಮೇಲೆ ಕವಿತಾ ಉತ್ತರಿಸಲೇಬೇಕಾಯಿತು.

'ಈಡಿಯಟ್ ಕಣೇ ಅವ್ನು. ನಿಜವಾಗಲೂ ಎಷ್ಟು ಖುಷಿ ಪಟ್ಟಿದ್ದೆ ಅವನು ಆ ಪುಸ್ತಕ ಕೊಟ್ಟು ಅದರಲ್ಲೊಂದು ಸರ್ಪ್ರೈಸ್ ಇದೆ ನೀನು ಓದಿ ನಿನ್ನ ಅಭಿಪ್ರಾಯ ಹೇಳು ಅಂದಾಗ. ಯಾವಾಗಲೂ ನಾನು ಶೀರ್ಷಿಕೆ ಕತೆಗಳನ್ನೇ ಮೊದಲು ಓದೋದು. ಅಂತೆಯೇ ಸಮಾಗಮ ಕತೆ ಓದಲು ಕುಳಿತಾಗ :

'ನರಹರಿ ಮತ್ತು ಕವಿತಾ ಎಂಬಿಬ್ಬರ ಪುಸ್ತಕ ಪ್ರೀತಿ ಬೆರೆತ ರೀತಿ' ಎಂಬ ಸಾಲು ಓದಿ ಉಬ್ಬಿ ಹೋದೆ.' ಎಂಥಾ ಕಾಕತಾಳೀಯವಲ್ಲವೆ? ನಮ್ಮಿಬ್ಬರ ಹೆಸರೂ ಒಂದೇ ಕತೆಯಲ್ಲಿ ಬಳಸಲಾಗಿದೆ ಎಂಬ ವಿಷಯ ನನಗೆ ಅದೆಷ್ಟು ಖುಷಿ ಕೊಟ್ಟಿತು. ಇದನ್ನೇ ಅಲ್ಲವೆ ಅವನು ಸರ್ಪ್ರೈಸ್ ಅಂದಿದ್ದು. ನಮ್ಮಿಬ್ಬರ ಪುಸ್ತಕ ಪ್ರೀತಿಯ ಬಗ್ಗೆ ಒಂದು ಕತೆ. ಅದರಲ್ಲೂ ಪಾತ್ರಗಳ ಹೆಸರೂ ಕೂಡ ನಮ್ಮವೇ. ಆ ಕತೆಯಲ್ಲಿನ ಇಬ್ಬರ ನಡುವೆ ಸಲುಗೆ ಪ್ರೇಮಕ್ಕೆ ತಿರುಗುವ ರೀತಿ, ಅಲ್ಲಿರುವ ಪ್ರಿಯಕರನಿಗೆ ತನ್ನವಳಿಗೆ ಈ ದಿನ ಮುತ್ತಿಡಲೇಬೇಕೆಂಬ ಚೋರ ಚುಂಬನದ ಹಂಬಲ... ಕೊನೆಯಲ್ಲಿ ಇಬ್ಬರ ಪ್ರೀತಿಯ ಸಾರ್ಥಕತೆ. ಎಷ್ಟು ನವಿರಾದ ಭಾವವಿತ್ತು ಗೊತ್ತಾ ಆ ಕಥೆಯಲ್ಲಿ. ನಿಜ ಹೇಳಬೇಕೆಂದರೆ ಆ ಕತೆ ಓದುತ್ತಾ ನನ್ನ ಮನದ ತುಂಬಾ ನರಹರಿಯೇ ಆವರಿಸಿಬಿಟ್ಟಿದ್ದ. ಹೌದಲ್ಲವಾ? ನಾವೂ ಆ ಪಾತ್ರಗಳಂತೆಯೇ ಇದ್ದೇವೆ. ನರಹರಿಯೂ ಹೀಗೆಯೇ ಯೋಚಿಸಿರಬಹುದು. ಅವನಿಗೆ ಈ ಪುಸ್ತಕ ಹಿಂತಿರುಗಿಸುವಾಗ ಅದರಲ್ಲೊಂದು ಪತ್ರ ಇಟ್ಟು ನನ್ನ ಮನಸ್ಸಲ್ಲಿದ್ದಿದ್ದನ್ನು ಬರೆದುಕೊಡಬೇಕು ಎಂದು ತೀರ್ಮಾನ ಮಾಡಿದ್ದೆ ಕಣೇ. ಆದರೆ...'

'ಆದರೆ ಹಾಗೆ ಮಾಡದೆ ಬೆಳಿಗ್ಗೆ ಬಂದು ಎಲ್ಲರ ಎದುರು ಕೂಗಾಡಿ ಅವನನ್ನು ಬೈದೆ. ಅಂತಾದ್ದೇನಾಯಿತು?' ಸ್ನೇಹ ಗೊಂದಲದಿಂದ ಕೇಳಿದಳು.

'ಸಮಾಗಮ ಕತೆ ಓದಿ ಖುಷಿಗೊಂಡ ನಾನು ಈ ಬಗ್ಗೆ ಕತೆಗಾರರಾದ ಶ್ರೀನಿವಾಸರ ಬಳಿ ಮಾತಾಡಬೇಕೆಂಬ ಆಸೆಯಿಂದ ಪುಸ್ತಕದ ಟೆಕ್ನಿಕಲ್ ಪೇಜ್ ತೆಗೆದು ನೋಡಿದೆ. ಅದರಲ್ಲಿ ಅವರ ನಂಬರ್ ಇತ್ತು. ಈ ಕಾಕತಾಳೀಯದ ಬಗ್ಗೆ ಅವರ ಗಮನಕ್ಕೆ ತಂದು ನನ್ನ ಮತ್ತು ನರಹರಿಯ ಬಗ್ಗೆ, ನಮ್ಮ ಸ್ನೇಹದ ಬಗ್ಗೆ, ಪುಸ್ತಕ ಪ್ರೀತಿಯ ಬಗ್ಗೆ ಅವರಿಗೆ ಹೇಳಿ ನಮ್ಮ ಹೆಸರು ತಮ್ಮ ಪುಸ್ತಕದಲ್ಲಿ ಬಳಸಿದ್ದಕ್ಕೆ ಧನ್ಯವಾದ ಹೇಳೋಣ ಎಂದು ತಕ್ಷಣ ಕಾಲ್ ಮಾಡಿದೆ. ನನ್ನ ಪರಿಚಯ ಮಾಡಿಕೊಂಡ ತಕ್ಷಣ ಶ್ರೀನಿವಾಸ ಅವರು ಕಾಲ್ ರಿಸೀವ್ ಮಾಡಿ;

'ನಿಮ್ಮ ಗೆಳೆಯ ನರಹರಿಯವರು ಆ ದಿನ ಮನೆಗೆ ಬಂದಾಗ ನಿಮ್ಮ ಬಗ್ಗೆ ಬಹಳ ಹೇಳಿದರು. ನನ್ನ ಪುಸ್ತಕದ ಕತೆಯಲ್ಲಿ ನಿಮ್ಮಿಬ್ಬರ ಹೆಸರು ಬರಬೇಕೆಂದೂ, ಅದರಿಂದ ನಿಮ್ಮನ್ನು ಖುಷಿಪಡಿಸುವ ಅವರ ಇಚ್ಛೆಯನ್ನೂ ಹೇಳಿಕೊಂಡರು. ಬಹುತೇಕ ಬಾರಿ ನಾವು ಬರೆವ ಕತೆಗಳ ಪರಿಣಾಮ ಏನಾಗುತ್ತದೆ ಎಂದು ತಿಳಿಯುವುದೇ ಇಲ್ಲ. ಹಾಗಿರುವಾಗ ನನ್ನ ಓದುಗರೊಬ್ಬರ ಮನದಾಸೆಗೆ ಒಂದು ಕತೆ ನೆರವಾಗೋದಾದರೆ ಖಂಡಿತಾ ಆಗಲಿ ಎಂಬ ಕಾರಣಕ್ಕೆ ನಾನು ನಿಮ್ಮಿಬ್ಬರ ಕತೆ ಹೇಳುವ ಸಮಾಗಮ ಕತೆಯೊಳಗೆ 'ಒಂದು ಆಸೆ' ಎಂಬ ಕತೆ ಬರುವಂತೆ ಬರೆದೆ. ನಿಮಗೆ ಶುಭವಾಗಲಿ' ಎಂದು ಹತ್ತಾರು ಪುಸ್ತಕ ಪ್ರಕಟಿಸಿರುವ ಗಂಭೀರ ಕತೆಗಾರನಿಗೆ ತಕ್ಕಂತೆಯೇ ನಿರ್ಭಾವುಕರಾಗಿ ಹೇಳಿ ಕಾಲ್ ಕಟ್ ಮಾಡಿದರು. ಅವರ ಬಳಿ ಮಾತಾಡಲು ನನಗೂ ಏನೂ ಉಳಿದಿರಲಿಲ್ಲ. ಆನಂದದ ತುದಿಯಲ್ಲಿದ್ದವಳನ್ನು ಯಾರೋ ಪ್ರಪಾತಕ್ಕೆ ತಳ್ಳಿದಂತಾಯಿತು. ನರಹರಿಯ ಮೇಲೆ ಇದ್ದ ಪ್ರೀತಿಯಿರಲಿ, ಗೌರವವೂ ನಾಶವಾಯಿತು. ಕೇವಲ ನನ್ನ ಪ್ರೀತಿ ಗಳಿಸಲು ಇಂತಹ ಮೋಸ ಮಾಡಿಬಿಟ್ಟನೆ ಎಂದೆನ್ನಿಸಿತು. ಅವನ ಮೇಲೆ ಅಸಹ್ಯ ಹುಟ್ಟಿತು ಸ್ನೇಹ. ಸಂತೋಷವೆಂಬುದು ಸಂತೋಷದ ಮೂಲ ತಿಳಿದಾಗ ಇಲ್ಲವಾದಂತೆ ಇವನ ಚೀಪ್ ಗಿಮಿಕ್‌ಗೆ ಬೇಸರ ಮೂಡಿತು. ಎಂಥ ಆಟ ಆಡಿಬಿಟ್ಟ ನನ್ನ ಮನಸ್ಸಿನೊಂದಿಗೆ. ಬಿಡೀ, ಇದರ ಬಗ್ಗೆ ಇನ್ನೇನೂ ಮಾತಾಡುವುದು ಬೇಡ.' ಎನ್ನುತ್ತಾ ಕವಿತಾ ಕೈ ತೊಳೆಯಲು ವಾಷ್ ರೂಂಗೆ ಹೋದವಳು, ವಾಪಾಸ್ ಬರುವಾಗ ಕಣ್ಣೊರೆಸಿಕೊಳ್ಳುತ್ತ ಹೊರ ಬಂದಳು.

***

ಇತ್ತ ಸ್ಮೋಕಿಂಗ್ ಝೋನ್‌ನಲ್ಲಿದ್ದ ನರಹರಿ, ಐದನೇ ಸಿಗರೇಟು ಸುಟ್ಟ ನಂತರವೂ ಕವಿತಾಗೆ ಆ ಕತೆ ಏಕೆ ಇಷ್ಟವಾಗಲಿಲ್ಲ ಎಂದು ದೀರ್ಘ ಯೋಚಿಸತೊಡಗಿದ. 'A writer must not know who his readers are. Lest he should start writing for them ' ಎಂದು ಯಾವಾಗಲೂ ಹೇಳುತ್ತಿದ್ದ ಕವಿತಾ ಶ್ರೀನಿವಾಸರಿಗೆ ಕಾಲ್ ಮಾಡಿಯಾಳು ಎಂಬ ಕಿಂಚಿತ್ ಊಹೆ ಕೂಡ ಅವನಿಗಿರಲಿಲ್ಲ... ಈಗ ಅವನ ಕಿವಿಯಲ್ಲಿ ಗುಂಯ್‌ಗುಡುತ್ತಿದ್ದದ್ದು ಒಂದೇ ಮಾತು, 'ಇನ್ಮೇಲೆ ನನಗೆ ನೀವು ಯಾವುದೇ ಪುಸ್ತಕ ಓದಲು ಕೊಡಬೇಡಿ'

***

ಇದಾದ ನಂತರ ನರಹರಿ ಮತ್ತು ಕವಿತಾಳ ನಡುವೆ ವಿನಿಮಯಗೊಳ್ಳಲಿಕ್ಕಾದರೂ ಏನಿತ್ತು?

ಪ್ರೀತಿಯೋ...?

ಪುಸ್ತಕವೋ?

22

ಸುಂದರಿಯ ಸಂಕಟ !

ಊರ ಹೊರಗಿನ ಮನೆಗೆ ಹೊಸದಾಗಿ ಬಾಡಿಗೆಗೆ ಬಂದ ಆ ಸುಂದರಿಯ ಬಗ್ಗೆ ಇಡೀ ಊರಿಗೆ ಊರೇ ಕುತೂಹಲ ತೋರಿಸಿದ್ದರಲ್ಲಿ ಯಾವ ಆಶ್ಚರ್ಯವೂ ಇರಲಿಲ್ಲ. ಹಳ್ಳಿಗಳಲ್ಲಿ ಅನಾಮಿಕವಾಗಿ ಬದುಕುವುದು ಬಲು ಕಷ್ಟ. ನಗರಗಳು ಅಪರಿಚಿತ, ಅನಾಮಿಕರನ್ನು ಹೇಗೋ ಸಾಕಿ ಬಿಡುತ್ತವೆ. ಆದರೆ ಹಳ್ಳಿಗಳು ಸಾಕು ಮಾಡಿಬಿಡುತ್ತವೆ. ಅವಳ ವಿಷಯದಲ್ಲಿಯೂ ಹೀಗೆಯೇ ಆಯಿತು.

ಹೆಚ್ಚಿನ ವಿವರಗಳನ್ನು ಅವಳಿಗೆ ಬಾಡಿಗೆ ಮನೆ ಕೊಟ್ಟವರ ಬಳಿ ಕೇಳೋಣವೆಂದರೆ ಅವರು ತಮ್ಮ ಮಗನ ಜೊತೆ ದೂರದ ಕೆನಡಾ ದೇಶದಲ್ಲಿದ್ದಾರೆ. ಹಾಗಾದರೆ ಈಕೆ ಆಧುನಿಕ ಜಗತ್ತಿನ ಎಲ್ಲ ತಾಂತ್ರಿಕತೆಗಳನ್ನು ತಿಳಿದಿರುವಾಕೆಯಂತೂ ಹೌದು. ಆನ್‌ಲೈನ್‌ನಲ್ಲಿ ಬಾಡಿಗೆ ಕಳಿಸುವಂತ ಬಾಡಿಗೆದಾರ ಸಿಕ್ಕ ಖುಷಿಗೆ ಅವರೂ ಕೂಡ ಇವಳ ಹಿಂದುಮುಂದು ವಿಚಾರಿಸಿರಲಿಲ್ಲ ಅನ್ನಿ.

***

ಒಬ್ಬಳೇ ಆ ಮನೆಯಲ್ಲಿದ್ದಾಳೆ. ಊರಿನಲ್ಲಿರುವ ಯಾವ ಅಂಗಡಿಗೂ ಏನನ್ನೂ ಕೊಳ್ಳಲು ಬರುವುದಿಲ್ಲ. ಅವಳು

ಆಗಾಗ ಪಟ್ಟಣಕ್ಕೆ ಹೋಗಲು ಮನೆಯಿಂದ ಹೊರಬಂದಾಗಲಷ್ಟೇ ಅವಳನ್ನು ನೋಡಿದ ಕೆಲವು ಮಂದಿಯ ಪ್ರಕಾರ ಅವಳು ತುಂಬಾ ಸುಂದರವಾಗಿದ್ದಾಳಂತೆ. ಈಗಷ್ಟೇ ಹರೆಯದ ಹದವನ್ನು ಕಲಸಿಟ್ಟವಳಂತೆ. ಅವಳು ಮನೆಯಲ್ಲಿ ಯಾವಾಗಲೂ ಎಲ್ಲಿಗೋ ಹೊರಟವಳಂತೆ ಡ್ರೆಸ್ ಮಾಡಿಕೊಂಡು ಕಿಟಕಿಯ ಹೊರಗೆ ದೃಷ್ಟಿ ನೆಟ್ಟು ಕೂತಿರುತ್ತಾಳಂತೆ. ಊರಿನ ಬಸ್ ನಿಲ್ದಾಣದಲ್ಲಿ ಯಾವುದೇ ಬಸ್ ನಿಂತರೂ ಬಾಗಿಲ ಬಳಿ ಬಂದು ಯಾರೋ ಬರುತ್ತಾರೇನೋ ಎಂಬಂತೆ ಆಸೆ ಕಂಗಳಲ್ಲಿ ಕಾಯುತ್ತಾಳಂತೆ. ಅವಳ ಮನೆಗೆ ಒಂದೆರೆಡು ಬಾರಿ ಪೋಲೀಸರೂ ಕೂಡ ಬಂದು ಹೋಗಿದ್ದರು ಎಂಬುದಂತೂ ಹಳ್ಳಿಯ ಕೆಲವರ ಕಣ್ಣು ಕೆಂಪಾಗಿಸಿತ್ತಂತೆ. 'ವಯಸ್ಸಿಗೆ ಬಂದಿರೋ ಹೆಣ್ಮಕ್ಳು ಇರೋ ಊರಲ್ಲಿ ಹೀಗೆಲ್ಲ ನಡೆಯೋಕೆ ಸಲೀಸಾಗಿ ಬಿಟ್ಟರೆ ಮುಂದೇನು ಗತಿ?' ಎಂದು ಹಲುಬುತ್ತಿದ್ದ ಅಜ್ಜಿಯರೂ ಇದ್ದರು. ಇನ್ನು ಆ ಊರಿನ ಮರ್ಯಾದಸ್ಥ ಮಡದಿಯರೆಂದುಕೊಂಡವರೆಲ್ಲ ಅವಳನ್ನು ತಂತಮ್ಮ ಸವತಿಯಿರಬಹುದೆಂದೇ ನೆನೆದು ಒಳಗೊಳಗೇ ಕುದ್ದಿದ್ದರು. ಯಾರೋ ಕೆಲವರು ಪದೇ ಪದೇ ಬಂದು ಅವಳನ್ನು ಎಲ್ಲಿಗೋ ಕರೆದೊಯ್ಯಲು ಪ್ರಯತ್ನ ನಡೆಸುವುದು, ಅವಳು ಅವರ ಮನವೊಲಿಸಿ ಹಠ ಹಿಡಿದು ಮತ್ತಲ್ಲೇ ಉಳಿಯುವುದು ಕೂಡ ನಡೆದಿತ್ತು.

ಒಂದು ದಿನ ಬಸ್‌ಸ್ಟ್ಯಾಂಡ್‌ನಲ್ಲಿ ಕೂತಿದ್ದವರ್ಯಾರೋ ಮಾತಿನ ಭರದಲ್ಲಿ ಈಕೆಯ ವಾಸ ರಹಸ್ಯವನ್ನು ಮನಸೋ ಇಚ್ಛೆ ಹರಟುತ್ತಿದ್ದಾಗ, ಸದಾ ಅಲ್ಲೇ ಕುಡಿದು ಬಿದ್ದಿರುತ್ತಿದ್ದ, ಎಷ್ಟೋ ವರ್ಷಗಳಿಂದ ದಿನವಿಡೀ ಅಲ್ಲೇ ಮಲಗಿ ಕಾಲ ಕೊಲ್ಲುತ್ತಿದ್ದ ಕುಡುಕನೊಬ್ಬ ಮಧ್ಯೆ ಪ್ರವೇಶಿಸಿ ಆ ಸುಂದರಿ ತಮ್ಮೂರಿಗೆ ಬಂದು ನೆಲೆಸಿದುದರ ಹಿಂದಿನ ಕಾರಣವನ್ನು ಈ ಮುಂದಿನಂತೆ ಅವರಿಗೆಲ್ಲ ಬಿಡಿಸಿ ಹೇಳಿದ.

***

ಬಸ್ ನಿಂತಿತು...

ರಸ್ತೆಯ ಆ ಬದಿಯಲ್ಲಿ 'ಆಕೆ' ಮತ್ತು ರಸ್ತೆಯ ಈ ಬದಿಯಲ್ಲಿ 'ಆತ' ನಡೆದು ಹೋಗುತ್ತಲೇ ಇದ್ದರು. ಆಗಾಗ ಆಕೆ ಇವನನ್ನು ತಿರುಗಿ ನೋಡುತ್ತಿದ್ದಳು. ಮತ್ತೆ ಇವನೂ ಅದನ್ನೆ ಅನುಕರಿಸುತ್ತಿದ್ದ. ಎಲ್ಲ ಪ್ರಯಾಣಿಕರು ತಂತಮ್ಮ ಮನೆ ಸೇರುವ ಹವಣಿಕೆಯಲ್ಲಿ ಅವಸರದ ಹೆಜ್ಜೆ ಇಡುತ್ತಿದ್ದರು.

ನಿಧಾನಕ್ಕೆ ರಸ್ತೆಯ ಇಕ್ಕೆಲಗಳಲ್ಲಿ ಜನ ಕರಗತೊಡಗಿದರು.. ಆಗಾಗ ಕಳ್ಳನೋಟ ಬೀರುತ್ತಿದ್ದ ಅವರಿಬ್ಬರೂ ರಸ್ತೆಯ ತುದಿ ತಲುಪಿದರು. ಮುಂದೆ ರಸ್ತೆ ಇರಲಿಲ್ಲ.. ಊರ ಹೊರಗಿನ ಕಾಡಿಗೆ ಆ ರಸ್ತೆ ತೆರೆದುಕೊಂಡಿತು. ಇಬ್ಬರೂ ಒಮ್ಮೆ ಪರಸ್ಪರರನ್ನು ನೋಡಿಕೊಂಡರು. ಹಚ್ಚೆಂದರೆ ಅವರ ಪರಿಚಯ ಮೂರು ತಾಸುಗಳ ಕಾಲ

ಜೊತೆಗೆ ಪ್ರಯಾಣಿಸಿದ್ದಾಗಿತ್ತು ಅಷ್ಟೇ. ಹಾಗೆ ಪ್ರಯಾಣಿಸುವಾಗಲಾದರೂ ಅವರ ಮಧ್ಯೆ ಮಾತುಕತೆಯಾಗಿದ್ದು ಕಡಿಮೆಯೇ.

ಗೊತ್ತು ಪರಿಚಯವಿಲ್ಲದ ಊರಲ್ಲಿ ತಮಗೇನು ಭಯ ಎಂದು ಭಾವಿಸಿದರೋ ಏನೋ ಅಲ್ಲಿಂದ ಕಾಡಿನೊಳಕ್ಕೆ ಹೋಗುವಾಗ ಅವರ ದಾರಿ ಒಂದೇ ಆಯಿತು... ಕೈ ಕೈ ಹಿಡಿದು ಕಾಲುದಾರಿಯನ್ನು ಹಿಂಬಾಲಿಸಿದರು.

ಕೆಲ ಸಮಯದ ನಂತರ 'ಆತ' ಮುಂದೆಮುಂದೆ ನಡೆದು ಬಂದ. ಆಕೆ ವೈಯ್ಯಾರದಿಂದ ಅವನನ್ನೇ ಹಿಂಬಾಲಿಸಿ ಬಂದಳು. ಯಾವುದೋ ಬಸ್ ಬಂತು. ಆತ ಅವಳಿಗೆ ಕೈ ಬೀಸಿ ಹೋದ. ಆಕೆ ಬಸ್ಸೇರಲಿಲ್ಲ. ಇದಾಗಿ ಈಗ ಬಹಳ ದಿನಗಳೇ ಆಯ್ತು ಅನ್ಸುತ್ತೆ. ಅವನಿಗಾಗಿ ಇವಳು ಇಲ್ಲೇ ಕಾಯುತ್ತಿದ್ದಾಳೆ ಪಾಪ' ಎಂದು ಹೇಳಿ ಮುಗಿಸುವಷ್ಟರಲ್ಲಿ ಆ ಕುಡುಕನ ಕತೆ ಕೇಳುತ್ತಿದ್ದವರ್ಯಾರು ಅಲ್ಲಿರಲಿಲ್ಲವೆಂಬದನ್ನು ಮನಗಂಡ ಆತ 'ಆ ಸುಂದರಿಯ ಸಂಕಟ ನೀಗುವ ಆ ಬಸ್ಸು ಆದಷ್ಟು ಬೇಗ ಬರಲಿ' ಎಂದು ಆಶಿಸುತ್ತಿದ್ದರೆ, ಅಲ್ಲಿ ಊರ ಹೊರಗಿನ ಮನೆಯಲ್ಲಿ ಕೂತ ಆ ಸುಂದರಿ ಮಾತ್ರ ಆ 'ಆತ'ನ ದಾರಿ ಮತ್ತಿನ್ಯಾವ ಕಾಡಿನ ಕಡೆಗೆ ಹೊಂಚು ಹಾಕಿದೆಯೋ? ಎಂಬ ಸಂಕಟದಲ್ಲಿದ್ದುದು ಯಾರ ಗಮನಕ್ಕೂ ಬರಲಿಲ್ಲ.

23

ಜತೆಗಿರುವನು ಚಂದಿರ

ಒಂದು ತಿಳಿಯಾದ ಸಂಜೆಯಲ್ಲಿ ದಂಪತಿಗಳಿಬ್ಬರು ಖುಷಿಯಿಂದ, ಚೇತೋಹಾರಿಯಾಗಿ ವಿಹಾರಕ್ಕೆ ಹೊರಟರು. ಸಣ್ಣ ಸಣ್ಣ ರಸ್ತೆಗಳನ್ನು ದಾಟುತ್ತ, ಬ್ಯುಸಿ ಇರುವ ನಗರದ ರಸ್ತೆಗಳಲ್ಲಿ ನಡೆಯುತ್ತಾ ಹೋಗುತ್ತಿದ್ದವರ ನಡುವೆ ಹೀಗೊಂದು ಸಂಭಾಷಣೆ ನಡೆಯಿತು;

'ನಾನು ಈ ಊರಿಗೆ ಬಂದ ಆರಂಭದ ದಿನಗಳಲ್ಲಿ ಇದೇ ರಸ್ತೆಯಲ್ಲಿ ವಾಕಿಂಗ್ ಬರುತ್ತಿದ್ದೆ' ಎಂದ ಗಂಡ.

'ಹೌದಾ? ಆ ದಿನಗಳೇ ಚೆನ್ನಾಗಿದ್ದವೇನೋ ಅಲ್ವೇ? ನೀನೊಬ್ಬನೇ ಬರುತ್ತಿದ್ದೆಯೇನೋ' ಎಂದಳು ಹೆಂಡತಿ.

'ಹೌದು. ನನ್ನ ಜೊತೆ ಮುಂದೊಂದಿನ ಯಾರು ವಾಕಿಂಗ್‌ಗೆ ಬರಬಹುದು ಎಂದು ಯೋಚಿಸುತ್ತಲೇ ಇರುತ್ತಿದ್ದೆ'

'ಓಹೋ! ಯಾರಾದರೂ ಬೇರೆ ಇದ್ದರೇನೋ ಮನಸ್ಸಲ್ಲಿ ಅಲ್ವಾ?' ಎಂದು ಕೊಂಕು ತಗೆದಳಾಕೆ.

ಅವನು ಏನೂ ಹೇಳಲಿಲ್ಲ.ಅವಳೇ ಮುಂದುವರಿಸಿದಳು. 'ನಾನೂ ನಮ್ಮ ನಗರದ ರಸ್ತೆಗಳಲ್ಲಿ ವಾಕಿಂಗ್ ಹೋಗುತ್ತಿದ್ದೆ'

'ಓಹೋ! ಯಾರಾದರೂ ಬೇರೆ ಇದ್ದರೇನೋ ಮನಸ್ಸಲ್ಲಿ ಅಲ್ವಾ?' ಎಂದು ಆಕೆಯ ಮಾತನ್ನೇ ನಕಲು ಮಾಡಿದನಾತ

ಅವಳು ಏನೂ ಮಾತನಾಡಲಿಲ್ಲ. ಕೆಲ ಹೊತ್ತು ಹಾಗೇ ನಡೆದರು. ಸರ್ಕಲ್ ಬಳಿ ಬರುವಷ್ಟರಲ್ಲಿ ಅವನು ಮತ್ತೆ ಮೌನ ಮುರಿದ.

'ಪಾನಿ ಪೂರಿ ತಿನ್ನೋಣವಾ?'

'ಇಲ್ಲ. ನನಗೆ ದೋಸೆ ತಿನ್ಬೇಕು ಅನ್ನಿಸ್ತಿದೆ'

'ಸರಿ. ಮುಂದೆ ಹೋಟೆಲ್ ಇದ್ಯಲ್ಲ ಮಸಾಲೆ ದೋಸೆ ತಿನ್ನೋಣ'

'ಬೇಡ. ನಾನು ರವಾ ದೋಸೆ ತಿನ್ಬೇಕು. ನೀನ್ ಬೇಕಿದ್ರೆ ಮಸಾಲೆ ದೋಸೆ ತಿನ್ನೋ' ಎಂದು ಕೋಪದಲ್ಲೇ ಹೇಳಿದಳಾಕೆ.

ಮತ್ತೆ ಮೌನದ ನಡಿಗೆ...

ಹೋಟೆಲ್ ಬಂತು. ಒಂದು ರವಾದೋಸೆ ಮತ್ತೊಂದು ಮಸಾಲೆ ದೋಸೆಯ ಬಗ್ಗೆ ಗಂಡ ಹೆಂಡತಿ ಎಷ್ಟು ತಾನೆ ಮಾತನಾಡಿಯಾರು?

ಬಿಲ್ ಕೊಟ್ಟು ಹೊರ ಬಂದಮೇಲೆ ಆಕೆ ಅವನ ಕೈ ಹಿಡಿದು ಹೇಳಿದಳು, 'ನೀನು ಪಾನಿ ಪೂರಿಯನ್ನೇ ತಿನ್ನೋಣ ಎಂದು ಏಕೆ ಹಠ ಹಿಡಿಯಲಿಲ್ಲ. ಅಷ್ಟು ಬೇಗ ನನಗಾಗಿ ನಿನ್ನ ಆಯ್ಕೆಯನ್ನು ಬದಲಿಸಿಕೊಂಡಿದ್ದೇಕೆ?'

ಅವನು ನಗುತ್ತ ಹೇಳಿದ, 'ಮದುವೆಗೆ ಮುಂಚೆ ವಾಕಿಂಗ್ ಬಂದಾಗ ನಾನು ಪಾನಿಪೂರಿಯನ್ನೇ ತಿನ್ನುತ್ತಿದ್ದೆ. ಈಗ ನನಗೆ

ಅವಳು ನಕ್ಕಳು...

ವಾಪಸ್ಸಾಗುವ ಹಾದಿಯಲ್ಲಿ ಆಗಸದಲ್ಲಿ ಚಂದಿರ ಮೂಡಿದ್ದ. ಯಾವುದೋ ಸಿಟಿ ಬಸ್‌ಸ್ಟಾಪ್‌ನಲ್ಲಿ ಇಬ್ಬರೂ ಕೂತರು. ಆಗಸ ನೋಡಲು ಹಾತೊರೆದ ಅವಳಿಗೆ ಗಗನಚುಂಬಿ ಕಟ್ಟಡವೊಂದು ಅಡ್ಡ ಬಂತು.

ಹೌದು ಅದು ಅಡ್ಡ ಬಂದದ್ದು ನಿಜ.

'ಅಲ್ಲಿ ನೋಡು. ಆ ಚಂದಿರ ಹೇಗೆ ನಗ್ತಿದಾನೆ.' ಎಂದು ರೊಮ್ಯಾಂಟಿಕ್ ಆಗಿ ಹೇಳಿದಳಾಕೆ

'ಅಲ್ಲಿಗೆ ಕರೆದೊಯ್ಯಲೇ ನಿನ್ನ?' ಎಂದು ಪ್ರಶ್ನೆಯಾದ ಆತ.

ಅದಕ್ಕವಳು, 'ಚಂದಿರನಲ್ಲಿಗೆ ಬೇಡ. ಅದೇ ನೇರದಲ್ಲಿರೋ ಆ ಅಪಾರ್ಟ್ಮೆಂಟ್ ಬಳಿ ಒಂದು ಜಾಹೀರಾತು ಬೋರ್ಡ್ ಹಾಕಿದಾರಲ್ಲ. ಅಲ್ಲಿಗೆ ಕರ್ಕೊಂಡ್ ಹೋಗ್ತೀಯಾ?'

ಅವನು ಆ ಬೋರ್ಡ್‌ನ್ನು ದಿಟ್ಟಿಸಿದ.

`Own a house in the top floor and be a neighbor to the Moon'

'ಕೊನೆಯ ಮಹಡಿಯಲ್ಲಿ ಮನೆ ಖರೀದಿಸಿ, ಚಂದ್ರನೊಂದಿಗೆ ಸ್ನೇಹ ಸಂಪಾದಿಸಿ'

ಎರೆಡೆರಡು ಬಾರಿ ಜೋರಾಗಿ ಅದನ್ನೇ ಓದಿದವನಿಗೆ ಆಕೆ ಮತ್ತೆ ಕೇಳಿದಳು.

'ಹೇಳು. ನನಗೆ ಅಲ್ಲಿರಬೇಕು, ಆ ಮನೆಯಲ್ಲಿರಬೇಕು ಚಂದ್ರನ ಸ್ನೇಹ ಸಂಪಾದಿಸಬೇಕೆಂಬ ಆಸೆ. ಕರ್ಕೊಂಡ್ ಹೋಗ್ತೀಯಾ ಅಲ್ಲಿಗೆ ?'

ಅವನು ತಕ್ಷಣ ರೊಮ್ಯಾಂಟಿಕ್ ಮೂಡ್‌ನಿಂದ ಹೊರಬಂದು, 'ಕರ್ಕೊಂಡ್ ಹೋಗೋ ಆಸೆ ಅಂತೂ ಇದೆ. ಆದರೆ ಸುಳ್ಳು ಭರವಸೆ ಕೊಡೋದ್ ಹೇಗೆ ಅಂತ ಯೋಚನೆ ಮಾಡ್ತಿದ್ದೀನಿ' ಅಂದ.

ಅವಳಿಗದು ಇಷ್ಟವಾಗಲಿಲ್ಲ.

'ನಮ್ ಹಣೇಲಿ ಅದ್ ಬರ್ದಿಲ್ವೇನೋ. ನಂದೇ ತಪ್ಪು ಹಾಸಿಗೆ ಇದ್ದಷ್ಟು ಕಾಲು ಚಾಚ್ಬೇಕು ಅನ್ನೋದು ನನಗೆ ಗೊತ್ತಿರಬೇಕು' ಎಂದು ಖಾರವಾಗಿ ನುಡಿದಳು.

ಅವನು ಮಾತಾಡಲಿಲ್ಲ...

'ನಾನು ನಮ್ಮೂರಿನ ರಸ್ತೆಗಳಲ್ಲಿ ವಾಕಿಂಗ್ ಹೋಗುವಾಗ ಇಂತಹ ಕಟ್ಟಡಕ್ಕೆ ಕರೆದೊಯ್ಯುವವನೇ ಸಿಗುತ್ತಾನೆ ಎಂದುಕೊಂಡಿದ್ದೆ' ಎಂದು ಮುಂದುವರೆಸಿದಳವಳು.

'ಆಗಿನ್ನೂ ಈ ನಗರದಲ್ಲಿ ಇಂತಹ ಕಟ್ಟಡಗಳು ತಲೆಯೆತ್ತಿರಲಿಲ್ಲ. ನನ್ನ ಮನಸ್ಸಲ್ಲಿ ಕೂಡ' ಎಂದು ಅವನು ಮೆಲುದನಿಯಲ್ಲಿ ಹೇಳಿದ.

'ಅದು ಹಾಗೆಯೇ, ಎಲ್ಲರೂ ಓಡ್ತಿರುವಾಗ ನಾವು ಮಲಗಿದ್ದರೆ ಹಾಗೇ ಆಗೋದು' ಎಂದು ಚುಚ್ಚಿದಳಾಕೆ.

ಅವನು ಮೌನವನ್ನು ಆಹ್ವಾನಿಸಿದ. ಅದರಲ್ಲೇ ಉಳಿದ.

'ಜೊತೆಯಲ್ಲಿರುವವರನ್ನ ನೋಡಿಯಾದರೂ ಹಠ ಹುಟ್ಟಬೇಕು. ಅದೂ ಇಲ್ಲದ ಮನುಷ್ಯ ಅಂಜುಬುರುಕ ಅಲ್ಲದೆ ಇನ್ನೇನು?' ಹೀಗೆ ಹೇಳಿ ಅವನಲ್ಲಿನ ಛಲವನ್ನು ಉದ್ದೀಪನಗೊಳಿಸುತ್ತಿದ್ದೇನೆಂದು ಅವಳು ಭಾವಿಸಿದಳು.

ಆದರೆ ಅವನು ಅವಮಾನದಿಂದ ಜರ್ಜರಿತನಾದ. ಅಡುಗೆ ಎಣ್ಣೆ ಖಾಲಿ ಆಗಿದೆ ಎಂದು ಅವಳು ಮನೆಯಿಂದ ಹೊರಡುವಾಗಲೇ ಹೇಳಿದ್ದರಿಂದ ಒಂದು ಅಂಗಡಿಯ ಬಳಿ ಅದನ್ನು ತರಲೆಂದು ಹೋದ. ಆಕೆ ಅವನಿಗಾಗಿ ಕಾಯಲಿಲ್ಲ.

ಸರಸರನೆ ನಡೆದು ಮನೆ ಸೇರಿದ್ದಳು. ಅವನು ಭಾರವಾದ ಹೆಜ್ಜೆಗಳನ್ನಿಡುತ್ತಾ ಮನೆಗೆ ಬಂದ. ಮತ್ತೆ ಎಲ್ಲವೂ ಮಾಮೂಲಿನಂತೆಯೇ ನಡೆಯಿತು.

ಅವಳಿಗಾಗಿ ಪಾನಿಪೂರಿ ಬದಲು ದೋಸೆ ತಿಂದವನ ಮುಗ್ದತೆ ಮತ್ತು ತನಗಾಗಿ ತನ್ನ ಆಯ್ಕೆಯನ್ನೂ ಬದಲಿಸಿಕೊಂಡವನ ಬಗ್ಗೆ ಅವಳಲ್ಲಿ ಆ ಸಂಜೆಯಲ್ಲಿ ಹುಟ್ಟಿದ್ದ ಹೆಮ್ಮೆ ಇವೆರೆಡೂ ಅಷ್ಟಾಗಿ ಪ್ರಾಮುಖ್ಯತೆ ಪಡೆಯಲಿಲ್ಲ. ಕೆಲವೊಮ್ಮೆ ರಸ್ತೆಗಳು ಹೋಗುವಾಗ ಕೊಟ್ಟ ಆನಂದವನ್ನು ಹಿಂತಿರುಗುವಾಗ ನೀಡುವುದಿಲ್ಲ.

ರಾತ್ರಿ ಪಕ್ಕದಲ್ಲಿ ಮಲಗಿದವಳ ಮನಸ್ಸು ಕದಡಿರುವುದನ್ನು ಸ್ಪಷ್ಟವಾಗಿ ಗ್ರಹಿಸಿದ. ಚಂದ್ರನ ಸ್ನೇಹ ಬಯಸಿದ ಅವಳದ್ದಾದರೂ ಏನು ತಪ್ಪಿದೆ ಪಾಪ? ಎಂದು ಸ್ವಯಂ ಸಮಜಾಯಿಷಿ ಕೊಟ್ಟುಕೊಂಡ. ಅವಳಲ್ಲಿ ಏನೂ ಹೇಳಿಕೊಳ್ಳದೆ ಆ ನಿಟ್ಟಿನಲ್ಲಿ ಕಾರ್ಯಪ್ರವೃತ್ತನಾದ. ಅವಳ ಮಾತುಗಳಲ್ಲೇ ಹೇಳೋದಾದರೆ ಮಲಗಿದ್ದವ ಎದ್ದು ಓಡುತ್ತಿದ್ದವರ ಜೊತೆಯೇ ಓಡತೊಡಗಿದ. ಆಗ 'ಆ ಚಂದ್ರ' ನನ್ನು ಪಡೆಯುವುದು ಅವನಿಗೂ ಸಾಧ್ಯವಾಯಿತು. ಅವಳಿಗೋ ಖುಷಿಯೋ ಖುಷಿ. ಅವಳ ಖುಷಿಯಲ್ಲಿ ಅವನೂ ಖುಷಿಪಟ್ಟ.

ಆ ಖುಷಿಯನ್ನು ಗಳಿಸುವಷ್ಟರಲ್ಲಿ ಅವನು ವಿಪರೀತ ಆಯಾಸಗೊಂಡಿದ್ದ. ದುಡಿಮೆ, ಆನಂದದ ಜೊತೆ ಆಯಾಸವನ್ನೂ ಬಳುವಳಿಯಾಗಿಸಿತ್ತು. ಅವರು ಚಂದ್ರನ ನೆರೆಹೊರೆಯವರಾಗಿ ಆ ಕಟ್ಟಡದಲ್ಲಿ ವಾಸಿಸತೊಡಗಿದ ಬೆರಳೆಣಿಕೆಯ ದಿನಗಳಲ್ಲಿ, ಆಯಾಸಗೊಂಡಿದ್ದ ಅವನು ಅವಸಾನ ಹೊಂದಿಬಿಟ್ಟ. ಅವನ ಅಗಲಿಕೆ ಅವಳಲ್ಲಿಯೂ ಪಶ್ಚಾತ್ತಾಪ ತಂದಿತು.

***

ಈಗ ಅವಳು ಪ್ರತಿದಿನ ಸಂಜೆ ಆ ಅಪಾರ್ಟ್ಮೆಂಟ್ ನ ಬಾಲ್ಕನಿಗೆ ಬಂದು ನೋಡುತ್ತಾಳೆ. ಸರ್ಕಲ್ ಬಳಿಯ ಪಾನಿಪೂರಿಯ ಗಾಡಿ ಮತ್ತು ದೋಸೆ ಹೋಟೆಲ್ ಎರಡನ್ನೂ ನೋಡಿದಾಗ ಅವಳಿಗೆ 'ಅವನ' ನೆನಪಾಗುತ್ತದೆ. ಮತ್ತೆ ಅವನು ನಕ್ಷತ್ರವಾಗಿ ಇದನ್ನೆಲ್ಲ ನೋಡುತ್ತಿದ್ದಾನೆ.

ಅವಳು ಚಂದ್ರಲೋಕದಲ್ಲೇ ಇದ್ದರೂ ಅವನು ಮಾತ್ರ ಕೈಗೆಟುಕದ ನಕ್ಷತ್ರವಾಗಿರೋದನ್ನು ನೋಡಿದಾಗ ಅದೊಂದು ಸಂಜೆ ಅವರಿಬ್ಬರೂ ವಾಯುವಿಹಾರಕ್ಕೆ ಹೋಗದಿದ್ದರೆ ಈ ದುರಂತ ನಡೆಯುತ್ತಿರಲಿಲ್ಲವೇನೋ ಎಂದು ನನಗನ್ನಿಸುತ್ತದೆ.

24

ಮುಗಿಯದ ಸಂಭಾಷಣೆ ಮತ್ತು ಮುಗಿದುಹೋದ ಸಂಬಂಧ

'ಸ್ವಲ್ಪ ಮೊಬೈಲ್ ಕೊಡ್ತೀರ ?' ಎಂದ . ರೈಲ್ವೆ ಪ್ಲಾಟ್‌ಫಾರ್ಮ್‌ನ ಮೇಲೆ ಐದಾರು ಬ್ಯಾಗ್‌ಗಳನ್ನು ಇಟ್ಟುಕೊಂಡು ಅವುಗಳ ಕಾವಲು ಕಾಯುತ್ತಾ ನಿಂತಿದ್ದ ನನಗೆ ಒಮ್ಮೆಲೆ ಅವನ ಮೇಲೆ ಅನುಮಾನ ಮೂಡಿತು.

ರೈಲು, ದಿನದ ಸಮಯಕ್ಕಿಂತ ಮೂವತ್ತು ನಿಮಿಷ ತಡವಾಗಿ ಬರುತ್ತದೆಂಬ ಸೂಚನೆಯೂ ಬಂತು.

'ಮನೆಯಲ್ಲಿ ಮೊಬೈಲ್ ಮರೆತುಬಿಟ್ಟು ಬಂದೆ' ತನ್ನ ಹಿಂದಿನ ಮಾತನ್ನು ಮುಂದುವರೆಸುವಂತೆ ಆತ ಹೇಳಿದ.

ಕೆದರಿದ ಕೂದಲು, ಕೊಳೆಯಾದ ಅಂಗಿ, ಅಸ್ತವ್ಯಸ್ತವಾಗಿದ್ದ ಅವನ ಗಡ್ಡ–ಇವೆಲ್ಲವನ್ನು ನೋಡಿದಾಗ ಇವನಿಗೆ ಮೊಬೈಲ್ ಕೊಡುವುದು ಉಚಿತವಲ್ಲವೇನೋ, ನನ್ನ ಬಳಿ ಮೊಬೈಲ್ ಪಡೆದು ಓಡಿ ಹೋದರೆ? ಅಥವಾ ಮೊಬೈಲ್ ಪಡೆದು ಮಾತಾಡುವಂತೆ ಮಾಡಿ, ನನ್ನ ಐದಾರು ಬ್ಯಾಗ್‌ಗಳಲ್ಲಿ ಒಂದನ್ನು ತೆಗೆದುಕೊಂಡು ಓಡಿ ಹೋದರೆ ಎಂಬ ಭಯ ಕಾಡಿತು.

ಆದರೂ 'ಒಳ್ಳೆಯವನು' 'ಪರೋಪಕಾರಿ' ಎನಿಸಿಕೊಳ್ಳುವ ಒಂದು ಸಣ್ಣ ಅವಕಾಶ ಸಿಕ್ಕರೂ ಅದನ್ನು ತಪ್ಪದೇ ಬಳಸಿಕೊಳ್ಳಬೇಕೆಂಬ ಸೈದ್ಧಾಂತಿಕ ಆಲೋಚನೆ ಅವನಿಗೆ ಮೊಬೈಲ್ ನೀಡಬೇಕೆಂದು ಒಳಗಿನಿಂದ ಒತ್ತಡ ತಂದಿತು.

'ಬೇಗ ಮಾತಾಡಿ ಕೊಡಿ' ಎನ್ನುತ್ತಾ, ಮೊಬೈಲ್‌ನ್ನು ಅನ್‌ಲಾಕ್ ಮಾಡಿ 'ನಂಬರ್ ಹೇಳಿ' ಎಂದೆ. ಆತ ನಂಬರುಗಳನ್ನು ಬಿಡಿಬಿಡಿಯಾಗಿ ಹೇಳಿದ. ಡಯಲ್ ಮಾಡಿ ಕೊಟ್ಟೆ. 'ಸ್ವಲ್ಪ ದೂರ ಹೋಗಿ ಮಾತಾಡಬಹುದಾ ಸರ್? ಒಂದೈದು ನಿಮಿಷ' ಎಂದನಾತ.

'ಬೇಡ. ಇಲ್ಲೇ ನಿಂತು ಮಾತಾಡಿ. ರೈಲು ಬರುವ ಸಮಯವಾಯ್ತು' ಎಂದು ನಿಷ್ಠುರವಾಗಿಯೇ ಹೇಳಿದೆ.

`Beggars have no choice' ಎಂಬ ಅಹಂನ ಮಾತೇ ಅದಾಗಿತ್ತು. ಅದೂ ಅಲ್ಲದೆ ದೂರ ಹೋಗಿ ಮಾತಾಡುವಂತೆ ನಟಿಸಿ, ಹಾಗೆಯೇ ಮೊಬೈಲ್‌ನೊಂದಿಗೆ ಪರಾರಿಯಾಗುವುದು ಅವನ ಪ್ಲಾನ್ ಇರಬಹುದೆಂದು ನನ್ನ ಊಹೆ.

ಮೊಬೈಲ್ ಪಡೆದ ಆತ, ಕಾಲ್ ರಿಸೀವ್ ಆಗುತ್ತಿದ್ದಂತೆ ಮಾತಾಡತೊಡಗಿದ. ಆತ ಮಾತಾಡುತ್ತಿದ್ದ ರೀತಿ ನೋಡಿದರೆ ಮೊಬೈಲ್‌ನ್ನು ಮರೆತು ಬಿಟ್ಟುಬಂದ ಹಾಗೆ ಕಾಣಲಿಲ್ಲ. ನಾನು ಮೊಬೈಲ್ ಕೊಟ್ಟಿದ್ದೇನೆಂಬ ಕಾರಣಕ್ಕೆ ಆತನ ಖಾಸಗಿ ಸಂಭಾಷಣೆಯನ್ನು ಕೇಳಿಸಿಕೊಳ್ಳುವ ಹಕ್ಕು ನನಗಿರಲಿಲ್ಲ ನಿಜ. ಆದರೆ ಅಷ್ಟು ಹತ್ತಿರದಲ್ಲಿ ನಿಂತಿದ್ದ ಅವನ ಮಾತುಗಳು ಬೇಡವೆಂದರೂ ಕಿವಿಗೆ ಬೀಳುತ್ತಿದ್ದವು. ನಾನು ಅವುಗಳಿಗೆಲ್ಲ ಅನ್ಯಮನಸ್ಕನಾಗಿರುವಂತೆ ತೋರಿಸಿಕೊಂಡರೂ ಅವನ ಮಾತಿನಿತ್ತ ಸಂಪೂರ್ಣ ಗಮನ ಇಟ್ಟಿದ್ದೆ.

ಅವನಿಗೇನು ಇದು ತಿಳಿಯದೇ ಇರಲಿಲ್ಲ. ಕೆಲವೊಮ್ಮೆ ಜೋರಾಗಿ ಮಾತಾಡಿದರೂ ಅನೇಕ ವಾಕ್ಯಗಳನ್ನು ತುಂಬಾ ಮೆದುವಾಗಿ ಹೇಳುತ್ತಿದ್ದ. ಅವನ ಒಟ್ಟು ಸಂಭಾಷಣೆಯಲ್ಲಿ ನನ್ನ ಕಿವಿಗೆ ಬಿದ್ದ ಕೆಲವು ವಾಕ್ಯಗಳನ್ನು ಮಾತ್ರ ನಾನು ಹೇಳಬಲ್ಲೆ.

***

'ನಾನು ಎಷ್ಟು ಸರಿ ಅಂತ ಸಹಿಸ್ಕೋಬೇಕು?'

'ಇದೊಂದ್ ಸರಿ ಅಂತ ಪ್ರತಿ ಸರಿ ಹೇಳ್ತೀಯಾ.'

'ಇಲ್ಲ. ಬರೋಲ್ಲ...'

'ನಾನು ಇಷ್ಟೆಲ್ಲ ಕಷ್ಟಪಡೋದು ಯಾರಿಗೆ?'

'ಇಲ್ಲ... ಅಂತಾದ್ದೇನೂ ಇಲ್ಲ. ನನಗೂ ಯಾವಾಗಲೂ ಇದ್ನೇ ಹೇಳಿ ಹೇಳಿ ಸಾಕಾಗಿ ಹೋಗಿದೆ'

'ನನ್ನ ಕಷ್ಟ ಯಾವತ್ತಾದರೂ ಹೇಳ್ಕೊಂಡಿದೀನಾ?'

'ಅಷ್ಟಿದ್ದ ಮೇಲೆ ನನ್ನನ್ನ ಯಾಕೆ ಮದುವೆ ಆಗ್ಬೇಕಿತ್ತು?'

'ಮಕ್ಕಳು ಇದಾವೆ ಅನ್ನೋ ಯೋಚನೆನಾದರೂ ಇದ್ಯಾ ನಿಮಗೆ ಮೇಡಂ?

'ಇದು ಬೇರೆಯವರ ಮೊಬೈಲ್. ತುಂಬಾ ಮಾತಾಡೋಕೆ ಆಗಲ್ಲ' (ಎನ್ನುತ್ತ ನನ್ನನ್ನು ಒಮ್ಮೆ ನೋಡಿದ. ಮಾತು ಮುಗಿಸುತ್ತೇನೆ ಎಂಬುದರ ಸೂಚನೆ ನೀಡಲು ಅನ್ನಿಸುತ್ತೆ)

'ಯಾವ ಕಾರಣಕ್ಕೂ ಮತ್ತೆ ಆ ಮನೆಗೆ ಬರೋಲ್ಲ...'

***

ಈ ಮಾತುಗಳನ್ನಷ್ಟೇ ಕೇಳಿಸಿಕೊಂಡ ನನಗೆ ಅವನ ಮೇಲೆ ಕರುಣೆ ಬರತೊಡಗಿತ್ತು.

'ತುಂಬಾ ಥ್ಯಾಂಕ್ಸ್ ಸರ್' ಎನ್ನುತ್ತಾ ಮೊಬೈಲ್ ವಾಪಸ್ಸು ಕೊಟ್ಟ.

'ಕಾಲ್ ಕಟ್ ಆಯ್ತೇನೋ. ಬೇಕಿದ್ದರೆ ಮತ್ತೊಂದ್ ಕಾಲ್ ಮಾಡಿ' ಎಂದೆ.

'ಇಲ್ಲ ಸರ್. ನಾನೇ ಕಟ್ ಮಾಡಿದೆ. ಇನ್ನೇನು ಹೇಳೋದ್ ಇಲ್ಲ' ಎನ್ನುತ್ತಾ ನನ್ನ ಕೈಯಲ್ಲಿ ಮೊಬೈಲ್ ಕೊಟ್ಟು ರಿಸರ್ವೇಷನ್ ಅಲ್ಲದ, ಜನರಲ್ ಬೋಗಿಗಳು ಬಂದು ನಿಲ್ಲುವ ಕಡೆ ನಡೆದು ಹೋದ...

'ಏಯ್' ಅಂದೆ

ತಿರುಗಿ ನೋಡಿದ.

ನನ್ನ ಬಳಿ ಹೇಳಲು ಏನೂ ಇರಲಿಲ್ಲ.

ಅವನನ್ನು ಕಳ್ಳನಂತೆ ಕಲ್ಪಿಸಿಕೊಂಡದ್ದಕ್ಕೆ ಕ್ಷಮೆ ಕೇಳಬೇಕಿತ್ತಾ? ಎಂದು ಯೋಚಿಸುವಷ್ಟರಲ್ಲೇ ಅವನು ಕಾಣದಾದ.

ಅಷ್ಟರಲ್ಲಿ ರೈಲು ಬಂತು. ಇವೆಲ್ಲವನ್ನೂ ಗಮನಿಸುತ್ತಾ ದೂರದ ಕಟ್ಟೆಯ ಮೇಲೆ ಕೂತಿದ್ದ ನನ್ನವಳು ಎದ್ದುಬಂದು ರೈಲು ಹತ್ತುವಾಗ 'ಯಾರು ಅವರು? ಏನಂತೆ?' ಅಂದಳು. 'ಗೊತ್ತಿಲ್ಲ, ಕಾಲ್ ಮಾಡೋಕಂತ ಫೋನ್ ತಗೊಂಡಿದ್ರು' ಅಂದೆ. ಅವಳೂ ಅದರ ಬಗ್ಗೆ ಮತ್ತೇನೂ ಕೇಳಲಿಲ್ಲ.

ತಡವಾಗಿ ಬಂದ ರೈಲು ಬೇಗ ಹೊರಟೇ ಬಿಟ್ಟಿತು. ಸ್ಲೀಪಿಂಗ್ ಕೋಚ್‌ಗಳಲ್ಲಿ ಜನ ತಕ್ಷಣ ಮಲಗಿಬಿಡುತ್ತಾರೆ. ಮಲಗಲೆಂದು ಅಣಿಯಾಗುತ್ತಿದ್ದೆ.. ಅಷ್ಟರಲ್ಲಿ ಮೊಬೈಲ್ ರಿಂಗ್ ಆಯ್ತು. ಆ ವ್ಯಕ್ತಿ ಯಾರಿಗೆ ಕಾಲ್ ಮಾಡಿದ್ದನೋ ಆ ನಂಬರಿನಿಂದ ಕಾಲ್ ಬಂತು. ಇದು ಹೊಳೆಯದ ನಾನು ತಕ್ಷಣ ಕಾಲ್ ರಿಸೀವ್ ಮಾಡಿಬಿಟ್ಟೆ. ಆ ಕಡೆಯಿಂದ ಅಳುವ ಹೆಂಗಸಿನ ಧ್ವನಿಯೊಂದು 'ಈಗ ನಿಮ್ಮ ಮೊಬೈಲ್‌ನಿಂದ ಕಾಲ್ ಮಾಡಿದ್ದರಲ್ಲ, ಅವರಿಗೆ ಸ್ವಲ್ಪ ಫೋನ್ ಕೊಡಿ' ಎನ್ನುವಾಗ ಬಿಕ್ಕಳಿಸುತ್ತಿತ್ತು.

'ಅವರು ಇಲ್ಲ. ರೈಲು ಹೊರಟಾಗಿದೆ.' ಎನ್ನುತ್ತಾ ಅಮಾನುಷವಾಗಿ ಕಾಲ್ ಕಟ್ ಮಾಡಿದೆ.

ಆಮೇಲೆ ಕನಿಷ್ಠ ಎಂದರೂ ಹತ್ತು ಬಾರಿ ಆ ನಂಬರಿನಿಂದ ಕಾಲ್ ಬಂತು. ನಾನು ರಿಸೀವ್ ಮಾಡಲಿಲ್ಲ.

***

ಮರುದಿನ ಕಾಲೇಜಿನಲ್ಲಿ ಎಲ್ಲ ತರಗತಿಗಳು ಮುಗಿದ ಮೇಲೆ ಬಿಡುವಾಗಿದ್ದಾಗ ಇದ್ದಕ್ಕಿದ್ದಂತೆ ಈ ವಿಷಯ ನೆನಪಾಗಿ ಮನಸ್ಸಿಗೆ ಬೇಸರವೆನಿಸಿತು.

ಅವರಿಬ್ಬರ ಮಧ್ಯೆ ನಿಜವಾದ ಒಡಕಿರಬಹುದೇ?

ಅವನು ಜನರಲ್ ಕಂಪಾರ್ಟಮೆಂಟಿನಲ್ಲಿ ಇದ್ದನೆ?

ಅವನದು ತಪ್ಪೋ, ಅವಳದ್ದೋ?

ಮನೆ ಬಿಟ್ಟು ಹೊರಟವನು ಅವಳ ಬಗ್ಗೆ ಯೋಚಿಸಲಿಲ್ಲವೆ?

ಅಷ್ಟಕ್ಕೂ ಅವನು ನಿಜವಾಗಿಯೂ ರೈಲು ಹತ್ತಿದನೆ? ಮನೆಬಿಡುವ ನಿರ್ಧಾರ ಮಾಡಿ ಬಂದವನಾಗಿದ್ದರೆ ಮತ್ಯಾಕೆ ಕಾಲ್ ಮಾಡುತ್ತಿದ್ದ? ಅವನಿಗೂ ಅವಳು ಒತ್ತಾಯ ಮಾಡಲಿ ಎಂಬುದಷ್ಟೇ ಬೇಕಿತ್ತೆ? ಹಾಗಾಗಿಯೇ ತಾನಾಗಿ ಮತ್ತೆ ಕಾಲ್ ಮಾಡಿದನೆ?

ರೈಲು ಹತ್ತದೆ ಆ ರಾತ್ರಿಯಿಡೀ ಪ್ಲಾಟ್ ಫಾರ್ಮ್‌ನಲ್ಲೇ ಮಲಗಿ ಬೆಳಗ್ಗೆ ಎದ್ದು ಮನೆಗೆ ಹೋದನೆ?

ಈ ಬಗ್ಗೆ ಎಷ್ಟೇ ಗಾಢವಾಗಿ ಯೋಚಿಸಿದರೂ ಸ್ಪಷ್ಟತೆ ಸಿಗಲಿಲ್ಲ. ಇತರರ ಜೀವನದ ಬಗ್ಗೆ ಅನಗತ್ಯ ಯೋಚಿಸುವ ತುರ್ತಾದರೂ ಇದೆಯಾ ಎಂದು ಸಮಾಧಾನಪಟ್ಟುಕೊಂಡೆನಾದರೂ ಆಕೆ ಮತ್ತೆ ಮತ್ತೆ ಕಾಲ್ ಮಾಡಿದಾಗ ಜನರಲ್ ಕಂಪಾರ್ಟ್‌ಮೆಂಟ್‌ಗೆ ಹೋಗಿ ನೋಡಿದರೆ ಅವನು ಸಿಕ್ಕಿರುತ್ತಿದ್ದನೇನೋ, ಅಷ್ಟೂ ಮಾಡಲಿಲ್ಲವಲ್ಲ ನಾನು ಎಂಬ ಗಿಲ್ಟ್ ಕಾಡತೊಡಗಿತು.

ಹೀಗೆ ಅರ್ಥಂಬರ್ಥ, ಅಸಂಬದ್ಧವಾಗಿ, ಅಸ್ಪಷ್ಟವಾಗಿ ನಡೆದ ಈ ಸಂಭಾಷಣೆ, ಆಗಲೇ ಒಡಕು ಮೂಡಿದ್ದ ಸಂಬಂಧವೊಂದನ್ನು ತುಂಡರಿಸಿದ್ದರೆ ಅದು ದುರಂತವೇ ಸರಿ.

***

ಆಕೆ ಮತ್ತೆ ಕಾಲ್ ಮಾಡದಿದ್ದುದರಿಂದ ಅವನು ಆ ದಿನ ರೈಲು ಹತ್ತಿಲ್ಲದಿರಬಹುದು ಎಂದೇ ನಾನು ಸಮಾಧಾನಪಟ್ಟುಕೊಂಡಿದ್ದೇನೆ. ಹಾಗಾಗದೆ ಅಕಸ್ಮಾತ್ ಅವನು ರೈಲು ಹತ್ತಿ ಬೆಂಗಳೂರಿಗೆ ಬಂದಿದ್ದರೆ, ಮತ್ಯಾರ ಬಳಿಯಾದರೂ ಮೊಬೈಲ್ ಕೇಳಬಹುದು. ಒಂದು ವೇಳೆ ಆ ಮತ್ಯಾರೋ ನೀವಾಗಿದ್ದರೆ ದಯವಿಟ್ಟು ಅವನಿಗೆ ಮೊಬೈಲ್ ಕೊಡಿ. ಆ ಒಂದು ಕರೆಯಿಂದ ಅವನು ಮತ್ತೆ ಶಿವಮೊಗ್ಗ ವಾಪಸ್ ಹೋದರೂ ಹೋದಾನು! ನಮಗೆ ಅತೀ ಕ್ಷುಲ್ಲಕವೆನಿಸುವ ಘಟನೆಯೊಂದು ಯಾರದ್ದೋ ಜೀವನದಲ್ಲಿ ಅದೆಷ್ಟು ಮಹತ್ವದ್ದಾಗಿರಬಹುದಲ್ಲವೆ ಎಂಬುದನ್ನು ನೆನೆದಾಗ ಅಚ್ಚರಿ ಮತ್ತು ಆಘಾತ ಒಟ್ಟೊಟ್ಟಿಗೆ ಆಗದಿರವು. ಇನ್ನು ಇಂತಹ ಸಂದರ್ಭಗಳಲ್ಲಿ ಒಂದು ಕಥೆ ಹುಡುಕುವ ನನ್ನಂಥವನ ಯೋಚನೆಯೂ ಸಭ್ಯವಲ್ಲದಿರಬಹುದು.

25

‘ಮಾಯಾ’ ಕಾರು

ಕಾಲಿಂಗ್ ಬೆಲ್ ಸದ್ದಾಯಿತು.

ಅಡುಗೆ ಮನೆಯಲ್ಲಿದ್ದ ಆಕೆ ಬಂದು ಬಾಗಿಲು ತೆಗೆದಳು.

ಅಲ್ಲಿ ಯಾರ ಸುಳಿವೂ ಇರಲಿಲ್ಲ. ಬೆಲ್ ಮಾಡಿದವರಾರು ಎಂಬ ಚಿಂತೆಯಲ್ಲಿ ಮನೆಯ ಆಚೀಚೆ ನೋಡಿ ಬಂದಳು. ಗೇಟ್ ಮೇಲಿದ್ದ ಯಾವುದೋ ಒಂದು ಕೀ ಆಗ ಕಣ್ಣಿಗೆ ಬಿತ್ತು. ಅದು ಕಾರ್ ಕೀ ಎಂಬುದು ಅರ್ಥವಾಗಲು ಬಹಳ ಸಮಯ ಹಿಡಿಯಲಿಲ್ಲ. ಅವಳ ಬಳಿ ಕಾರ್ ಇರಲಿಲ್ಲ. ಮತ್ತೆ ಗೇಟು ತೆಗೆದು ರಸ್ತೆಗೆ ಬಂದು ನೋಡಿದಾಗ ಅವಳ ಮನೆಗೆ ದೂರವಲ್ಲದಷ್ಟು ಸಮೀಪದಲ್ಲಿ ಒಂದು Abandoned Car (ತ್ಯಜಿಸಿಹೋದ ಕಾರು) ನಿಂತಿತ್ತು. ಹೆದರುತ್ತಲೇ ಅದರತ್ತ ನಡೆದು ಹೋದ ಆಕೆ, ಆ ಕೀಯನ್ನು ಅದೇ ಕಾರಿನದಾ ಎಂದು ಪರೀಕ್ಷಿಸಿದಳು. ಮನೆಗೆ ಬಂದು ಕೆಲ ಸಮಯ ಯಾವುದೋ ಅಬಾಂಡನಡ್ ಕಾರ್‌ನ ಕೀಯನ್ನು ನನ್ನ ಮನೆಯ ಗೇಟ್ ಮೇಲೆ ಏಕೆ ಇಡಲಾಗಿದೆ ಎಂದು ತುಂಬಾ ಯೋಚಿಸಿದ ನಂತರ ಏನೂ ಉತ್ತರ ತೋಚಲಿಲ್ಲ. ಏನಾದರಾಗಲಿ ಕಾರಿನಲ್ಲಿ ಒಂದು ಸುತ್ತು ಹಾಕಿ ಬರೋಣವೆಂದು ಹೊರಟಳು. ಅಂತೆಯೇ ತನ್ನದೇ

ಕಾರಿನಲ್ಲಿ ಕೂತಿದ್ದಾಳೇನೋ ಎಂಬಂತೆ ಒಂದು ರೌಂಡ್ ಹೋಗಿ ಬಂದಳು.

ಮನೆಗೆ ವಾಪಸ್ಸಾದ ಮೇಲೆ ಕಾರಿನ ಕೀಯನ್ನು ಮನೆಯೊಳಗೆ ಇಟ್ಟು ಬಂದಳು. ನಂತರ ತನಗೆ ಸಿಟಿಯಲ್ಲಿ ಕೆಲಸವಿದ್ದುದರಿಂದ ಒಂದು ಟ್ಯಾಕ್ಸಿ ಬುಕ್ ಮಾಡಿ ಕಾಯುತ್ತಾ ನಿಂತಳು. ಕೆಲ ಸಮಯದ ನಂತರ ಟ್ಯಾಕ್ಸಿ ಬಂತು. ಅದರಲ್ಲಿ ಕೂತು, 'ಮಾಲ್‌ಗೆ ಹೊರಡು' ಎಂದಳು. ಟ್ಯಾಕ್ಸಿ, ಸೀದಾ ಅವಳನ್ನು ಮಾಲ್ ಬದಲು ಪೊಲೀಸ್ ಸ್ಟೇಷನ್ನಿಗೆ ತಂದು ನಿಲ್ಲಿಸಿತು. ಕೋಪಗೊಂಡ ಆಕೆ, 'ಏನಿದು ಹುಚ್ಚಾಟ? ನಾನು ಹೇಳಿದ್ದು ಮಾಲ್‌ಗೆ ಕರೆದುಕೊಂಡು ಹೋಗಲು. ನೀವ್ಯಾಕೆ ಈ ಪೊಲೀಸ್ ಸ್ಟೇಷನ್‌ಗೆ ನನ್ನನ್ನು ಕರ್ಕೊಂಡ್ ಬಂದಿದೀರಾ ?' ಎಂದು ಟ್ಯಾಕ್ಸಿ ಡ್ರೈವರ್‌ನನ್ನು ತರಾಟೆಗೆ ತೆಗೆದುಕೊಂಡಳು. ಅದಕ್ಕಾತ, 'ಮೇಡಂ, ಈ ಟ್ಯಾಕ್ಸಿಯ ವಿಶೇಷತೆ ಬಗ್ಗೆ ನಿಮಗೆ ಗೊತ್ತಿಲ್ಲ ಅನ್ನಿಸುತ್ತೆ. ಇದರ ಡ್ರೈವರ್ ಆಗಿರೋದಕ್ಕೆ ನನಗೆ ಹೆಮ್ಮೆ ಇದೆ. ನೀವು ಕೂಡ ಖುಷಿ ಪಡಲೇಬೇಕು' ಎಂದ.

'ಏನ್ ತರ್ಲೆ ಮಾತಾಡ್ತೀಯ ನೀನು. ಎಲ್ಲಿಗೋ ಹೋಗಬೇಕು ಎಂದವರನ್ನ ಮತ್ತೆಲ್ಲಿಗೋ ಕರೆದುಕೊಂಡು ಬಂದು ಇಲ್ಲದ ಕತೆ ಕಟ್ತೀಯ? ಸುಮ್ನೆ ನಾನು ಹೇಳಿದ ಮಾಲ್‌ಗೆ ಕರೆದುಕೊಂಡು ಹೋಗು. ಇಲ್ಲದಿದ್ರೆ ಪೊಲೀಸ್‌ಗೆ ಕಾಲ್ ಮಾಡ್ಬೇಕಾಗುತ್ತೆ.' ಎಂದು ಆಕೆ ದಬಾಯಿಸಿದಳು.

'ಪೊಲೀಸ್ ಸ್ಟೇಷನ್ ಮುಂದೆನೇ ಇದೀವಲ್ಲ ಮೇಡಂ. ಮತ್ಯಾಕೆ ಕಾಲ್ ಮಾಡ್ತೀರ? ನೇರವಾಗಿ ಹೋಗಿ ಕಂಪ್ಲೇಂಟ್ ಕೊಟ್ಬಿಡಿ' ಎನ್ನುತ್ತಾ ಗಹಗಹಿಸಿ ನಕ್ಕ.

ಇದೇನೋ ನಿಗೂಢ ಇದೆ ಎಂದು ಅವಳಿಗೂ ಅನ್ನಿಸತೊಡಗಿತು. 'ಹೋಗಲಿ, ಅಂಥದ್ದೇನು ಈ ಟ್ಯಾಕ್ಸಿಯ ವಿಶೇಷ? ನನಗೂ ಹೇಳಿಬಿಡು ಎಂದಳಾಕೆ.

ಆಗ ಡ್ರೈವರ್ ಹೀಗೆ ಹೇಳಿದ:

'ಮೇಡಂ, ಇದೊಂದು ದಂತಕತೆಯಾಗಿರುವ ಟ್ಯಾಕ್ಸಿ. ಇದುವರೆಗೆ ಇದರಲ್ಲಿ ಬಂದು ಹೋದ ಸಾವಿರಾರು ಪ್ರಯಾಣಿಕರು ಇದರ ವಿಶೇಷ ಅನುಭೂತಿಯನ್ನು ಪಡೆದು ಧನ್ಯರಾಗಿದ್ದಾರೆ. ನಾನು ಇದರ ಬಗ್ಗೆ ಅನೇಕ ಸಾಲುಗಳಲ್ಲಿ ಹೇಳಲಾರೆ. ತಾವು ಕೆಳಗಿಳಿದು ಬಂದು ಮುಂಭಾಗದಲ್ಲಿರುವ ಬರಹದ ಬೋರ್ಡ್ ಒಮ್ಮೆ ಓದಿದರೆ ಒಳ್ಳೆಯದು'

ಈ ಪ್ರಹಸನಕ್ಕೊಂದು ಕೊನೆಹಾಡಲು ತೀರ್ಮಾನಿಸಿದ ಆಕೆ, ಕೆಳಗಿಳಿದು ಬಂದು ಬೋರ್ಡ್‌ನಲ್ಲಿದ್ದ ಬರಹವನ್ನು ಓದಿದಳು;

'ಈ ಟ್ಯಾಕ್ಸಿ ನೀವು ಹೋಗಲು ಬಯಸುವ ಸ್ಥಳಕ್ಕೆ ಕರೆದೊಯ್ಯುವುದಿಲ್ಲ...

ನೀವು ಹೋಗುವ ಅವಶ್ಯಕತೆಯಿರುವ ಸ್ಥಳಕ್ಕೆ ಮಾತ್ರ ಕರೆದೊಯ್ಯುತ್ತದೆ..'

ಅದನ್ನು ಜೀರ್ಣಮಾಡಿಕೊಳ್ಳಬೇಕೆನ್ನುವಷ್ಟರಲ್ಲಿಯೇ,

'ಬೇಕಿದ್ದರೆ ಹಿಂಭಾಗದಲ್ಲಿ ಇಂಗ್ಲಿಷ್‌ನಲ್ಲೂ ಇದೆ. ಓದಿಕೊಳ್ಳಿ ಮೇಡಂ' ಎಂದ ಡ್ರೈವರ್. ಅದರಂತೆಯೇ ಆಕೆ ಕಾರಿನ ಹಿಂಭಾಗಕ್ಕೆ ಬಂದು ನೋಡಿದಳು.

"This taxi doesn't take you where you want to go...

It takes you where you need to go... "

ಕನ್ನಡ, ಇಂಗ್ಲಿಷ್ ಎರಡರಲ್ಲೂ ಆ ಟ್ಯಾಕ್ಸಿಯ ವಿಶೇಷತೆಯನ್ನು ಓದಿ ಮುಗಿಸುವುದರೊಳಗೆ ಆಕೆಗೆ ತನ್ನನ್ನೇಕೆ ಪೊಲೀಸ್ ಸ್ಟೇಷನ್ ಮುಂದೆ ಕರೆತಂದು ನಿಲ್ಲಿಸಲಾಗಿದೆ ಎಂಬುದು ಖಾತರಿಯಾಗತೊಡಗಿತು. ಕುತೂಹಲಕ್ಕೆ ಆಕೆ ಡ್ರೈವರ್‌ನನ್ನು ಕೇಳಿದಳು; 'ಹೀಗೆ ಪ್ರತಿಯೊಬ್ಬರನ್ನೂ ಎಲ್ಲಿಗೆ ಕರೆದೊಯ್ಯಬೇಕು ಎಂಬುದು ನಿಮಗೆ ಯಾರು ಹೇಳುತ್ತಾರೆ?'

'ನನಗೆ ಹಾಗೆ ಯಾರೂ ಹೇಳುವುದಿಲ್ಲ ಮೇಡಂ. ಈ ಟ್ಯಾಕ್ಸಿ ಯಾವ ಕಡೆ ಚಲಿಸಲು ಬಯಸುತ್ತದೋ ಆ ಕಡೆ ಚಾಲನೆ ಮಾಡುವುದಷ್ಟೇ ನನ್ನ ಕೆಲಸ' ಎಂದು ವೇದಾಂತಿಯಂತೆ ಮಾತನಾಡಿದ ಆ ಡ್ರೈವರ್.

ಆಗ ಆಕೆ ನೇರವಾಗಿ ಪೊಲೀಸ್ ಸ್ಟೇಷನ್ ಒಳ ಹೋಗಿ ತನ್ನ ಮನೆಯ ರಸ್ತೆಯಲ್ಲಿ ಕಾಣಿಸಿಕೊಂಡಿರುವ ಆ ಅನಾಮಿಕ ಕಾರಿನ ಬಗ್ಗೆ ಮಾಹಿತಿ ನೀಡಿದಳು. ವಾಪಾಸ್ ಬರುವಷ್ಟರಲ್ಲಿ ಆ ಟ್ಯಾಕ್ಸಿ ಅಲ್ಲಿರಲಿಲ್ಲ.

ಕಾಲಿಂಗ್ ಬೆಲ್ ಮಾಡಿದವರು, ಕಾರನ್ನು ಅಲ್ಲಿ ಬಿಟ್ಟು ಹೋದವರು, ಟ್ಯಾಕ್ಸಿ ಡ್ರೈವರ್ ನ ರೂಪದಲ್ಲಿ ಬಂದವರು ಯಾರು ಎಂದು ಜೀವನ ಪೂರ್ತಿ ಆಕೆ ಯೋಚಿಸುತ್ತಲೇ ಉಳಿದಳು...

***

ಆ ವಾರದ ಮ್ಯಾಗಝಿನ್ ಒಂದರಲ್ಲಿ ಪ್ರಕಟವಾಗಿದ್ದ ಕಥೆಗಾರ ಶ್ಯಾಮರಾಯರ 'ಅತಿಮಾನುಷ' ಎಂಬ ಈ ಅತೀ ಚಿಕ್ಕ ಕತೆಯನ್ನು ಕಂಡು ಸ್ವತಃ ಅವರಿಗೇ ಆಶ್ಚರ್ಯವಾಯಿತು. ಕೇವಲ ಒಂದು ಫ್ಯಾಂಟಸಿಗಾಗಿ ಬರೆದ ಆ ಕಥೆ ಅವರಿಗೇ ಇಷ್ಟವಾಗದ ಕಾರಣ ಹರಿದು ಡಸ್ಟ್‌ಬಿನ್‌ಗೆ ಹಾಕಿದ್ದರು. ಆದರೂ ಇದು ಪ್ರಕಟಗೊಂಡ ಬಗೆ ಹೇಗೆ ಎಂಬುದನ್ನು ತಮ್ಮ ಕಥೆಯಲ್ಲಿನ 'ಆಕೆ'ಯಂತೆಯೇ ಚಿಂತಿಸತೊಡಗಿದರು.

26

ಮೂರು ಪ್ರತ್ಯೇಕ ಪತ್ರಗಳು...

ಪತ್ರ 1:

ಸಂಜೆ ವಾಕಿಂಗ್ ಮುಗಿಸಿಕೊಂಡು ಬಂದ ಶ್ರೀಕಂಠಪ್ಪ, ಪ್ರತಿದಿನದ ಅಭ್ಯಾಸದಂತೆ ಟಿ.ವಿ. ಸ್ವಿಚ್ ಆನ್ ಮಾಡಲು ಸ್ಟ್ಯಾಂಡ್‌ನಲ್ಲಿದ್ದ ರಿಮೋಟ್ ತೆಗೆದುಕೊಳ್ಳಲು ಹೋಗದಿದ್ದರೆ ಈ ಪತ್ರಕ್ಕೆ ಭವಿಷ್ಯವೇ ಇರುತ್ತಿರಲಿಲ್ಲ.

***

ಪ್ರೀತಿಯ ಅಪ್ಪ-ಅಮ್ಮರಿಗೆ,

ನಾನು ಇಂಥದ್ದೊಂದು ಪತ್ರ ಬರೆಯಲು ಕಾರಣ ನೀವಿಬ್ಬರಾಗಿಲ್ಲದಿದ್ದರೆ ನಾನು ಇದನ್ನು ಬರೆಯಬೇಕಾದ ಪ್ರಮೇಯವೇ ಬರುತ್ತಿರಲಿಲ್ಲವೇನೋ. ಆದರೇನು ಮಾಡಲಿ? ನಿಮಗೆ ನಿಮ್ಮ ಹಠವೇ ಮುಖ್ಯವಾಯಿತು. ಮಾತು ಮಾತಿಗೆ 'ಒಬ್ಬನೇ ಮಗ ಅಂತ ನೀಡಿದ ಸಲುಗೆ, ಸ್ವಾತಂತ್ರ್ಯ ಹೆಚ್ಚಾಯಿತು ನಿನಗೆ ಅಂದಿರಿ. ನನ್ನ ಕೆ.ಜಿ. ಕ್ಲಾಸುಗಳಿಂದ ಹಿಡಿದು ಮೊನ್ನೆ ಮೊನ್ನೆ ಪಿ.ಹೆಚ್.ಡಿ. ಕಾನ್ವಕೇಶನ್ ತೆಗೆದುಕೊಳ್ಳುವವರೆಗಿನ ಎಲ್ಲಾ ಹಂತಗಳಲ್ಲೂ ನನಗೆ ಸ್ವಾತಂತ್ರ್ಯ ನೀಡಿದವರು ನೀವು.

ಮತ್ತು ನಾನು ಅಷ್ಟೇ ಜವಾಬ್ದಾರಿಯಿಂದಿದ್ದೆ. ನಿಮ್ಮ ಈ 'ಪೇರೆಂಟಿಂಗ್ ಪ್ಯಾಟ್ರನ್' ಬಗ್ಗೆ ನನಗೆ ತುಂಬಾ ಖುಷಿ ಇದೆ.

ಆದರೆ ಕಳೆದವಾರ ನಡೆದ ಆ ಘಟನೆಯಿಂದ ನಾನು ತುಂಬಾ ನೊಂದಿದ್ದೇನೆ. ರೋಹಿಣಿಯನ್ನು ನಾನು ಕಳೆದ ಐದು ವರ್ಷಗಳಿಂದ ಬಲ್ಲೆ. ನನ್ನಷ್ಟೇ ನಿಮಗೂ ಅವಳ ಬಗ್ಗೆ ಗೊತ್ತು. ಅವಳ ಸಾಮಾಜಿಕ ಕಳಕಳಿಯ ಬಗ್ಗೆ, ಅವಳು ಕೆಲಸಮಾಡುವ NGO ನ ಬಗ್ಗೆ, ಅವಳಲ್ಲಿರುವ ವೈಚಾರಿಕ ನಿಲುವುಗಳ ಬಗ್ಗೆ, ಬಾಲ್ಯದಿಂದಲೂ ಅನಾಥೆಯಾಗಿ ಬೆಳೆದ ಆಕೆಯಲ್ಲಿರುವ ಆತ್ಮಸ್ಥೈರ್ಯ, ಜೀವನೋತ್ಸಾಹದ ಬಗ್ಗೆ ನೀವೇ ನನ್ನ ಬಳಿ ಎಷ್ಟೋ ಸಲ ಅವಳನ್ನು ಕೊಂಡಾಡಿದ್ದೀರಿ. "ಎಂಥ ಒಳ್ಳೆಯ ಮನಸ್ಸು" ಅವಳದ್ದು ಎಂದು ಹೇಳಿದ ನೀವೇ 'ಆ ಒಳ್ಳೆಯ ಮನಸ್ಸು' ನಿಮ್ಮ ಮನೆಗೆ ಬರುವುದು ಬೇಡ ಅಂದಿದ್ದೇಕೆ? ನನ್ನದೋ ಕಂಪನಿಯ ಷೇರುಗಳಲ್ಲಿ ಹಣ ಹೂಡಿ ಹಣ ಮಾಡುವ ಮಂದಿಗೆ ಸಮಯೋಚಿತ ಸಲಹೆ ಕೊಡುವ ಕೆಲಸ. ಇದರಿಂದ ನನ್ನ ಸಂಪಾದನೆ ಚೆನ್ನಾಗಿಯೇ ಆಗುತ್ತಿದೆ ಬಿಡಿ. ಆದರೆ ಅವಳದ್ದು ಹಾಗಲ್ಲ ನೂರಾರು ಜನರ ಕಣ್ಣಲ್ಲಿ ಜೀವನೋತ್ಸಾಹ ಮೂಡಿಸುವ, ಭರವಸೆಯ ಬೆಳಕು ತುಂಬುವ ಸೇವಾರ್ಥ ಸಾರ್ಥಕದ ಕೆಲಸ. ನಾವಿಬ್ಬರೂ ಪ್ರೀತಿಸಿದ್ದರಲ್ಲಿ ಅದೇನು ತಪ್ಪಿದೆ? ಅವಳೊಬ್ಬಳು 'ಕನ್ವರ್ಟೆಡ್ ಕ್ರಿಶ್ಚಿಯನ್' ಎಂಬುದೇ? ಒಂದು ಕಡೆಯಿರದೆ ಊರಿಂದೂರಿಗೆ ಸುತ್ತುತ್ತಾಳೆ ಎಂಬುದೇ? ಹಗಲು ರಾತ್ರಿಯೆನ್ನದೆ ಯಾರ್‍ಯಾರೊಂದಿಗೋ ಎಲ್ಲೆಲ್ಲೋ ಇರಬೇಕಾದ ಪರಿಸ್ಥಿತಿ ಅವಳದ್ದು ಎಂದೇ? ಸಂಬಂಧಿಕರೆಲ್ಲ ಇಂಥ ಮದುವೆಯನ್ನು ಆಡಿಕೊಳ್ಳುತ್ತಾರೆ ಎಂಬುದೇ? ಅವಳಿಗೆ ನಮ್ಮ ಮನೆಯ ದೇವರ ಕೋಣೆಗೆ ಹೇಗೆ ಪ್ರವೇಶ ನೀಡುವುದು ಎಂಬ ಆತಂಕವೆ?

ಇವ್ಯಾವುದನ್ನೂ ಸಕಾರಣವಾಗಿ ಹೇಳದ ನೀವು ಒಂದೇ ಮಾತಿನಲ್ಲಿ ಹೇಳಿದ್ದೇನು?– "ರೋಹಿಣಿಯೇ ಬೇಕೆಂದಾದರೆ ನೀನು ನಮ್ಮನ್ನು ಮರೆತುಬಿಡು" ಒಂದೇ ಮಾತು. ಖಡಕ್ ಆಗಿ, ಸಿನಿಮಾ ಶೈಲಿಯಲ್ಲಿ ಹೇಳಿ ಹೊರ ನಡೆದಿರಲ್ಲವೆ? ನಾನೂ ಸಿನಿಮಾ ನೋಡುತ್ತೇನೆ. ಅದೇ ಸಿನಿಮಾ ಶೈಲಿಯಲ್ಲೇ ನಾನೂ ನಿಮಗೆ ಪತ್ರ ಬರೆದಿಟ್ಟು ಮನೆ ಬಿಟ್ಟು ಹೋಗುವ ನಿರ್ಧಾರಕ್ಕೆ ಬಂದಿದ್ದೇನೆ. ನೀವು ನನ್ನ ಮೇಲಿಟ್ಟ ಪ್ರೀತಿ, ಬಾಂಧವ್ಯಗಳಿಗಿಂತ ರೋಹಿಣಿಯ ಉದ್ದೇಶ ಮತ್ತು ಮಾರ್ಗ ನನಗೆ ದೊಡ್ಡದಾಗಿ ಕಾಣುತ್ತಿದೆ. ಅಲ್ಲದೆ ನೀವು ನನ್ನ ಮೇಲೆ ಅವಲಂಬಿತರಲ್ಲದ ಸ್ವತಂತ್ರ ಜೀವಿಗಳು. ಆರ್ಥಿಕವಾಗಿ ಸದೃಢರೂ ಹೌದೆಂಬ ಅರಿವು ನನಗಿದೆ. ಕೊನೇ ಪಕ್ಷ 'ಅಮ್ಮ'ನಾದರೂ ನನ್ನನ್ನು ಬೆಂಬಲಿಸಿಯಾಳು ಅಂದುಕೊಂಡಿದ್ದೆ. ಆಕೆ ಹೀಗೆ ಕಟ್ಟಳೆಗಳ ಹಿಂದೆ ಹೇಡಿಯಾಗುತ್ತಾಳೆ ಎಂದು ನಾನಂದುಕೊಂಡಿರಲಿಲ್ಲ.

ಅಂದಹಾಗೆ, ಮೊನ್ನೆ ಮೊನ್ನೆ 'ಅಮ್ಮ'ನಿಗೆ ಬಿ.ಪಿ. ಶುರುವಾಗಿದೆ ಮತ್ತು ನಿಮಗೆ ಶುಗರ್ ಲೆವೆಲ್ಲು ನಿಯಂತ್ರಣದಲ್ಲಿಡುವ ಅನಿವಾರ್ಯತೆ ಇದೆ. ವಯೋಸಹಜವಾಗಿ

ನಿಮಗೆ ಪ್ರಾಪ್ತವಾಗಬೇಕಿದ್ದ ಪ್ರೌಢಿಮೆ, ಹೃದಯ ವೈಶಾಲ್ಯತೆ ಮತ್ತು ದೊಡ್ಡತನಗಳ ಕೊರತೆಯಿಂದಾಗಿಯೆ ಇಂಥದ್ದೊಂದು ಸಂದಿಗ್ಧ ಎದುರಾಗಿದೆ ಎಂದು ನಾನು ಭಾವಿಸುತ್ತೇನೆ. ಅಲ್ಲದೆ ವೃದ್ಧ ತಂದೆ ತಾಯಿಯರನ್ನು ತೊರೆದು ಹೋಗುವ ನೀಚ ಮಗ ಎಂದು ನಾನಂದುಕೊಂಡಿಲ್ಲ.

ನಿಮ್ಮ ಪ್ರಕಾರ ನಾನು ಒಬ್ಬಳು ಇಂಜಿನಿಯರನ್ನೋ, ಲೆಕ್ಚರರನ್ನೋ ಎಮ್.ಎನ್.ಸಿ.ಯಲ್ಲಿ ದುಡಿಯುವವಳನ್ನೋ, ಪದವೀಧರೆಯಾಗಿದ್ದರೂ ಮನೆಯಲ್ಲಿದ್ದು ಸದ್ಗೃಹಿಣಿ ಎನಿಸಿಕೊಳ್ಳುವಂತ ಸ್ವಜಾತಿಯವಳನ್ನೋ... (ಬೇಡ ಈ ವಿಷಯದಲ್ಲಿ ನಿಮ್ಮಗಳ ಹುನ್ನಾರ ಏನಿತ್ತೋ ನನಗೆ ತಿಳಿಯದು. ಸುಮ್ಮನೆ ಆರೋಪಿಸಲಾರೆ) ...

ನಿಮ್ಮಿಬ್ಬರ ಆರೋಗ್ಯ ನೋಡಿಕೊಳ್ಳಿ.ಅತ್ತೂ ಕರೆದು ರಂಪ ಮಾಡದೇ ಸುಮ್ಮನಿದ್ದು ಬಿಡಿ.

ಇಂತಿ ನಿಮ್ಮ,
ಮಗ

ಪತ್ರ 2:

ಹೈದರಾಬಾದ್‌ನಲ್ಲಿ ಟ್ರೈನಿಂಗ್‌ಗೆಂದು ಹೊರಟಿದ್ದ 'ಮೋಹನ' ಆ ಒಂದು ತಾಸಿನ ವಿಮಾನ ಪ್ರಯಾಣದ ಮಧ್ಯೆ ತನ್ನ ಬ್ಯಾಗಿನಲ್ಲಿದ್ದ ಯಾವುದೋ ಪುಸ್ತಕಕ್ಕೆ ಕೈ ಹಾಕಿದಾಗ ಈ ಪತ್ರ ಅಚಾನಕ್ ಆಗಿ ಸಿಕ್ಕಿತು.

***

ಮಗ ಮೋಹನ್‌ಗೆ,

I am sorry. In fact, we are sorry. ಇಷ್ಟು ವರ್ಷಗಳಲ್ಲಿ ಒಮ್ಮೆಯೂ ನಿನಗೆ ಹೀಗೆ ಮಾತಾಡದ ನಾವಿಬ್ಬರೂ ಮೊನ್ನೆ ಅಷ್ಟೆಲ್ಲ ಮಾತಾಡಿಬಿಟ್ವಿ ಎಂಬುದನ್ನು ಇಬ್ಬರು ಕೂತು ಆಲೋಚಿಸಿ ತುಂಬಾ ನೊಂದಿದ್ದೇವೆ. ಇಲ್ಲಿಯತನಕ ನಮ್ಮ ಪ್ರೀತಿಯನ್ನೆಲ್ಲ ನಿನ್ನ ಮೇಲೆ ವಂಚನೆಯಿಲ್ಲದೆ ತೋರಿಸಿದ್ದರ ಪರಿಣಾಮ ಅನ್ನಿಸುತ್ತದೆ ನಾವಷ್ಟು ನಿರ್ಭಾವುಕರಾಗಿ ಮಾತಾಡಲು ಸಾಧ್ಯವಾಗಿದ್ದು.

'How can the bird that is born for joy sit in a cage and sing?' ಎಂಬ 'ಬ್ಲೇಕ್'ನ ಸಾಲುಗಳನ್ನು ಪದೇ ಪದೇ ಉದಾಹರಿಸುತ್ತ ನಿನ್ನಲ್ಲಿ 'ಸ್ವತಂತ್ರವಾದ ಜೀವನ'ದ ರುಚಿ ಹತ್ತಿಸಿದವನು ನಾನೆ ಅಲ್ಲವೆ? ಅದೇ ಸ್ವತಂತ್ರವನ್ನು ನೀನೀಗ ಚಲಾಯಿಸುತ್ತಿದ್ದೀ ಎಂಬ ಕನಿಷ್ಠ ಪ್ರಜ್ಞೆ ನಮ್ಮಲ್ಲಿ ಉಳಿದಿದ್ದರೂ ನಾವಂದು ಆ ರೀತಿ ಮಾತನಾಡುತ್ತಿರಲಿಲ್ಲವೇನೋ?

ಇರಲಿ. ಆಗಿದ್ದು ಆಗಿ ಹೋಯ್ತು, ಆದರೆ ನಾವೀಗ ಒಂದು ತೀರ್ಮಾನಕ್ಕೆ ಬಂದಿದ್ದೇವೆ. ನಿನ್ನ ಶಿಕ್ಷಣ ಮತ್ತು ಉದ್ಯೋಗದ ಸಲುವಾಗಿಯೇ ಅಲ್ಲವೇ ನಾವು ಈ ನಗರಕ್ಕೆ ಬಂದು ಉಳಿದದ್ದು? ಅಲ್ಲಿ ಊರಿನಲ್ಲಿರುವ ನಮ್ಮ ಸಣ್ಣ ಮನೆ ಮತ್ತು ತೋಟದಿಂದ ಬರುವ ಆದಾಯ ನಮ್ಮಿಬ್ಬರ ಜೀವನಕ್ಕೆ ಸಾಕಾಗುತ್ತದೆ. ಇದನ್ನು ನಾವೇನೂ ನೋವಿನಿಂದ ಹೇಳುತ್ತಿಲ್ಲ. ಪ್ರತಿ ತಿಂಗಳು ಪೂರ್ತಿ ಸಂಬಳವನ್ನು ನನ್ನ ಕೈಗೇ ತಂದಿಡುತ್ತಿದ್ದ ಸಂಭಾವಿತ ನೀನು. ನಿನ್ನ ಮೇಲೆ ನಾವೆಂದೂ ಆ ವಿಷಯಕ್ಕೆ ದೂರಲಾಗದು. ಈ ಬಗ್ಗೆ ನಮ್ಮ ತೋಟ ನೋಡಿಕೊಳ್ಳುತ್ತಿದ್ದ ನಿನ್ನ ಚಿಕ್ಕಪ್ಪನ ಬಳಿಯೂ ಮಾತನಾಡಿದ್ದೇನೆ. ಈ ಬಾರಿ ನೀನು ಹೈದ್ರಾಬಾದ್‌ನಿಂದ ಬರುವಷ್ಟರಲ್ಲಿ ನಾವು ಇಲ್ಲಿರುವುದಿಲ್ಲ. ನೀನೇನೂ ಆತಂಕಪಟ್ಟುಕೊಳ್ಳಬೇಡ ಮುಂದಿನ ವೀಕೆಂಡ್ ಊರಿಗೆ ಬಾ. ನಿನ್ನ ನಿರ್ಧಾರವನ್ನು ನಾವಿಬ್ಬರೂ ಗೌರವಿಸುತ್ತೇವೆ. ನಿಮ್ಮಮ್ಮ ಮೊದಲು ಒಪ್ಪಿರಲಿಲ್ಲ. ಆದರೆ ನಿನ್ನ ಸ್ವಾತಂತ್ರ್ಯ ನಿನಗೆ ತಂದು ಕೊಡಬಹುದಾದ ಸಂತೋಷವನ್ನು ನಾನವಳಿಗೆ ಮನವರಿಕೆ ಮಾಡಿದ ಮೇಲೆ ಊರಿಗೆ ಬಂದಿರಲು ಒಪ್ಪಿದ್ದಾಳೆ. ಮುಂದಿನ ಶನಿವಾರ ಯಾವ ಬಸ್ಸಿಗೆ ಬರುತ್ತೀಯ ತಿಳಿಸು. ನಾನು ಬಸ್‌ಸ್ಟಾಪಿಗೆ ಬಂದು ಕರೆದುಕೊಂಡು ಹೋಗುತ್ತೇನೆ.

ಇಂತಿ ನಿನ್ನ

ಅಪ್ಪ, ಅಮ್ಮ

ಪತ್ರ 3:

ಹಾಯ್ ಮಿ. 'ಮರೆವು',

ಹೆಚ್ಚು ವಿವರಿಸಲು ಸಾಧ್ಯವಾಗಿಲ್ಲ. ಅದರ ಅವಶ್ಯಕತೆಯೂ ಈಗ ಇಲ್ಲ. ಇದೊಂದು ಅತೀ ಚಿಕ್ಕ ವಿದಾಯದ ಪತ್ರವೆನಿಸಿಕೊಂಡರೂ ಅಡ್ಡಿಯಿಲ್ಲ. ಅದು ಅಷ್ಟು ಸುಲಭವಲ್ಲ. 'ನಮ್ಮ ಕನಸುಗಳು ಕೇವಲ ನಮ್ಮವಷ್ಟೇ ಅಲ್ಲ' ಎಂಬ ಭ್ರಮೆ ಸರಿದು ವಾಸ್ತವಕ್ಕೆ ಬಂದ ಈ ಹೊತ್ತಲ್ಲಿ ಕಳೆದ ಕೆಲವು ವರ್ಷಗಳ ನಮ್ಮಬ್ಬಿರ ಕನಸುಗಳು ಕನಸಾಗಿಯೇ ಉಳಿದಲ್ಲಿ ನಿನಗೂ, ನಮಗೂ ಮತ್ತು "ಅವರಿಗೂ" ಎಲ್ಲರಿಗೂ ನೆಮ್ಮದಿ ಎಂದು ಖಾತರಿಯಾದ ಕಾರಣ ಈ ನಿರ್ಧಾರಕ್ಕೆ ಬರದೇ ಮತ್ತೇನು ತೋಚಲಿಲ್ಲ. ನಂಗೊತ್ತು ಇದು ಕಷ್ಟದ ಮತ್ತು ನೋವಿನ ನಿರ್ಧಾರವಾಗಬಲ್ಲದೆಂದು. ಅದರೇನು ಮಾಡುವುದು? 'ಎಲ್ಲ ನೋವುಗಳು ಕ್ರಮೇಣ ಬದುಕಿನ ನಿಯಮಗಳೇ ಆಗಿಬಿಡುತ್ತವೆ'. ನೀನು ಎಂಥ 'ಗಟ್ಟಿಗ' ಎಂದು ತೋರಿಸಿಕೊಳ್ಳಲು ಪ್ರಯತ್ನಿಸು. ನನಗೋ ಅದು ಆಗಾಗಿನ ಅಭ್ಯಾಸ. ಬದುಕು 'ಟೊಳ್ಳಾ'ಗಬಾರದೆಂದರೆ ನಾವು ಮತ್ತಷ್ಟು 'ಗಟ್ಟಿ'ಯಾಗಲೇಬೇಕಲ್ಲವೆ?

ಕಳೆದ ಶನಿವಾರವಷ್ಟೇ ನಾನು ನಿನ್ನಲ್ಲಿ 'ಮೊದಲ ಮುತ್ತಿನ' ಬೇಡಿಕೆಯಿಟ್ಟಿದ್ದೆ. ಜುಗ್ಗ ನೀನು, ಎಲ್ಲವನ್ನು ಕಾಯ್ದಿರಿಸಿ ಒಮ್ಮೆಲೇ ಮುತ್ತಿನ ಮತ್ತೇರಿಸುತ್ತೇನೆ ಎಂದು ನೆಪವೊಡ್ಡಿ ತಪ್ಪಿಸಿಕೊಂಡದ್ದು ಅದೆಷ್ಟು ಒಳ್ಳೆಯದಾಯಿತು ನೋಡು. ಇಲ್ಲವಾದಲ್ಲಿ 'ಕೊನೆಯ ಮುತ್ತಾ'ಗಿ ಬಿಡುತ್ತಿದ್ದ ಆ 'ಮೊದಲ ಮುತ್ತು' ಮಾಡಬಹುದಾಗಿದ್ದ ಅನಾಹುತವನ್ನು ನೆನೆದರೆ ನನಗೆ ಭಯವಾಗುತ್ತೆ. Thanks for being unromantic that day. ಮರೆವು ಎಂಬುದನ್ನು ಮನುಷ್ಯ ಹೊಸದಾಗಿಯೇನು ರೂಡಿಸಿಕೊಳ್ಳಬೇಕಿಲ್ಲ ತಾನೆ? ಒಂದು 'ಮರೆವು' ಒಂದು 'ಬೆಸುಗೆ'ಗೆ ಕಾರಣ ಮತ್ತು ಇದು ಹಾಗೇ ಮುಂದುವರೆಯುವ ಸರಪಳಿ ನಿಯಮ. ನಾವಿಬ್ಬರೂ ಆ ಸರಪಳಿಯ ಬಂಧಿಗಳೇ. ದಾರಿ ದೊಡ್ಡದಿದೆ. ನಿನಗೂ, ನನಗೂ. ಈಗ 'ಮರೆಯೋಣ' ಮುಂದೆ ಮತ್ತೊಂದು 'ಬೆಸುಗೆ'ಗೆ ಅದು ನಾಂದಿಯಾಗುತ್ತದೆ ಮತ್ತು ಅಂಥದ್ದೇ ಒಂದು ಬೆಸುಗೆಯ ಫಲವೇ ನಾನು ನೀನು ಅಲ್ಲವೆ? ಸುಮ್ಮನೇ ಇನ್ನಾರನ್ನೋ ದೂರುತ್ತಾ ಕೂರುವುದು ಬೇಡ. "Let not what I (we) cannot have (our) my cheers of mind destroy" (ಯಾವುದು ನಮ್ಮದಾಗಲೂ ಸಾಧ್ಯವೇ ಇಲ್ಲವೋ ಅದು ನಮ್ಮ ಸಂತೋಷವನ್ನು ಕದಡದಿರಲಿ) ಎನ್ನುವ ಕವಿಯ ಸಾಲುಗಳನ್ನು ಇಬ್ಬರೂ ಸಮಚಿತ್ತದಿಂದ ಒಪ್ಪಿಕೊಳ್ಳೋಣ. 'ಮರೆವು ಮತ್ತು ಬೆಸುಗೆ'ಯ ಈ ತಂತ್ರದಲ್ಲಿ ನಾವಿಬ್ಬರೂ ನಿಮಿತ್ತ ಮಾತ್ರ.

ಕ್ಷಮಿಸಿದ್ದೇನೆ, ಕ್ಷಮೆಯಿರಲಿ.

ಇಂತಿ ನಿನ್ನ
'ಮರೆವು'

POSTSCRIPT :

* ಈ ಮೂರು ಪತ್ರಗಳನ್ನು ಒಂದಕ್ಕೊಂದು ಜೋಡಿಸಿ ಓದಿಕೊಂಡು ತನ್ಮೂಲಕ ಅವು ಮೂರಕ್ಕೂ ಸಂಬಂಧವಿದೆ ಎಂದು ಲಾಜಿಕ್ ಪಾಯಿಂಟ್ ಹಾಕಿದ್ದಲ್ಲಿ ಕತೆಗಾರನಾದ ನಾನು ಅಸಾಹಯಕನಾಗುತ್ತೇನೆ.
* ಈ ಮೂರು ಪತ್ರಗಳನ್ನು ಅದಲು-ಬದಲು ಮಾಡಿಯೂ ನೀವು ಓದಬಹುದು ಎಂದು ನನಗನ್ನಿಸುತ್ತೆ. ಆಗಲೂ ಇವು ಪರಸ್ಪರ ಸಂಬಂಧಿತ ಪತ್ರಗಳು ಎಂದು ನಿಮಗನ್ನಿಸಿದಲ್ಲಿ ಈ ಲೋಕದಲ್ಲಿ ಅದೆಷ್ಟು ಏಕತಾನತೆಯ ಕತೆಗಳಿವೆ ಎಂದು ಅರ್ಥವಾದೀತು.

27

ಎ ಸ್ಟೋರಿ ಎಬೌಟ್ ನಥಿಂಗ್

"Write a story about Nothing " ಎಂದು ವಿಶ್ವವಿದ್ಯಾಲಯದ ಸ್ನಾತಕೋತ್ತರ ತರಗತಿಗಳಿಗೆ ಬೋಧಿಸುವ ಭಾಷಾ ಪ್ರೊಫೆಸರ್ ಒಬ್ಬರು ಆ ದಿನ ತರಗತಿಗೆ ಪ್ರವೇಶಿಸುತ್ತಿದ್ದಂತೆಯೇ ಬೋರ್ಡ್ ಮೇಲೆ ಬರೆದರು. ಕ್ಲಾಸ್ ರೂಂನ್ನು ಒಂದು ಲ್ಯಾಬೋರೇಟರಿ ಎಂಬಂತೆ ಭಾವಿಸುವ ಅತೀ ವಿರಳ ಭಾಷಾತಜ್ಞರಲ್ಲಿ ಒಬ್ಬರಾಗಿದ್ದ ಆ ಪ್ರೊಫೆಸರ್, ಈ ಹಿಂದೆಯೂ ಇಂತಹದ್ದೇ ಅನೇಕ ಚಟುವಟಿಕೆಗಳಿಂದ ವಿದ್ಯಾರ್ಥಿಗಳಲ್ಲಿ ಕ್ರಿಯಾಶೀಲ ಮನಸ್ಸುಗಳನ್ನು ಜಾಗೃತವಾಗಿಟ್ಟವರು. ಹಾಗಾಗಿ ಅವರು ಈ ವಾಕ್ಯವನ್ನು ಬೋರ್ಡ್ ಮೇಲೆ ಬರೆದಾಗ ಯಾರೊಬ್ಬರೂ ಅದನ್ನು ಗೇಲಿ ಮಾಡುವುದಾಗಲೀ, ತಿರಸ್ಕಾರ ಮಾಡುವುದಾಗಲೀ ಅಸಂಭವವಾಗಿತ್ತು.

ವಿದ್ಯಾರ್ಥಿಗಳಲ್ಲಿ ಕೆಲವರು ಇದೊಂದು ತಮಾಷೆಯ ಸಂಗತಿ, ಪ್ರೊಫೆಸರ್ ಇದರ ಹಿಂದೆ ಯಾವುದೇ ಗಹನವಾದ ಉದ್ದೇಶ ಹೊಂದಿರಲಾರರು ಎಂದು ಮಾತಾಡಿಕೊಂಡರು. ಮತ್ತೆ ಕೆಲವರು ಪ್ರೊಫೆಸರ್ ಈ ವಾಕ್ಯವನ್ನು ನಮ್ಮನ್ನೆಲ್ಲ ಪರೀಕ್ಷಿಸಲು, ನಮ್ಮ ಬೌದ್ಧಿಕ ಮಟ್ಟ ಪರೀಕ್ಷಿಸಲು ಕೊಟ್ಟಿರಬಹುದು ಎಂದು ಗಂಭೀರವಾಗಿ ಪರಿಗಣಿಸಿದರು.

ಇನ್ನೂ ಕೆಲವರು ಬಹುಶಃ ಇವತ್ತು ಪ್ರೊಫೆಸರ್ ಪೂರ್ವ ತಯಾರಿ ಮಾಡಿಕೊಂಡು ಬಂದಿಲ್ಲ ಹಾಗಾಗಿ ಏನೋ ಒಂದು ಅಸಂಬದ್ಧ ವಾಕ್ಯ ಕೊಟ್ಟು ಸಮಯ ಕಳೆಯಲೆತ್ನಿಸುತ್ತಿದ್ದಾರೆ ಎಂದೂ ಮಾತಾಡಿಕೊಂಡರು.

ವಿದ್ಯಾರ್ಥಿಗಳು ಈ ಬಗ್ಗೆ ಏನು ಬರೆದಾರೆಂಬ ಕುತೂಹಲವೇ ಇರದಂತೆ ಪ್ರೊಫೆಸರ್ ಒಂದು ಪುಸ್ತಕ ಓದುತ್ತ ಕುಳಿತರು. ಅವರ ಮೇಲಿದ್ದ ಗೌರವಕ್ಕೆ ಪ್ರತಿಯೊಬ್ಬರೂ ಏನೋ ಒಂದು ಬರೆಯಲು ಪ್ರಯತ್ನಿಸಿದರು. ಸದಾ ಸಂಕ್ಷಿಪ್ತತೆಯ ಬಗ್ಗೆ ಅವರು ಮಾತನಾಡುತ್ತಿದ್ದರಿಂದ ವಿದ್ಯಾರ್ಥಿಗಳು ಅತೀ ಚಿಕ್ಕ ಸಾಲುಗಳಲ್ಲಿ ತಮ್ಮ ಕಥೆಗಳನ್ನು ಬರೆಯಲು ಪ್ರಯತ್ನಿಸಿದರು. ತರಗತಿಯ ಸಮಯ ಮುಗಿಯುವಷ್ಟರಲ್ಲಿ ಆ ಪ್ರೊಫೆಸರ್ ಎಲ್ಲರೂ ಬರೆದಿರುವ ಹಾಳೆಗಳನ್ನು ಸಂಗ್ರಹಿಸಿ ಒಂದೊಂದೇ ಹಾಳೆಗಳನ್ನು ತೆಗೆದು ಓದಲಾರಂಭಿಸಿದರು.

***

"The professor is doing Nothing in the class as he has nothing to teach today" ಎಂಬ ಬರಹವಿದ್ದ ಹಾಳೆಯನ್ನು ಓದಿದ ಪ್ರೊಫೆಸರ್, ತಾವು ನಗುತ್ತಲೇ ಎಲ್ಲರ ನಗುವನ್ನು ಆಸ್ವಾದಿಸಿದರು.

She said to him, "There's nothing between you and me as you think" ಎಂಬ ಸಾಲುಗಳನ್ನು ಓದಿ, ಅದರಲ್ಲಿರಬಹುದಾದ ದೀರ್ಘ ಕಥೆಯೊಂದನ್ನು ನೆನೆದರು.

"Nothing comes of nothing" ಎಂಬ ಕಿಂಗ್ ಲಿಯರ್ ನಾಟಕದ ಡೈಲಾಗ್‌ನ್ನೇ ಬರೆದುಕೊಟ್ಟಿದ್ದನೊಬ್ಬ

"There remains nothing after a war" ಎಂದು ಬರೆದವನೊಬ್ಬ ತಾನು ಓದಿದ ಎಲ್ಲಾ ವಾರ್ ಪೊಯೆಟ್‌ಗಳ ಪ್ರತಿನಿಧಿಯಂತೆ ಕಂಡ.

"We are poor mortals, nothing else" ಎಂಬ ಫಿಲಾಸಫಿಕಲ್ ಸಾಲು ಬರೆದವನು ವೇದಾಂತಿಯಂತೆ ಭಾಸವಾದ.

'He had nothing in his pants' ಎಂಬ ಪೋಲಿ ವಾಕ್ಯ ಓದಿದಾಗ ಎಲ್ಲರೂ ಗೊಳ್ಳೆಂದು ನಕ್ಕರು.

"There is nothing to lose in this world as nobody has own anything" ಎಂಬ ಕನ್‌ಫ್ಯೂಸಿಂಗ್ ಲೈನ್ ಬರೆದವನೊಬ್ಬ ಇದ್ದ.

"Nothing is permanent" ಎಂಬ ಕ್ಲೀಷೆಗೊಳಗಾದ ವಾಕ್ಯವೂ ಅದರಲ್ಲಿತ್ತು.

"I can do Nothing" ಎಂಬ ವಿರೋಧಾಭಾಸದ ಹೇಳಿಕೆ ಬರೆದವನ ಜಾಣ್ಮೆಯೂ ಪ್ರೊಫೆಸರ್‌ಗೆ ನಗು ತಂದಿತು.

"It is difficult to write anything about Nothing" ಎಂಬ ಡಿಪ್ಲೊಮ್ಯಾಟಿಕ್ ಆದ ಸಾಲು ಕಂಡು ಇರಿಸುಮುರಿಸು ಉಂಟಾಗಿದ್ದು ನಿಜ.

"We pay taxes and the government does nothing about it" ಎಂದು ಬರೆದವನಲ್ಲಿ ಪ್ರತಿರೋಧವಿತ್ತು.

"He understood nothing in her speech as he was trying to read her lips" ಎಂಬ ತುಂಟ ಸಾಲೂ ಅದರಲ್ಲೊಂದು.

"In the beginning there was nothing and in the end there will be nothing" ಎಂಬ ಸಾಲು ಓದಿದ ಪ್ರೊಫೆಸರ್, ಅಷ್ಟಕ್ಕೇ ಓದುವುದನ್ನು ನಿಲ್ಲಿಸಿ ಉಳಿದವುಗಳನ್ನು ತಾವೊಬ್ಬರೇ ಓದಿ ಅತ್ಯುತ್ತಮ ಕಥೆಯೊಂದಕ್ಕೆ ಘಟಿಕೋತ್ಸವದ ಸಂದರ್ಭದಲ್ಲಿ ಬಹುಮಾನ ಘೋಷಿಸುವುದಾಗಿಯೂ ತಿಳಿಸಿ ಹೊರಡುವುದರಲ್ಲಿದ್ದರು. ಆಗಲೇ ಒಬ್ಬ ವಿದ್ಯಾರ್ಥಿ ಎದ್ದು ನಿಂತು 'ನಾನು ಏನನ್ನೂ ಬರೆದುಕೊಟ್ಟಿಲ್ಲ ಸರ್. ನನಗೆ ಸಮಯಾವಕಾಶ ಕೊಡಿ ಒಂದೆರೆಡು ದಿನಗಳಲ್ಲಿ ಬರೆದುಕೊಡುತ್ತೇನೆ' ಎಂದು ವಿನಂತಿಸಿಕೊಂಡ. ತರಗತಿಯಲ್ಲಿರುವವರೆಲ್ಲ ನಕ್ಕರು. ಪ್ರೊಫೆಸರ್ ಮಾತ್ರ ಅವನನ್ನು ನೋಡಿ 'ಆಗಲಿ. ನಿಮ್ಮ ಕಥೆಗಾಗಿ ಕಾಯುತ್ತೇನೆ' ಎಂದು ಹೇಳಿ ಹೊರಟುಹೋದರು.

ಇದಾಗಿ ಒಂದು ವಾರವಾದರೂ ಅವನಿಂದ ಕಥೆ ಬರಲಿಲ್ಲ. ಹದಿನೈದು ದಿನವಾದರೂ, ತಿಂಗಳಾದರೂ ಅವನಿಂದ ಯಾವುದೇ ಬರಹ ಬರಲಿಲ್ಲ. ಒಂದು ದಿನ ಕಾರಿಡಾರ್‌ನಲ್ಲಿ ಹೋಗುತ್ತಿದ್ದ ಆ ವಿದ್ಯಾರ್ಥಿಯನ್ನು ಕರೆದು ಪ್ರೊಫೆಸರ್ ಕೇಳಿದರು 'ನಿಜ ಹೇಳು. ನೀನು ಆ ಬಗ್ಗೆ ಬರೆಯಲು ಪ್ರಾಮಾಣಿಕವಾಗಿ ಪ್ರಯತ್ನಿಸಿದೆಯಾ?' ಅದಕ್ಕಾತ; 'ಹೌದು ಸರ್. ಅದಕ್ಕಾಗಿ ನಾನು ಪ್ರಾಮಾಣಿಕವಾಗಿ ಪ್ರಯತ್ನಿಸಿದ್ದೇನೆ ಮತ್ತು ಪ್ರತಿ ಕ್ಷಣ ಅದರ ಬಗ್ಗೆ ಯೋಚಿಸುತ್ತಲೇ ಇದ್ದೇನೆ' ಎಂದು ಹೇಳಿದ.

***

ಘಟಿಕೋತ್ಸವದ ದಿನ ವೇದಿಕೆಗೆ ಬಂದ ಆ ಪ್ರೊಫೆಸರ್ ಈ ಸ್ಪೆಷಲ್ ಪ್ರೈಜ್ ಯಾರಿಗೆ ಬಂದಿದೆ ಎಂಬುದನ್ನು ಘೋಷಿಸಿದಾಗ ಎಲ್ಲರಿಗೂ ಆಶ್ಚರ್ಯ ಕಾದಿತ್ತು. ಕೊನೆಗೂ ಕಥೆಯನ್ನೇ ಬರೆದು ಕೊಡದ ಆ ವಿದ್ಯಾರ್ಥಿಗೆ ಬಹುಮಾನ ಸಲ್ಲುತ್ತದೆ ಎಂದು ಪ್ರೊಫೆಸರ್ ಘೋಷಿಸಿದರು. ಅವನಿಗೂ ಅದು ಆಶ್ಚರ್ಯವೇ ಆಗಿತ್ತು. ಸಭಾ ಮರ್ಯಾದೆಗೆ ಧಕ್ಕೆ ಬಾರದಂತೆ ಸುಮ್ಮನೆ ಹೋಗಿ ಬಹುಮಾನ ಪಡೆದ.

ಕಾರ್ಯಕ್ರಮ ಮುಗಿದ ಮೇಲೆ ಉಳಿದೆಲ್ಲ ವಿದ್ಯಾರ್ಥಿಗಳು ಆ ಪ್ರೊಫೆಸರ್ ಬಳಿ ಹೋಗಿ, 'ನಾವೆಲ್ಲ ಎಂಥೆಂಥ ಕತೆಗಳನ್ನು ಒಂದೊಂದೇ ಸಾಲಿನಲ್ಲಿ ಬರೆದುಕೊಟ್ಟಿದ್ದೆವು. ಆದರೂ ನಮಗ್ಯಾರಿಗೂ ಬಹುಮಾನ ಏಕೆ ನೀಡಲಿಲ್ಲ ಎಂದು ಕೇಳಿದರು. ಅದಕ್ಕೆ ಆ ಪ್ರೊಫೆಸರ್ ಹೀಗೆ ಹೇಳಿದರು; "Write a story about Nothing" ಎಂದರೆ Nothing ಎನ್ನುವ ಪದ ಬಳಸಿ ಬರೆಯಬೇಕೆಂದು ನೀವೆಲ್ಲ ತಪ್ಪು ತಿಳಿದುಕೊಂಡಿರಿ" ಹಾಗಾಗಿ ನಿಮ್ಮ ಕಥೆಗಳಾವೂ ನನ್ನ ಸ್ಪರ್ಧೆಯಲ್ಲಿ ಅರ್ಹತೆ ಪಡೆಯಲಿಲ್ಲ. 'ಹಾಗಾದರೆ, ನನಗ್ಯಾಕೆ ಬಹುಮಾನ ನೀಡಿದಿರಿ ಸರ್?' ಅಲ್ಲಿಯೇ ಇದ್ದ ವಿಜೇತ ವಿದ್ಯಾರ್ಥಿ ಕೇಳಿದ. ಆಗ ಪ್ರೊಫೆಸರ್ ಹೇಳಿದರು; 'ಕಥೆ ಬರೆಯಲಿಕ್ಕೇನು ಅಸಂಖ್ಯ ಕಥೆಗಾರರಿದ್ದಾರೆ. ಕಥೆ ಬರೆಯಲಾಗದೆ ಆ ಕಥೆಯನ್ನು ಜೀವಿಸುವವರು ಅತೀ ವಿರಳ' ಎನ್ನುತ್ತಾ ಮುಗ್ಧ ನಗು ಬೀರಿ ಸ್ಟಾಫ್ ರೂಂನತ್ತ ನಡೆದರು.

ಆ ಬಹುಮಾನಿತ ವಿದ್ಯಾರ್ಥಿಗೆ ಇದುವರೆಗೂ ಆ ಬಗ್ಗೆ ಒಂದಕ್ಷರ ಬರೆಯಲಾಗಿಲ್ಲ ಅದೂ ಹತ್ತಾರು ವರ್ಷಗಳ ನಂತರವೂ ಅನ್ನುವುದು ಪ್ರೊಫೆಸರ್‌ನ ಹೆಚ್ಚುಗಾರಿಕೆಯನ್ನು ತೋರಿಸುತ್ತೆ.

Nothing ಎಂದರೆ 'ಏನೂ ಇಲ್ಲ' ಎಂಬುದನ್ನು ನಂಬುವುದಾದರೂ ಹೇಗೆ?

28

ಗೋಡೆ ಕೆಡವಲಾಗದವರು

ರಾತ್ರಿ ಹನ್ನೊಂದು ಗಂಟೆಯ ಹೊತ್ತಿಗೆ ಆ ಬೀದಿಯ ಕೊನೆಯಲ್ಲಿರುವ ಮನೆಯ ಬಾಗಿಲು ಬಡಿದ ಸದ್ದಾಯಿತು. ಅದರಲ್ಲಿ ವಾಸವಿದ್ದ 'ಅವಳು' ಯೋಚನೆಗೆ ಜಾರಿದಳು. ಈ ಹೊತ್ತಿನಲ್ಲಿ ತನ್ನ ಮನೆಯ ಬಾಗಿಲು ಬಡಿದವರ್ಯಾರಿಬಹುದೆಂಬ ದಿಗಿಲು ಅವಳಿಗೆ. ಮನೆಯೊಳಗಿನ ಲೈಟ್ ಆನ್ ಮಾಡದೇ ಬಾಗಿಲಿಗೆ ಅಂಟಿಕೊಂಡಂತಿದ್ದ ಕಿಟಕಿಯಲ್ಲಿ ಇಣುಕಿ ನೋಡಿದಳು. ಆಶ್ಚರ್ಯ! ಪಕ್ಕದ ಮನೆಯಲ್ಲಿ ತನ್ನಂತೆಯೇ ಏಕಾಂಗಿಯಾಗಿ ವಾಸವಾಗಿದ್ದ ಆ 'ಅವನು' ಬಾಗಿಲ ಹೊರಗೆ ನಿಂತಿದ್ದಾನೆ. ಇವಳಿಗೋ ಭಯ ಶುರುವಾಯಿತು. ಇವನೇಕೆ ಪಕ್ಕದಲ್ಲಿರುವ ತನ್ನ ಮನೆಗೆ ಹೋಗುವುದು ಬಿಟ್ಟು ನನ್ನ ಮನೆ ಬಾಗಿಲು ತಟ್ಟುತ್ತಿದ್ದಾನೆ ಎಂದು. ಈ ಅಪರಾತ್ರಿಯಲ್ಲಿ ಹೀಗೆ ಹೆಂಗಸೊಬ್ಬಳೇ ವಾಸಿಸುವ ಮನೆಯ ಬಾಗಿಲು ತಟ್ಟುತ್ತಿರುವ ಅವನ ಬಗ್ಗೆ ಅವಳಲ್ಲಿ ಆ ಕ್ಷಣಕ್ಕೆ ಅಸಹ್ಯ ಮೂಡಿತು. ಕುಡಿದು ಬಂದಿದ್ದಾನಾ ಎಂದು ಅಂದಾಜಿಸಿದಳು. ತುಂಬಾ ಖಚಿತತೆಯಿಂದ ನಿಂತಿದ್ದ ಅವನು ಕುಡಿದವನಂತೆ ಕಾಣಲಿಲ್ಲ. ಅವಳು ಬಾಗಿಲ ಬಳಿಯಲ್ಲೇ ಯೋಚಿಸುತ್ತಾ ನಿಂತಳು...

***

ಬಾಗಿಲು ತೆಗೆದು ಅವನನ್ನು ಒಳಗೆ ಕರೆದಳು. ಅವನು ಬಂದು ಕೂತವನು 'ಊಟ ಇದೆಯಾ?' ಎಂದು ಕೇಳಿದನು. ಪಟಪಟನೆ ಅಡುಗೆ ಮನೆಗೆ ಹೋಗಿ ತಾನು ಉಂಡು ಉಳಿದಿದ್ದ ಅಡುಗೆಯನ್ನು ತಂದು ಬಡಿಸಿದಳು. ಅವನು ಏನೊಂದೂ ಮಾತಾಡದೆ ಊಟ ಮಾಡಿ ಮುಗಿದ ನಂತರ ಅವಳನ್ನು ಕುರಿತು ಹೀಗೆ ಹೇಳಿದನು: 'ತುಂಬಾ ಧನ್ಯವಾದಗಳು, ಇವತ್ತು ಕೆಲಸದ ಒತ್ತಡದಲ್ಲಿ ಊಟಕ್ಕೆ ಹೋಟೆಲ್‌ಗೆ ಹೋಗುವುದು ಸಾಧ್ಯವಾಗಲಿಲ್ಲ. ಹಾಗಾಗಿ ಇಷ್ಟು ಹೊತ್ತಿನಲ್ಲಿ ಬಂದು ನಿಮಗೆ ತೊಂದರೆ ಕೊಡಬೇಕಾಯಿತು. ನೀವು ತಪ್ಪು ತಿಳಿಯಬಾರದು'

'ಅಯ್ಯೋ ಇಲ್ಲ. ನನಗ ಮೊದಲು ಭಯ ಆಯ್ತು ಇಷ್ಟೊತ್ತಲ್ಲಿ ಯಾರು ಅಂತ. ಆದರೆ ನೀವು ಸಂಕೋಚವಿಲ್ಲದೆ ಊಟ ಕೇಳಿ ಪಡೆದದ್ದು ನನಗೆ ಖುಷಿಯೇ ಆಯಿತು' ಎಂದು ವಿನಯದಿಂದ ಅವಳು ಹೇಳಿದಳು.

'ನಿಮ್ಮದು ಒಳ್ಳೆಯ ಮನಸ್ಸು. ದೇವರು ಒಳ್ಳೆಯದನ್ನೇ ಮಾಡುತ್ತಾನೆ' ಎಂದು ಹರಸಿ ದಾಸೋಹಕ್ಕೆ ಬಂದ ಶರಣನೆಂಬಂತೆ ಅವನು ತನ್ನ ಮನೆಗೆ ಹೋದ. ಆಮೇಲೆ ಅವಳು, 'ಛೇ, ಅವನ ಬಗ್ಗೆ ತಾನು ತಪ್ಪು ತಿಳಿಯಬಾರದಿತ್ತು. ಊಟ ಕೇಳಿ ಬಂದವನನ್ನು ಅನುಮಾನಿಸಬಾರದಿತ್ತು' ಎಂದು ತನ್ನನ್ನೇ ಹಳಿದುಕೊಂಡಳು.

ಆದರೆ ಅವಳು ಅಂತ ಅಭಿಪ್ರಾಯಕ್ಕೆ ಬಂದಿದ್ದು ತುಂಬಾ ಅವಸರದಲ್ಲಿಯೇನೋ ಎಂಬುದಕ್ಕೆ ಪುಷ್ಟಿ ಕೊಡುವಂಥ ಘಟನೆ ಮರುದಿನ ನಡೆಯಿತು. ಸರಿಯಾಗಿ ಹನ್ನೊಂದು ಗಂಟೆ ರಾತ್ರಿಗೆ ಅವನು ಮರುದಿನವೂ ಬಾಗಿಲು ಬಡಿದ. ಈ ಬಾರಿ ಅವಳಿಗೆ ಭಯವಾಗಲೀ, ಆತಂಕವಾಗಲೀ ಇರಲಿಲ್ಲ. ಅವಳ ಊಹೆ ತಪ್ಪಾಗಿರಲಿಲ್ಲ. ಅದು ಅವನೇ. ಮತ್ತೆ ಅದೇ ಕಾರಣ ಕೊಟ್ಟ 'ಇವತ್ತೂ.....'

ಆಕೆ ಅವನ ಮಾತುಗಳು ಪೂರ್ಣಗೊಳ್ಳುವ ಮೊದಲೇ ಊಟ ತಂದಿಟ್ಟಿದ್ದಳು. ಅವನು ಊಟ ಮಾಡುತ್ತಿರುವಾಗ ಆಕೆ ಕೇಳಿದಳು 'ಇವತ್ತು ನಿಜವಾಗಲೂ ಕೆಲಸ ಜಾಸ್ತಿ ಇತ್ತೊ ಅಥವಾ ಇಲ್ಲಿಗೆ ಊಟಕ್ಕೆ ಬರಬೇಕೆಂದು...'

ಅವಳ ಮಾತನ್ನು ತುಂಡರಿಸಿ ಅವನು ಹೇಳಿದ, 'ಸತ್ಯವಾಗಲೂ ಕೆಲಸ ಜಾಸ್ತಿ ಇತ್ತು. ನೀವು ಹೀಗೆ ಅನುಮಾನಿಸುವುದಾದರೆ ನನಗೆ ಊಟವೇ ಬೇಡ' ಎನ್ನುತ್ತ ಎದ್ದು ನಿಂತ.

'ಅಯ್ಯೋ ಅನುಮಾನವಿಲ್ಲ. ಆದರೆ ನಿಮ್ಮ ಬ್ಯಾಗ್‌ನಲ್ಲಿ ಊಟದ ಪಾರ್ಸೆಲ್ ಕವರ್ ಇರೋದನ್ನ ನೋಡಿದೆ. ಹಾಗಾಗಿ ಕೇಳಿದೆ ಅಷ್ಟೆ' ಎಂದಳವಳು.

ಅವನು ಇದನ್ನು ನಿರೀಕ್ಷಿಸಿರಲಿಲ್ಲ. ಅವಮಾನವಾದಂತಾಯಿತು. ಅವನ ಮನಸ್ಥಿತಿಯನ್ನು ಅರಿತ ಅವಳೇ ಮುಂದುವರಿಸಿ ಹೇಳಿದಳು. 'ಪರವಾಗಿಲ್ಲ, ನಾಳೆ

ಪಾರ್ಸೆಲ್ ತರಲು ಹೋಗಬೇಡಿ. ಇಲ್ಲಿಗೇ ಬನ್ನಿ. ಊಟ ನಿಮಗೂ ಸೇರಿಸಿ ಮಾಡಿರುತ್ತೇನೆ.'

ಅವನಿಗೆ ಅವಮಾನದಿಂದ ತಪ್ಪಿಸಿಕೊಂಡ ಖುಷಿಯ ಜೊತೆ ಪ್ರತಿದಿನ ರಾತ್ರಿ ಊಟದ ಭರವಸೆ ಸಿಕ್ಕಿತು. ಅವನು ಊಟ ಮುಗಿಸಿ ಮನೆಗೆ ಹೊರಟ. ಥ್ಯಾಂಕ್ಸ್ ಹೇಳಬೇಕು ಎಂದು ಅವನಿಗೂ ಅನ್ನಿಸಿರಲಿಲ್ಲ. ಮರುದಿನ ಬೆಳಗ್ಗೆ ಗಾಡಿಗೆ ಕಸ ಹಾಕಲು ಇಬ್ಬರೂ ಒಂದೇ ಸಮಯಕ್ಕೆ ಡಸ್ಟ್‌ಬಿನ್ ಹಿಡಿದು ಬಂದಾಗ 'ಇವತ್ತು ಮುದ್ದೆ ಉಪ್ಸಾರು ಮಾಡಿ' ಎಂದು ಮೆಲ್ಲಗೆ ಅವಳ ಕಿವಿಯಲ್ಲಿ ಹೇಳಿದಂತೆ ಹೇಳಿ ಪರಾರಿಯಾಗಿಬಿಟ್ಟಿದ್ದ. ತಕ್ಷಣಕ್ಕೆ ಇವನದು ಅತಿಯಾಯಿತು ಎಂದು ಅವಳಿಗೆ ಅನ್ನಿಸಿದರೂ ಅವನ ಬಗ್ಗೆ ಕೋಪವೇನೂ ಮೂಡಲಿಲ್ಲ.

ಆ ರಾತ್ರಿ ಅವನು ಹೇಳಿದಂತೆಯೇ ಮುದ್ದೆ ಉಪ್ಸಾರು ಮಾಡಿಕೊಂಡು ಆಕೆ ಕಾಯುತ್ತಿದ್ದಳು. ಅವನು ಬಂದ. ಆಕೆ ಊಟ ಬಡಿಸಿದಳು. ಅದೇಕೋ ಅವಳಿಗೆ ಸ್ವಲ್ಪ ತುಂಟತನ ಮಾಡಬೇಕು ಅನ್ನಿಸಿತು. 'ಊಟ ಮಾಡೋಕ್ ಮಾತ್ರ ನನ್ ಮನೇನಾ? ಮಲಗೋಕ್ ಮಾತ್ರ ನಿಮ್ ಮನೆಗೇ ಹೋಗ್ಬೇಕಾ' ಎಂದು ತುಟಿಯಂಚಲ್ಲಿ ತುಂಟತನ ತುಂಬಿಕೊಂಡು ಹೇಳಿದಳು.

ಅವನಿಗೆ ಅದು ಹಿಡಿಸಲಿಲ್ಲ. ಏನೂ ಮಾತಾಡದೆ ಎದ್ದು ಹೋದ. ಅವಳಿಗೆ ನೋವಾಯಿತು. ತಾನು ಹಾಗೆ ಕೇಳಬಾರದಿತ್ತೆ? ಅಷ್ಟಕ್ಕೂ ತಾನು ಹಾಗೆ ಕೇಳಿದ್ದರ ಹಿಂದಿನ ಉದ್ದೇಶವಾದರೂ ಏನು ಎಂದು ಆ ರಾತ್ರಿಯಿಡೀ ಯೋಚಿಸತೊಡಗಿದಳು. ಮರುದಿನ ಅವನು ಬರುವುದಿಲ್ಲವೇನೋ ಎಂದುಕೊಂಡಳು. ಆದರೆ ಹಾಗಾಗಲಿಲ್ಲ. ಅವನು ಎಂದಿನಂತೆ ಸರಿಯಾದ ಸಮಯಕ್ಕೆ ಬಂದ. ಯಾವುದೋ ಹುಮ್ಮಸ್ಸಿನಲ್ಲಿದ್ದಂತೆ ಕಂಡುಬಂದ. ಊಟಕ್ಕೆ ಕೂತವನು 'ನನ್ನ ಬ್ಯಾಗ್‌ನಲ್ಲಿ ಏನಿದೆ ತೆಗೆದು ನೋಡಿ' ಎಂದ. ಆಕೆ ತೆಗೆದು ನೋಡಿದಳು. ಅಲ್ಲಿ ಮಲ್ಲಿಗೆ ಹೂವಿನ ಪೊಟ್ಟಣವೊಂದಿತ್ತು. ಅವಳಿಗೆ ಗೊಂದಲವಾಯಿತು.

'ಏನು ಇದರ ಅರ್ಥ?' ಎಂದಳು.

'ನಿನ್ನೆ ನೀವೇ ಕೇಳಿದಿರಲ್ಲವಾ? ನಿಮ್ಮ ಮನೆಯಲ್ಲಿ ಮಲಗೋಕೆ. ಅದಕ್ಕಾಗಿ ಮಲ್ಲಿಗೆ ಹೂವು ತಂದೆ. ಸುಮವಿಲ್ಲದ ಶೃಂಗಾರ ಸಪ್ಪೆಯಲ್ಲವೆ?' ಎಂದು ತನ್ನ ವಾಕ್ ಚಾತುರ್ಯ ಮೆರೆದ.

'ನನ್ನ ಮನೆಯಲ್ಲಿ ಮಲಗಿ ಅಂದದ್ದು ನನ್ನ ಮೈಯೊಳಗೆ ಹೊಗಲಿಕ್ಕೆ ಪರ್ಮಿಷನ್ ಕೊಟ್ಟ ಹಾಗೆಯೇ? ಮಲಗು ಎಂಬುದನ್ನು ನೀವು ಹೀಗೆ ಮಾತ್ರ ಅರ್ಥೈಸಿಕೊಳ್ತೀರಿ ಅಂತ ನನಗೆ ನಿಜಕ್ಕೂ ಅನ್ನಿಸಿರಲಿಲ್ಲ.' ಎಂದು ಬೇಸರದ ಧ್ವನಿಯಲ್ಲಿ ಆಕೆ ಹೇಳಿದಾಗ ಅವನಿಗೆ ನಾಚಿಕೆಯಾಯಿತು.

'ಕ್ಷಮಿಸಿ, ನಾನು ದುಡುಕಿದೆ. ಮತ್ತೆಂದೂ ಊಟಕ್ಕೆ ಬರುವುದಿಲ್ಲ' ಎಂದು ಹೇಳಿ ಅವನು ಹೊರಟು ನಿಂತ.

'ಶೃಂಗಾರಕ್ಕೆ ತಂದ ಸುಮವನ್ನು ವ್ಯರ್ಥ ಮಾಡುವುದು ತಪ್ಪಲ್ಲವೇ?' ಎನ್ನುತ್ತಾ ನುಲಿದಳಾಕೆ.

ಅವನಿಗೆ ಅರ್ಥವಾಯಿತು. ಒಬ್ಬರಿಗೊಬ್ಬರು ಶೃಂಗಾರ ಪಾಠ ಮಾಡುತ್ತ ಆ ರಾತ್ರಿ ಕಳೆದಿತ್ತು. ಕತ್ತಲು ಕೊಡುವ ಅಜ್ಞಾತವನ್ನು ಬೆಳಕು ಕೊಡಲಾರದು. ಬೆಳಗ್ಗೆ ಎದ್ದು ಅವನು ಕೆಲಸಕ್ಕೆ ಹೊರಡಬೇಕು ಆದರೆ ಅವಳ ಮನೆಯಿಂದ ಹೊರ ಹೋಗುವುದನ್ನು ಯಾರಾದರೂ ನೋಡಿದರೆ ಏನು ಗತಿ ಎಂದು ಇಬ್ಬರೂ ಚಿಂತಿತರಾದರು. ಅಕ್ಕಪಕ್ಕದಲ್ಲೇ ಇದ್ದ ಮನೆಯ ಇಬ್ಬರು ಸೇರುವುದು ಎಷ್ಟು ಕಠಿಣವಲ್ಲವೇ? ಎಂದುಕೊಂಡವರು ಒಂದು ತೀರ್ಮಾನಕ್ಕೆ ಬಂದರು. ಆ ಎರಡೂ ಮನೆಗಳಿಗೆ ಹೊಂದಿಕೊಂಡಿದ್ದ ಮಧ್ಯದ ಗೋಡೆಯನ್ನು ಒಡೆಯುವುದು. ಆಗ ಹೊರಗಡೆಯಿಂದ ಎರಡು ಬೇರೆ ಬೇರೆ ಮನೆಗಳಂತೆ ಕಾಣುತ್ತವೆ ಮತ್ತು ಒಳಗೆ ಇವರಿಬ್ಬರೂ ಪರಸ್ಪರ ಸಂಧಿಸಲು ಯಾವ ಅಡೆತಡೆಯೂ ಇರುವುದಿಲ್ಲ ಎಂಬುದು ಅವರ ಯೋಜನೆಯಾಗಿತ್ತು.

ಹಾಗೆ ಗೋಡೆ ಕೆಡವಿದ ದಿನದಿಂದ ಅವನು ಅವಳ ಮನೆ ಬಾಗಿಲಿನಿಂದ ಊಟಕ್ಕೆ ಬರುವುದನ್ನು ನಿಲ್ಲಿಸಿದ. ನೇರವಾಗಿ ತನ್ನ ಮನೆಗೆ ಹೋಗಿ ಅಲ್ಲಿಂದ ಅವಳನ್ನು ತಲುಪತೊಡಗಿದ. ಹಾಗೆ ತಲುಪಿದವ 'ಮಲ್ಲಿಗೆ ಹೂವು' ತಂದ ಅನೇಕ ರಾತ್ರಿಗಳಲ್ಲಿ ಹಿಂತಿರುಗುತ್ತಲೇ ಇರಲಿಲ್ಲ. ಹೇಗೂ ಬೆಳಕಲ್ಲಿ ಕಣ್ತಪ್ಪಿಸುವ ಅವಕಾಶ ಆಗಿತ್ತಲ್ಲ! ತಮ್ಮ ನಡುವಿನ ಈ ಸಂಪರ್ಕಕ್ಕೆ, ಸಂಬಂಧಕ್ಕೆ ಇಷ್ಟು ದಿನಗಳ ಕಾಲ ಅಡ್ಡಿಯಾಗಿದ್ದ ಆ ಗೋಡೆ ಕೆಡವಿದೆವು ಎಂದು ಅವರಂದುಕೊಂಡರು. ವಾಸ್ತವದಲ್ಲಿ ಅವರು ಆ ಗೋಡೆ ಕೆಡವಿದ್ದು ಒಂದು ದೊಡ್ಡ ಗೋಡೆಯನ್ನು ಕಟ್ಟಿಕೊಳ್ಳಲಿಕ್ಕೆ ಎಂಬುದು ಅವರ ಅರಿವಿಗೆ ಬರಲೇ ಇಲ್ಲ...

***

ಕಿಟಕಿಯಿಂದ ಹೊರಗೆ ನೋಡುತ್ತಾ ನಿಂತಿದ್ದ ಅವಳು ಒಂದು ವೇಳೆ ತಾನೀಗ ಅವನಿಗೆ ಬಾಗಿಲು ತೆಗೆದರೆ ಏನು ನಡೆಯಬಹುದೆಂದು ಮೇಲಿನಂತೆಲ್ಲಾ ಕಲ್ಪಿಸಿಕೊಂಡು, ಅನಿರೀಕ್ಷಿತವಾದುದು ಅಪೂರ್ವವಾಗಿಯೂ ಇರುತ್ತದೆ ಎಂದೆನಿಸಿ ಬಾಗಿಲು ತೆಗೆದೇ ಬಿಡೋಣ ಎಂದು ನಿರ್ಧರಿಸಿ ಬಾಗಿಲು ತೆಗೆದರೆ 'ಅವನು' ಅಲ್ಲಿರಲಿಲ್ಲ. ಪಕ್ಕದ ಮನೆಯಲ್ಲಿ ಆಗತಾನೆ ಲೈಟ್ ಆನ್ ಆಯಿತು. ಅವನು ಪಾರ್ಸೆಲ್ ತಂದ ಊಟವನ್ನು ತಟ್ಟೆಗೆ ಹಾಕಿಕೊಂಡ ಸದ್ದೂ ಕೂಡ ಆ ರಾತ್ರಿಯ ನೀರವತೆಯಲ್ಲಿ ಅವಳಿಗೆ ಕೇಳಿಸಿತು...

ಅಂದಿನಿಂದ ಪ್ರತಿ ರಾತ್ರಿ ಹನ್ನೊಂದು ಗಂಟೆಗೆ ಆಕೆ ಕಿಟಕಿಯ ಬಳಿ ಬಂದು ನಿಲ್ಲುತ್ತಾಳೆ...

ಅವನು ಅದೇ ಸಮಯಕ್ಕೆ ಬರುತ್ತಾನೆ. ಆದರೆ ಅವಳ ಮನೆಯ ಬಾಗಿಲು ಅವನೆಂದೂ ಮತ್ತೆ ಬಡಿಯಲೇ ಇಲ್ಲ.

ಇತ್ತ ಇವಳು ಮಾತ್ರ ಕಿಟಕಿಯ ಬಳಿ ನಿಂತು ಬಾಗಿಲು ಬಡಿವ ಸದ್ದಿಗಾಗಿ ಕಾಯುತ್ತಲೇ ಇದ್ದಾಳೆಯೇ ಹೊರತು ಗೋಡೆ ಕೆಡವಿ ಅವನನ್ನು ತಲುಪುವುದು ಸಾಧ್ಯವಾಗಿಲ್ಲ...

29

ಏನೂ ಮಾಡದ 'ಆ ದಿನ'...

ಸದಾ ಬಿಡುವಿರದ ಕೆಲಸಗಳಲ್ಲಿ ಮುಳುಗಿ ಹೋಗಿರುತ್ತಿದ್ದ ಆತ, ಹಿಂದಿನ ರಾತ್ರಿ ತೀರ್ಮಾನ ಮಾಡಿದಂತೆಯೇ ತಾನು ಈ ದಿನ ಏನೂ ಮಾಡುವುದಿಲ್ಲ ಎಂಬ ನಿರ್ಧಾರಕ್ಕೆ ಬದ್ದನಾಗಿಯೇ ಉಳಿದ. ಏನೆಂದರೆ ಏನೂ ಮಾಡಲಿಲ್ಲವೆ? ಎಂಬ ಪ್ರಶ್ನೆ ಹುಟ್ಟುವುದು ಸಹಜ. ಜೈವಿಕವಾಗಿ ಮನುಷ್ಯ ಬದುಕಲು ಅಗತ್ಯವಿರುವ ಚಟುವಟಿಕಗೆಳನ್ನು ಹೊರತುಪಡಿಸಿ ಮತ್ತೇನೂ ಮಾಡಲಿಲ್ಲ ಎಂದು ನಾವು ತಿಳಿದುಕೊಳ್ಳಬೇಕಾಗುತ್ತದೆ.

***

ದಿನನಿತ್ಯ ಮಾಡುತ್ತಿದ್ದ ಧ್ಯಾನ ಮಾಡಲೂ ಆತ ನಿರಾಸಕ್ತನಾಗಿದ್ದ. ಯಾವುದೋ ಕಾರಣ ನೀಡಿ ರಜೆ ಪಡೆದು ಮನೆಯಲ್ಲೇ ಉಳಿದ. ಸಂಜೆ ಸಿನಿಮಾಕ್ಕೆ ಹೋಗಬೇಕೆಂದು ಬುಕ್ ಮಾಡಿದ್ದ ಟಿಕೆಟ್ ಕೂಡ ಕ್ಯಾನ್ಸಲ್ ಮಾಡಿದ. 'ಹೇಗೂ ರಜಾ ಹಾಕಿದ್ದೀರಲ್ಲ. ಬನ್ನಿ ಹೋಗಿ ರೇಷನ್ ತಗೋಂಡ್ ಬರೋಣ' ಎಂದ ಹೆಂಡತಿಯನ್ನೂ ಸುಮ್ಮನಾಗಿಸಿದ. ಎಷ್ಟೋ ದಿನದಿಂದ ಒಂದು ರಜೆ ಸಿಕ್ಕರೆ ಸಾಕೆಂದು ಕಾಯುತ್ತಿದ್ದ ಸಣ್ಣ ಪುಟ್ಟ ಯಾವ ಕೆಲಸಗಳನ್ನೂ ಅವನು ಆ ದಿನ ಮಾಡಿಕೊಳ್ಳದಿರಲು ನಿರ್ಧರಿಸಿ ಒಂದಿಡೀ

ದಿನ ಮನೆಯಲ್ಲೇ ಉಳಿದ. ಟಿವಿ ಆನ್ ಮಾಡಿದರೆ ಮನರಂಜನೆಗಿಂತ ಮನೋವ್ಯಾಧಿಯೇ ಹೆಚ್ಚಾಗಬಹುದೆಂದು ತಿಳಿದು ರಿಮೋಟ್ ಮುಟ್ಟಲಿಲ್ಲ. ಇತ್ತೀಚಿಗೆ ತರಿಸಿಕೊಂಡಿದ್ದ ತನ್ನ ಫೇವರೇಟ್ ರೈಟರ್‌ನ ನಾವೆಲ್‌ನ್ನಾದರೂ ಓದಬಹುದಿತ್ತು. ಅದನ್ನೂ ಮಾಡಲಿಲ್ಲ. ಹೋಗಲಿ ಮನೆಯಲ್ಲಿದ್ದು ಹೆಂಡತಿಗಾದರೂ ನೆರವಾದನಾ ಅಂದುಕೊಂಡರೆ ಹಾಗೂ ಮಾಡಲಿಲ್ಲ. ಮನೆಯಲ್ಲಿನ ಒಂದು ಕಡ್ಡಿ ತುಂಡನ್ನೂ ಆಚೀಚೆ ಮಾಡಲಿಲ್ಲ. ಇಡೀ ಜಗತ್ತು ದೈನೇಸಿ ದುಡಿಯುತ್ತಿರುವಾಗ, ತಾನೊಬ್ಬ ಒಂದು ದಿನ ಆಲಸಿಯಾಗಿದ್ದು ಕಳೆದರೆ ಯಾವ ನಷ್ಟವೂ ಆಗಲಾರದು ಎಂಬ ಲೆಕ್ಕಾಚಾರ ಅವನದ್ದಿರಬಹುದು. ಹೀಗೆ ಏನೊಂದನ್ನೂ ಮಾಡದ ಆಲಸಿಯ ಆ ದಿನ ಮುಗಿದೇ ಹೋಯಿತು...

ಹೀಗೆ ಏನನ್ನೂ ಮಾಡದೆ ಒಂದು ದಿನ ಇದ್ದವನ ಆ ದಿನದ ಬಗ್ಗೆ ಅವನಿಗೆ ಸಂಬಂಧಿಸಿದ ಯಾವುದಾದರೂ ಘಟನೆಗಳು ನಡೆದಿರಬಹುದೇ ಎಂದು ತನಿಖೆ ನಡೆಸಿದಾಗ ಈ ಕೆಳಕಂಡ ವಿಚಾರಗಳು ತಿಳಿದು ಬಂದವು.

***

ಮಧ್ಯಾಹ್ನ 12.15ರ ಸುಮಾರಿಗೆ ಅವನಿಗೆ ಬಂದ ಫೋನ್ ಕಾಲ್‌ನಿಂದಾಗಿ ಪರ ಊರಿನಲ್ಲಿರುವ ಅವನ ತಂಗಿಗೆ ಹೆಣ್ಣು ಮಗು ಜನಿಸಿದ ಸುದ್ದಿ ತಿಳಿದು ಬಂತು. ಇದರಿಂದಾಗಿ ಅವನು 'ಮಾವ'ನಾಗಿ ಪ್ರಮೋಷನ್ ಸಿಕ್ಕಂತಾಯಿತು. ತನ್ನ ಸೊಸೆ ಹೇಗಿರಬಹುದು? ಅವಳಿಗೇನು ಹೆಸರಿಡುವುದು ಎಂದೆಲ್ಲ ಲೆಕ್ಕ ಹಾಕಿದ.

ಮಧ್ಯಾಹ್ನ 1.30ರ ನ್ಯೂಸ್‌ನಲ್ಲಿ ಬಂದ ಸುದ್ದಿಯೊಂದು ಅವನಿಗೆ ಬಂಪರ್ ನೀಡಿದಂತಿತ್ತು. ಚುನಾವಣಾ ದೃಷ್ಟಿಯಿಂದ ಯೋಚಿಸಿದ ಕೇಂದ್ರ ಸರ್ಕಾರವು ವೈಯುಕ್ತಿಕ ಆದಾಯ ತೆರಿಗೆ ಮಿತಿಯನ್ನು ಹಲವು ಲಕ್ಷಗಳಿಗೆ ಏರಿಸಿತ್ತು. ಇದರಿಂದ ಅವನಿಗೆ ತಾನಿನ್ನು ಟ್ಯಾಕ್ಸ್ ಕಟ್ಟಬೇಕಾದ ಪ್ರಮೇಯ ಬರುವುದಿಲ್ಲ ಎಂದು ತಿಳಿದು ಖುಷಿಯಾಯಿತು.

ಸಂಜೆಯ ಹೊತ್ತಿಗೆ ಒಂದು ಕೊರಿಯರ್ ಬಂತು. ಅದರಲ್ಲಿ ಆತ ಈ ಹಿಂದೆ ಮಾಡಿಸಿದ್ದ ವಿಮೆ ಪಾಲಿಸಿಯೊಂದು ಮೆಚ್ಯೂರ್ ಆಗಿದ್ದಾಗಿ ಮಾಹಿತಿ ಇತ್ತು. ಇದೊಂದು ಸಕಾಲದಲ್ಲಿ ಬಂದ ಮಾಹಿತಿಯೆಂದು ಖುಷಿಪಟ್ಟ.

ವಿಚಿತ್ರವೆಂದರೆ ಅವನ ಆಫೀಸಿನಲ್ಲಿ ಬಹಳ ದಿನಗಳಿಂದ Due ಇದ್ದ Appraisalನ ಫಲಿತಾಂಶವನ್ನು ಅವತ್ತೇ ಡಿಕ್ಲೇರ್ ಮಾಡಲಾಗಿತ್ತು. ಅದರ ಪ್ರಕಾರ ಆತ ಉದ್ಯೋಗದಲ್ಲಿ ಮೇಲಿನ ಹಂತದ ಸ್ಥಾನಕ್ಕೆ ಬಡ್ತಿ ಪಡೆದಿದ್ದ. ಇದನ್ನು ಅವನ ಸಹೋದ್ಯೋಗಿ ಕಾಲ್ ಮಾಡಿ ತಿಳಿಸಿದಾಗ, 'ಛೇ ಇವತ್ತೇ ನಾನು ರಜಾ ಹಾಕ್ಬಿಟ್ನಲ್ಲ,

ಆಫೀಸನಲ್ಲಿದ್ದಿದ್ದರೆ ತನ್ನ ಮೇಲೆ ಅಸೂಯೆ ಪಡುತ್ತಿದ್ದ ಕೆಲವರಿಗೆ ತಕ್ಕ ಉತ್ತರ ನೀಡಿದಂತಾಗುತ್ತಿತ್ತು' ಎಂದು ಹಳಿದುಕೊಂಡ.

ಊಟ ಮಾಡುತ್ತಿದ್ದಾಗ ಅವನ ಕಾಲೇಜ್ ಗೆಳೆಯನೊಬ್ಬ ಬಹಳ ಅಪರೂಪಕ್ಕೆಂಬಂತೆ ಕರೆ ಮಾಡಿದ್ದ. 'ಇವತ್ತು ಮಾರ್ಕೆಟ್ ಹತ್ರ ಸಿಗ್ನಲ್‌ನಲ್ಲಿ ಸರೋಜ ಸಿಕ್ಕಿದ್ಲು. ಎರಡು ಮಕ್ಕಳಾದರೂ ಕಾಲೇಜಲ್ಲಿದ್ದಾಗ ಹೇಗಿದ್ಲೋ ಹಾಗೇ ಇದಾಳೆ ಕಣೋ. ಅದೇ ವೈಯ್ಯಾರ, ಒನಪು, ಸೊಕ್ಕು ಎಲ್ಲಾ ಇದ್ವು. ಕೊನೇಲಿ ಅದೇನೋ ನೆನಪು ಮಾಡ್ಕೊಂಡೋರ್ ಥರ ನಿನ್ನ ಹೆಸರು ಹೇಳಿ,' ಎಲ್ಲಿದಾನೋ ಅವ್ನು? ಮದ್ವೆ ಆಗಿದಾನೆ ತಾನೆ?' ಅಂತ ಕೇಳಿದ್ಲು. ನಿನ್ನ ಹೆಸರು ಹೇಳೋವಾಗ ಏನೋ Missed Opportunity ಥರ ಇತ್ತು ಮುಖ. ಆಮೇಲೇ ಮಾಮೂಲಿಯಾಗೇ ಕಾರ್ ಹತ್ತಿ ಕೂತುಕೊಂಡ್ಲು. ನಿನ್ನನ್ನು ಕೇಳ್ದೆ ಅಂತ ಏನೂ ಹೇಳ್ಲಿಲ್ಲ. ಆದರೂ ಕೇಳ್ದಂಗೆ ಇತ್ತಪ್ಪ. ಅದ್ಕೆ ನಿನ್ಗೆ ತಿಳಿಸೋಣ ಅಂತ ಮಾಡಿದೆ.' ಎಂದು ಕಾಲ್ ಮುಗಿಸಿದ. ಊಟದ ಕೈ ಒಣಗಿಹೋಗಿದ್ದ ಇವನು, ರಜಾ ಹಾಕಿದ್ದ ತಾನು ಮಾರ್ಕೆಟ್ ಕಡೆಯಾದರೂ ಹೋಗಬಾರದಿತ್ತೆ ಎಂದು ನೊಂದುಕೊಂಡ.

ಸರೋಜ ಮತ್ತು ಮಾರ್ಕೆಟ್ ಬಗ್ಗೆ ಯೋಚಿಸುತ್ತಿರುವಾಗಲೇ, ಇನ್ನೇನು ಮಲಗಬೇಕೆನ್ನುವಷ್ಟರಲ್ಲಿ ಮಲೆನಾಡಿನಲ್ಲಿದ್ದ ಅವನ ಅಜ್ಜಿ ಮನೆಯಿಂದ ಆಘಾತಕಾರಿ ಸುದ್ದಿಯೊಂದು ಬಂತು. ತೊಂಬತ್ತು ದಾಟಿದ್ದ ಅಜ್ಜಿ ಹಿಂದಿನ ದಿನವೇ ಮರಣಿಸಿದ್ದಾಗಿಯೂ, ತಿಥಿ ನಕ್ಷತ್ರಗಳನ್ನು ನೋಡಲಾಗಿ ವಿಧಿವಿಧಾನಗಳನ್ನು ತುರ್ತಾಗಿ ಮಾಡಬೇಕಿದ್ದರಿಂದ ದೂರದಲ್ಲಿರುವವರ ಕರೆಯದೇ ಮುಗಿಸಿದ್ದಾಗಿಯೂ, ತಿಂಗಳ ಕಾರ್ಯಕ್ಕೆ ಎಲ್ಲರನ್ನೂ ಕರೆಯುವುದಾಗಿಯೂ ವಿಷಯ ತಿಳಿಸಿದರು ಅವನ ಮಾವ. ಬಾಲ್ಯ ಕಳೆದ ಅಜ್ಜಿ ಮನೆ ನೆನೆದು ದುಃಖಿತನಾದ.

***

ಒಂದೇ ದಿನ ಹುಟ್ಟು, ಸಾವು, ಸಂತಸ, ನಿರಾಸೆ, ತೃಪ್ತಿ ಎಲ್ಲವನ್ನೂ ಅನುಭವಿಸಿದವನಿಗೆ 'ನಿನ್ನೆಗಳು ನಾಳೆಗಳನ್ನು ರೂಪಿಸುತ್ತವೋ ಅಥವಾ ಇಂದು ಎಂಬುದು ನಿನ್ನೆಯ ಸಂತಾನವೋ? ಇಲ್ಲವೆ 'ಇಂದು' ಮಾತ್ರ ಸತ್ಯವೋ?' ಎಂಬುದು ಅರ್ಥವಾಗದೆ, ಏನೂ ಮಾಡದ ದಿನವೇ ತನ್ನ ಸುತ್ತ ಇಷ್ಟೆಲ್ಲ ನಡೆದಿದೆ ಎಂದಾದರೆ ತಾನು ಏನಾದರೂ ಮಾಡುತ್ತಲೇ ಇರಬೇಕಾದ ಅನಿವಾರ್ಯತೆ ಎಷ್ಟಿದೆ ಎಂದು ಯೋಚಿಸುತ್ತಲೇ ಹಾಸಿಗೆಗೆ ಒರಗಿದ.

ನಾಳೆಗೆ ಅವನ ಬಳಿ ಯಾವ ನೆಪಗಳೂ ಉಳಿದಿರಲಿಲ್ಲ!

30

ಮಾಳವಿಕ ಹಾಕಿದ ಕೇಸ್

'ಅಲ್ರೀ, ನೀವು ಏಕಾಂತದಲ್ಲಿ ಕೂತು ಬರೆದದ್ದು ಲೋಕಾಂತದಲ್ಲಿ ಏನು ಪರಿಣಾಮ ಬೀರಬಹುದು ಎಂದು ಯೋಚಿಸಬೇಕಲ್ವ ನೀವು?' ಎಂದು ಎದುರು ಕೂತ ಆಕೆ ನಕ್ಕಳು.

'ಈಗ ನನ್ನಿಂದ ಯಾರದ್ದಾದರೂ ಏಕಾಂತ ಭಂಗವಾಯಿತೇ ಅಥವಾ ಲೋಕಾಂತಕ್ಕೇನಾದರೂ ಧಕ್ಕೆಯಾಯಿತೆ?' ನಾನೂ ತುಸು ಲಹರಿಯಲ್ಲೇ ಕೇಳಿದೆ.

'ಹೌದು. ರಾಜಶೇಖರನಿಗೆ ನೀವು ಮಾಡಿದ್ದು ಅನ್ಯಾಯವಲ್ಲವೆ?' ಎಂದಳಾಕೆ. ಆಗ ನನಗೆ ಸ್ವಲ್ಪ ಸುಳಿವು ಸಿಕ್ಕಿತು. ಹಿಂದಿನ ದಿನ ಕಾಲ್ ಮಾಡಿದಾಗ 'ನನ್ನ ಹೆಸರು ಮಾಳವಿಕ ಎಂದು. ನಾನು ನಿಮ್ಮನ್ನು ಭೇಟಿಯಾಗಬೇಕಿದೆ ಎಂದಿದ್ದಳವಳು. ಹಾಗಾದರೆ ಈ ರಾಜಶೇಖರ ಯಾರು ಎಂದು ಪುನಃ ಯೋಚಿಸಬೇಕಾದ ಅಗತ್ಯವಿರಲಿಲ್ಲ. ಆಕೆ

ಪ್ರಸ್ತಾಪಿಸಿದ್ದು ನನ್ನ 'ಮಧ್ಯ ವಯಸ್ಕನ ಮನೋಲಾಗ್' ಎಂಬ ಕತೆಯಲ್ಲಿನ ರಾಜಶೇಖರನ ಬಗ್ಗೆ ಎಂಬುದು ಮನವರಿಕೆಯಾಯಿತು.

'ಏನು ಅನ್ಯಾಯ ಮಾಡಿದೆ ಅವನಿಗೆ ನಾನು?' ಎಂದೆ.

ಅಷ್ಟರಲ್ಲಿ ವೇಟರ್ ಬಂದ. ಆಕೆಯೇ ನನ್ನನ್ನೇನೂ ಕೇಳದೆ ಕಾಫಿ ಆರ್ಡರ್ ಮಾಡಿದಳು.

'ಈಗ ನೀವು ನನ್ನ ಭೇಟಿ ಮಾಡಿದ ಉದ್ದೇಶವೇನು?' ನಾನೇ ಮರುಪ್ರಶ್ನೆ ಹಾಕಿದೆ.

'ನನಗೊಂದು ಗಂಡಿನ ಸಾಂಗತ್ಯ ಬೇಕಿದೆ' ನಾಟಕೀಯತೆಯಿಂದ ಆಕೆ ಈ ಮಾತು ಹೇಳಿದಾಗ ಮತ್ತೆ ನನ್ನ ಆ ಕತೆಯ ಬಗ್ಗೆಯೇ ಆಕೆ ಮಾತನಾಡುತ್ತಿರುವುದು ಸ್ಪಷ್ಟವಾಯಿತು.

'ಥೇಟ್ ನಿಮ್ಮ ಕತೆಯ ರಾಜಶೇಖರನಂತೆಯೇ ಕೇಳ್ತಿದೀರ ಅಲ್ವಾ? ನಿಮ್ಮನ್ನ ಭೇಟಿ ಮಾಡಿದ ಉದ್ದೇಶ ನಿಮ್ಮ ಮೇಲೊಂದು ಕೇಸ್ ಹಾಕುವುದು' ಎಂದಳು.

'ಕೇಸ್? ಯಾಕೆ?'

'ನಿಮ್ಮಿಂದ ನನಗೆ ಅನ್ಯಾಯ ಆಗಿದೆ. ಹೆಣ್ಣು ಮನಸ್ಸೊಂದನ್ನು ಅರಿಯಲಾಗದ ನಿಮ್ಮಂಥವರು ಅಂಥ ಕತೆ ಯಾಕೆ ಬರೀಬೇಕಿತ್ತು?' ಎನ್ನುವಾಗ ಅವಳ ಧ್ವನಿಯಲ್ಲಿ ಇದ್ದ ಮುಗ್ದತೆಯನ್ನು ಗಮನಿಸದೆ. ಅವಳ ಪ್ರಶ್ನೆ ನಾನು ಬರೆದ ಕತೆಯನ್ನು ಮತ್ತೊಮ್ಮೆ ಒಂದು ಫ್ಲಾಷ್‌ನಂತೆ ಕಣ್ಮುಂದೆ ತಂದಿತು.

***

ಮದುವೆಯಾಗದ ಮಧ್ಯವಯಸ್ಕನೊಬ್ಬನಿಗೆ ಮಾಳವಿಕ ಎಂಬುವವಳಿಂದ ಬಂದ ಪತ್ರದಲ್ಲಿ ಆಕೆಯನ್ನು ಭೇಟಿ ಮಾಡಲು ಆಹ್ವಾನವಿರುತ್ತದೆ. ಸಭ್ಯ, ಸ್ಫುರದ್ರೂಪಿ ರಾಜಶೇಖರನಿಗೆ ಆಕೆ ಯಾರಿರಬಹುದೆಂಬ ಕುತೂಹಲ ಹೆಚ್ಚಾಗಿ ಅವಳೇ ಹೇಳಿದ ಕಾಫಿ ಡೇಯಲ್ಲಿ ಅವಳನ್ನು ಭೇಟಿಯಾಗಲು ಹೋಗುತ್ತಾನೆ. ಹೋಗುವ ಮುನ್ನ ಪತ್ರದಲ್ಲಿದ್ದ ನಂಬರ್‌ಗೆ ಕಾಲ್ ಮಾಡಿಕೊಂಡು ಕನ್ಫರ್ಮ್ ಮಾಡಿಕೊಂಡಿರುತ್ತಾನೆ. ಅಂತೆಯೇ ಭೇಟಿಯೂ ಆಗುತ್ತದೆ. ಹಾಗೆ ಭೇಟಿ ಆದವಳೇ ಕೇಳಿದ ಪ್ರಶ್ನೆ; ನನಗೊಂದು ಗಂಡಿನ ಸಾಂಗತ್ಯ ಬೇಕು. ರಾಜಶೇಖರನಿಗೆ ತನ್ನ ಪೂರ್ವ ವೃತ್ತಾಂತವನ್ನು, ಅದರಲ್ಲಿ ಗಂಡಸೊಬ್ಬನಿಂದ ತನಗಾದ ಮೋಸವನ್ನೂ ಮಾಳವಿಕ ಹೇಳಿದಮೇಲೂ ಅವನಿಗೆ ಅವಳ ಬಗ್ಗೆ ಆಸಕ್ತಿ ಉಂಟಾಗಿ 'ನಿಮ್ಮ ಸಾಂಗತ್ಯಕ್ಕೆ ನಾನು ತಯಾರು. ಇಂದಿನಿಂದಲೇ ಶುರು ಮಾಡೋಣವೇ?' ಎನ್ನುತ್ತಾನೆ. ಆದರೆ ದುಡುಕಿನ ನಿರ್ಧಾರ ಬೇಡ, ಆಳವಾಗಿ ಆಲೋಚಿಸಿ ಹೇಳಿ ಎಂದು ಆಕೆ ಹೊರಟು ಹೋಗುತ್ತಾಳೆ. ಇತ್ತ ಮನೆಗೆ ಬಂದ ರಾಜಶೇಖರನಿಗೆ ಶಾಕ್ ಕಾದಿರುತ್ತದೆ. ತನಗೆ

ಪತ್ರ ಬರೆದ ಹೆಣ್ಣು, ತಾನು ಫೋನ್‌ನಲ್ಲಿ ಮಾತಾಡಿ ಕನ್ಫರ್ಮ್ ಮಾಡಿಕೊಂಡ ಹೆಣ್ಣು ಮತ್ತು ಕಾಫೀ ಡೇಯಲ್ಲಿ ಭೇಟಿಯಾದ ಹೆಣ್ಣು ಮೂವರು ಬೇರೆಬೇರೆ ಎಂಬುದೂ, ಆದರೆ ಎಲ್ಲರ ಹೆಸರೂ ಮಾಳವಿಕ ಎಂಬುದು ತಿಳಿದಾಗ ಚಿತ್ತಕ್ಷೋಭೆಗೊಳಗಾಗಿ ವೇಶ್ಯಾಗೃಹವೊಂದಕ್ಕೆ ಹೋಗುತ್ತಾನೆ. ಹೆಣ್ಣೋರ್ವಳನ್ನು ಮೊದಲ ಬಾರಿ ಸುಖಿಸಿದ ರಾಜಶೇಖರ ಅವಳ ಹೆಸರೇನೆಂದು ಕೇಳಿದಾಗ ಅವಳು 'ಮಾಳವಿಕ' ಎನ್ನುತ್ತಾಳೆ. ಆ ಹೆಸರು ಕೇಳಿದವನೇ 'ರಾತ್ರಿಯಿಡೀ ಅವಳ ಮಡಿಲಲ್ಲಿ ಬೆತ್ತಲಾಗಿ, ಜ್ವರಬಂದ ಮಗು ತಾಯಿಯ ಮಡಿಲಲ್ಲಿ ಮಲಗಿದ ಹಾಗೆ ಮಲಗಿದ' ಎಂಬ ಸಾಲಿನಿಂದ ಕತೆ ಮುಕ್ತಾಯವಾಗುತ್ತದೆ.

***

'ನೆನಪಾಯ್ತೇನು? ನೀವು ನನಗೆ ಮಾಡಿರುವ ಅನ್ಯಾಯ ಏನೆಂದು?' ನನಗೆ ಕತೆ ನೆನಪಿಸಿಕೊಳ್ಳಲು ಸಮಯ ಕೊಟ್ಟ ನಂತರ ಆಕೆ ಮತ್ತೆ ಕೇಳಿದಳು.

'ನಿಮಗೇನೋ ಭ್ರಮೆ. ಮೊದಲು ರಾಜಶೇಖರನಿಗೆ ಅನ್ಯಾಯ ಆಗಿದೆ ಅಂದ್ರಿ. ಈಗ ನಿಮಗೆ ಅನ್ಯಾಯ ಆಗಿದೆ ಅಂತಿದ್ದೀರಿ.ನಿಮ್ಮ ಮಾತಿನ ಉದ್ದೇಶವೇನು? ನಿಜ ಹೇಳಿ, ವೃಥಾ ಹೀಗೆ ಕೂತು ಅಪರಿಚಿತ ಹೆಣ್ಣೋರ್ವಳೊಂದಿಗೆ ಮಾತನಾಡಲಾರೆ'

'ಮತ್ಯಾಕೆ ನನ್ನ ಆಹ್ವಾನವನ್ನು ಒಪ್ಪಿ ಕಾಫಿ ಡೇಗೆ ಬಂದಿದ್ದೀರಿ?'

'ನೀವು ಕಾಲ್‌ನಲ್ಲಿ ಹೇಳಿದ್ದು ನನ್ನ ಅಭಿಮಾನಿ ಓದುಗಳು ಅಂತ. ಹಾಗಾಗಿ ಬಂದೆ'

'ನಿಮ್ಮ ಹೆಂಡತಿಗೆ ಹೇಳಿ ಬಂದಿದ್ದೀರಾ?'

'ಇಲ್ಲ. ಆದರೆ ಹೋಗಿ ಹೇಳುತ್ತೇನೆ'

'ಓಹೋ! ಅಂದರೆ ನಿಮ್ಮ ಕತೆಯ ಪಾತ್ರಕ್ಕೆ ಮಾತ್ರ ಅಪರಿಚಿತ ಹೆಣ್ಣೊಂದರ ಸಾಂಗತ್ಯ ಬೇಕು. ಅದರಲ್ಲಿ ನಿಮಗೆ ನಂಬಿಕೆಯಿದೆ. ನೀವು ಮಾತ್ರ ಸಭ್ಯರಂತೆ ನಟಿಸುತ್ತಿದ್ದೀರಿ ಅಲ್ಲವೆ?

'ಏನು ನಿಮ್ಮ ಮಾತಿನ ಅರ್ಥ?' ಸಿಟ್ಟಿನಿಂದಲೇ ಕೇಳಿದೆ.

'ವೆರಿ ಸಿಂಪಲ್. ಹೆಣ್ಣೊಬ್ಬಳು ಗಂಡಸಿನ ಸಹವಾಸಕ್ಕೆ ಹಾತೊರೆಯುತ್ತಿದ್ದಾಳೇನೋ ಎಂಬುದನ್ನು ಚಿತ್ರಿಸಿರುವ ನೀವು ಅಲ್ಲಿ ಬರುವ ಎಲ್ಲ ಹೆಣ್ಣುಗಳಿಗೂ ಮಾಳವಿಕ ಎಂದೇ ಹೆಸರಿಟ್ಟಿದ್ದೀರಿ. ಎಲ್ಲರೂ ತಮ್ಮ ಮನೋವಾಂಛೆಗಳನ್ನು ಈಡೇರಿಸಲು ಕಾದು ಕುಳಿತವರಂತೆ ಬರೆದಿದ್ದೀರಿ. ಅದರಲ್ಲೂ ಓರ್ವ ಸೈನ್ಯದವನ ಹೆಂಡತಿ ಪಾತ್ರವೂ ಇರುವುದು ನಿಮ್ಮ ಮನೋವಿಕಾರತೆಯನ್ನು ತೋರಿಸುತ್ತದೆ. ಜೊತೆಗೆ ಕಥಾನಾಯಕನಿಗೆ ಯಾವೊಬ್ಬ ಹೆಣ್ಣೂ ಸಿಗದಂತೆ ಮಾಡಿ ಅವನ ಬಗ್ಗೆಯೇ ಕನಿಕರ ಹುಟ್ಟುವಂತೆ ಮಾಡುವಲ್ಲಿ ಯಶಸ್ವಿಯಾಗಿದ್ದೀರಿ'

'ಮಾಳವಿಕ ಎಂಬುದು ಒಂದು ಹೆಸರು ಮಾತ್ರ' ಎಂದು ಹೇಳಿ ನುಣುಚಿಕೊಳ್ಳಲು ಪ್ರಯತ್ನಿಸಿದೆ.

'ಯಾಕೆ? ಅದೊಂದು ವ್ಯಕ್ತಿತ್ವ ಅಂತ ನಿಮಗೆ ಅನ್ನಿಸಲಿಲ್ಲವೆ? ಕೇವಲ ಕತೆಯಲ್ಲಿ ರೋಚಕತೆ ನೀಡುವ ಸಲುವಾಗಿ, ಅನಗತ್ಯ ಕುತೂಹಲ ಸೃಷ್ಟಿಸುವ ಸಲುವಾಗಿ ಹೆಣ್ಣು ಪಾತ್ರಗಳನ್ನು ಬಳಸಿಕೊಂಡು, ಅಸೂಕ್ಷ್ಮತೆಯಿಂದ ಅವುಗಳನ್ನು ನಿಭಾಯಿಸಿದ್ದೂ ಅಲ್ಲದೆ ಎಲ್ಲ ಪಾತ್ರಗಳಿಗೂ 'ಮಾಳವಿಕ' ಎಂದೇ ಹೆಸರು ಕೊಟ್ಟಿದ್ದೀರಿ. ಇದು ಹೆಣ್ಣು ಕುಲಕ್ಕೆ ನೀವು ಮಾಡಿದ ಅವಮಾನ. ಅದರಲ್ಲೂ ಸೈನಿಕರ ಕುಟುಂಬಕ್ಕೆ, ವಿಧವೆಯರ ಕುಟುಂಬಕ್ಕೆ, ಕೊನೆಯಲ್ಲಿ ವೇಶ್ಯೆಯೋರ್ವಳ ವೃತ್ತಿಗೂ ನೀವು ಅವಮಾನ ಮಾಡಿದ್ದೀರಿ'

'ಏನ್ರಿ ನೀವ್ ಹೇಳ್ತಿರೋದು. ಅದೊಂದು ಕತೆ ಅಷ್ಟೇ. ಅದರಲ್ಲಿ ಏನೇನೋ ಹುಡುಕ್ಬೇಡಿ' ಅಂದೆ.

'ಕತೆನೇ ಇರ್ಬೋದು. ಆದರೆ ನನ್ನ ಗೆಳತಿಯೋರ್ವಳು ಈ ಕತೆಯನ್ನು ಕೊಟ್ಟು, 'ಓದು ಇದನ್ನ. ನೀನೇ ಹೀರೋಯಿನ್ ಈ ಕತೆಗೆ' ಅಂದಳು. ಅವಳು ಹೇಳಿದ್ದು ಕತೆಯಲ್ಲಿನ ಎಲ್ಲ ಪಾತ್ರಗಳ ಹೆಸರೂ ಮಾಳವಿಕ ಮತ್ತು ನನ್ನ ಹೆಸರೂ ಮಾಳವಿಕ ಆದ್ದರಿಂದಲೇ ಇರಬೇಕು. ಹಾಗಾಗಿ ನನ್ನ ಹೆಸರಿನ ಈ ಪಾತ್ರಗಳಿಗೆ ನೀವು ಮಾಡಿರುವ ಅವಮಾನ ಮತ್ತು ಅನ್ಯಾಯಕ್ಕೆ ನ್ಯಾಯ ಒದಗಿಸಲೇಬೇಕು'.

ಎಂದು ಆಕೆ ಹೇಳುತ್ತಿದ್ದರೆ ಕುಡಿಯುತ್ತಿದ್ದ ಕೋಲ್ಡ್ ಕಾಫಿಯೂ ಹಾಟ್ ಆಗಿ ಹೋಗಿತ್ತು.

'ಸರಿ. ಈಗ ನಾನೇನು ಮಾಡಬೇಕು ಹೇಳಿ?' ಎಂದೆ.

'ನನ್ನ ನಾಲ್ಕು ಪ್ರಶ್ನೆಗಳಿಗೆ ಉತ್ತರಿಸಿ. ಆಮೇಲೆ ಹೇಳ್ತೇನೆ ಏನ್ ಮಾಡ್ಬೇಕು ಅಂತ'

'ಆಯ್ತು ಕೇಳಿ ' ಎಂದೆನಾದರೂ ಹಿಂದಿನ ದಿನ ಈಕೆ ನನ್ನ ಓದುಗಳು ಎಂದು ಪರಿಚಯಿಸಿಕೊಂಡು ನನ್ನನ್ನು ಭೇಟಿಯಾಗಲು ಇತ್ತ ಬೇಡಿಕೆಯನ್ನು ಯಾಕಾದರೂ ಒಪ್ಪಿಕೊಂಡು ಇಲ್ಲಿಗೆ ಬಂದೆನಪ್ಪ ಅನ್ನಿಸಿತು.

'ಹಾಗೆ ಯಾರೋ ಒಬ್ಬಳು ಅಪರಿಚಿತ ಹೆಣ್ಣು ಪತ್ರ ಬರೆದು ಯಾವ ಸ್ಪಷ್ಟತೆಯನ್ನೂ ನೀಡದೆ ಮೀಟ್ ಆಗೋಣ ಅಂದ್ರೆ ನೀವು ಹೋಗ್ತೀರ?

'ಇಲ್ಲ...'

'ನೀವು ಕಾಲ್ ಮಾಡಿದಾಗ ಓರ್ವ ಮಿಲಟರಿಯವನ ಪತ್ನಿ ನಿಮ್ಮನ್ನು ಹಾಗೆ ಅಕಸ್ಮಾತ್ ಆಹ್ವಾನಿಸಿದರೂ ನೀವು ಹೋಗುತ್ತೀರ ?'

'ಇಲ್ಲವೇ ಇಲ್ಲ... '

'ಕಾಫಿ ಡೇಯಲ್ಲಿ ಸಿಕ್ಕ ಹೆಣ್ಣೊರ್ವಳ ಜೊತೆ ಒಂದೇ ಭೇಟಿಯಲ್ಲಿ ಸಹಜೀವನದ ಬಗ್ಗೆ ತೀರ್ಮಾನ ತೆಗೆದುಕೊಂಡುಬಿಡುತ್ತೀರ?'

'ಸಾಧ್ಯವಿಲ್ಲ...'

'ಕೇವಲ ನಿಮಗೆ ಪತ್ರ ಬರೆದವಳು ನಿಮ್ಮನ್ನು ಭೇಟಿ ಮಾಡದೆ ಟ್ರ್ಯಾಪ್ ಮಾಡಿದ್ದಾಳೆ ಎಂಬ ಕಾರಣಕ್ಕೆ ನೀವು ವೇಶ್ಯಾಗ್ರಹಕ್ಕೆ ಹೋಗುತ್ತೀರ?'

'ಖಂಡಿತಾ ಇಲ್ಲ...'

'ಇಷ್ಟು ಸಾಕಲ್ಲವೆ ಮಾಳವಿಕ ಎಂಬ ಹೆಸರಿನವಳೇ ಆದ ನಾನು ನಿಮ್ಮ ಮೇಲೆ ಕೇಸ್ ಹಾಕುವುದಕ್ಕೆ? ದಯವಿಟ್ಟು ಕ್ಷಮಿಸಿ. ನಾನು ನಿಮ್ಮ ಓದುಗಳು ಅಂತ ಕರೆಸಿಕೊಂಡು ಹೀಗೆ ಮಾತನಾಡುತ್ತಿರುವುದಕ್ಕೆ. ಆದರೆ ನಿಮ್ಮ ಪ್ರಾಮಾಣಿಕ ಉತ್ತರಗಳಿಂದ ನನಗೆ ಖುಷಿಯಾಯಿತು'

'ನೀವು ಮಾಡಿದ್ದು ಮೋಸವಲ್ಲವೆ?'

'ಇರಬಹುದು. ಆದರೆ ನೀವು ಮಾಳವಿಕ ಮತ್ತು ರಾಜಶೇಖರನಿಗೆ ಮಾಡಿದಂತ ಮೋಸಕ್ಕಿಂತ ದೊಡ್ಡದೇನಲ್ಲ ಬಿಡಿ'

'ಅಂದರೆ ನೀವು ನನ್ನ ಮೇಲೆ ಕೇಸು ದಾಖಲಿಸಿಯೇ ತೀರುತ್ತೀರಿ ಅಂದ ಹಾಗಾಯಿತು'

'ಹೌದು'

`Why don't we settle this issue amicably ?'

'ನೋ. ಸಾಧ್ಯವಿಲ್ಲ. ಏಕಾಂತದಲ್ಲಿ ಕೂತು ಲೋಕಾಂತದ ಬಗ್ಗೆ ಬೇಕಾಬಿಟ್ಟಿ ಬರೆಯುವ ಎಲ್ಲರಿಗೂ ಇದೊಂದು ಪಾಠವಾಗಬೇಕು. ನಾನು ಕೇಸ್ ಹಾಕಿಯೇ ತೀರುತ್ತೇನೆ' ಎಂದವಳು ಬಿಲ್ ಕೊಟ್ಟು ಹೊರಟು ಹೋದಳು.

***

ಇಂದಲ್ಲ ನಾಳೆ ಕೋರ್ಟ್‌ನಿಂದ ನನಗೆ ಸಮನ್ಸ್ ಬರಬಹುದು. ಮಾಳವಿಕ ಹಾಕಿರುವ ಈ ಕೇಸು ಕೇವಲ ಕತೆಗಾರರಿಗಲ್ಲ ಓದುಗರಿಗೂ ಪಾಠವಾಗಬೇಕಲ್ಲವೆ? ಕೇಸು ನಡೆಸುವಷ್ಟು ಹಣ ಈ ಕತೆಗಾರನ ಬಳಿ ಇಲ್ಲ. ಹಾಗಾಗಿ ಕತೆಯ ಪರವಾಗಿ, ಕತೆಗಾರನ ಪರವಾಗಿ ವಕೀಲಿಕೆ ಮಾಡುವ ಒಬ್ಬ ಓದುಗನಿಗಾಗಿ ನಾನು ಕಾಯುತ್ತಿದ್ದೇನೆ...

⌘